முன்பக்கங்கள்

முன்பக்கங்கள்

முத்துச்செல்வன்

எழுத்து பிரசுரம்

Title: Munpakkangal
Author's Name: Muthu Selvan

Published by Ezutthu Prachuram

Ezutthu Prachuram
(An imprint of Zero Degree Publishing)
No. 55(7), R Block, 6th Avenue,
Anna Nagar,
Chennai - 600 040

Website: www.zerodegreepublishing.com
E Mail id: zerodegreepublishing@gmail.com
Phone : 89250 61999

Ezutthu Prachuram First Edition: December 2021
ISBN: 978-93-91748-51-7
TITLE NO EP: 270

Rs. 290/-

Cover Design & Layout: Vijayan
Printed at Manipal Technologies, India.

சமர்ப்பணம்

சுந்தரம் – சரோஜா
பிரகாஷ்

பின்பக்கத்தின் சாரல்

மிகுந்த உடல்நல பிரச்சினைகளுக்கு மத்தியில் ‘முன் பக்கங்கள்’ மூன்று மாத கால அளவில் எழுதி முடிக்கப்பட்டது. இது எனக்கு முதல் நாவல். படைத்த எழுத்து தனது அங்கீகாரத்துக்காக நாவல் போட்டியின் முன் நின்றது. தனது தகுதியை நெடும்பட்டியலில் நிலைநிறுத்தியது. அக்ரிமெண்ட் ராயல்ட்டி என ஸீரோ டிகிரி பப்ளிகேஷன் சிறந்த வழிகாட்டியாக அடுத்தடுத்து அழைத்துச் சென்றது. எழுத்துக்குக் கிடைத்த மறக்க முடியாத சந்தோஷ தருணங்கள். ஐந்து மாத கால அளவுக்குள் படைத்து புத்தகமாக பிரசவித்து உங்கள் முன் வாசிப்பனுபவத்திற்காக இப்போது வந்து நிற்கிறது.

பன்னிரண்டு வயதில் எப்படியோ தொற்றிக்கொண்ட எழுத்துப் பித்து, திடீர் திருப்பமாக நாவல் எழுதியதில் முஷ்டி உயர்த்தியது கண்டு சற்று ஆச்சரியமாகத்தான் இருக்கிறது. உண்மைக்கு நெருக்கமான படைப்புக்கு என்றும் அழிவில்லை.

வெகுஜன எழுத்திலும் தீவிர எழுத்தின் சாயலைப் புகுத்தலாம். ஆனால் தீவிர எழுத்தின் சாயல், என்றும் தீவிர எழுத்தின் சாயல்தான். இரண்டிலும் நிஜத்தின் தரிசனம் இருந்தால் வாசிப்பவனின் மனதுக்கு நெருக்கமாக இருக்கும். அப்படித்தான் என் எழுத்துப் பயணம் தொடர்கிறது.

சாதி, அரசியல், வாழ்வாதாரம், பின்னிப்பிணைந்து வரும் காமம் என சாதாரணனின் வாழ்க்கை உலகமயமாதலின் பின்னணியில் புனைவாக விரிகிறது. இதில் உள்ளோடி வரும் வரிகள் எல்லோருக்குள்ளும் மறைந்திருக்கும் உண்மை. வெளிப்பூச்சுக்கு மறுத்தாலும் யாரும் அதை அவ்வளவு எளிதாக மறைத்து விட முடியாது. காலம் தன் கணக்கை செயல்படுத்திக் கொண்டுதான் இருக்கும்.

உண்மைகளைப் பேசும்போது எதிர்ப்புகளையும் எதிர்கொள்ள வேண்டிவரும். அதிகாரத்துக்கு அடிபணிந்து எழுதுபவன் கலைஞனல்ல. புனைவு எப்போது தன்னைத்தான் குறிப்பிடுகிறதோ, தனி மனிதனையும் சமூகத்தையும் நினைக்க வைக்கிறதோ அப்போதே அது காலத்தால் அழியாத நிலையைப் பெற்றுவிடுகிறது.

சிறுகதை கவிதை எனத் தொடர்ந்த எழுத்துப் பயணத்தில் அது சார்ந்த சில நிகழ்வுகளும் என் படைப்பூக்கத்தைச் செழுமைப் படுத்தின.

ஆனந்த விகடன் 1995ல் நடத்திய மாணவர் எடிட்டர் போட்டியில் எனது ஆசிரியத்துவத்துத் தலைமையிலான ‘புன்னகை’ கையெழுத்துப் பத்திரிகையை விகடன் இருமுறை மாணவ எடிட்டர் பக்கத்தில் கவனப்படுத்தியது.

அந்திமழை மாத இதழ் (2018) நடத்திய புத்தக விமர்சனப் போட்டியில் ஜி.குப்புசாமியின் மொழிபெயர்ப்பில் ஓரான் பாமுக் எழுதிய ‘வெண்ணிறக் கோட்டை’ நாவல் விமர்சனத்திற்கு ஆறுதல் பரிசு சோப்பு கிரீம் என கிடைத்தது. எழுத்தாளன் ரொம்ப அழுக்கானவன் அல்லவா. எனவே கிடைப்பதைப் பெற்றுக்கொள்பவன் மனிதன்.

பல்சுவை காவியம் மாத இதழ் நடத்திய சிறுகதைப் போட்டியில் ஆறுதல் பரிசுத் தொகையையும் சான்றிதழையும் அனுப்பியவர்கள் கதையை ஏனோ பிரசுரம் செய்யவேயில்லை. 2013ல் ஆணவக்கொலையைக் கருவாகக் கொண்டு எழுதப்பட்ட சிறுகதை அது.

2014-ல் கலைஞர் தொலைக்காட்சி நாளைய இயக்குநர் தொடரில் இராசா சக்தி சிவபாலனின் இயக்கத்தில் ‘பெண் ஜென்மம்’ சிறுகதை குறும்படமானது. *(பாராமுகம்)*

முன்பின் அறிமுகமற்று எழுத்தை மட்டும் முன்னிறுத்தி எழுதுபவனை உற்சாகப்படுத்தும் அனைத்து நல்லிதயங்களையும் அன்புடன் நினைத்துக்கொள்கிறேன்.

நாவல் போட்டியை நடத்திய ஸீரோ டிகிரி - தமிழரசி அறக்கட்டளைக்கு உள்ளார்ந்த நன்றியைத் தெரிவித்துக் கொள்கிறேன். புதினத்தை வெளியிடும் எழுத்து பிரசுரத்திற்கு மகிழ்வான ஒரு கைகுலுக்கல்.

பெற்றோருக்கும் சகோதரனுக்கும் ‘முன்பக்கங்களை’ சமர்ப்பணம் செய்கிறேன்.

முத்துச்செல்வன்
முசிறி
6.11.2021

1

1963

அழகேசனுக்குக் கோபம் தலைக்கேறியது. சைக்கிளில் மாட்டியிருந்த பழைய செயினை உருவினான். செயினின் மை, கைவிரல்களில் அப்பியதைக் கட்டியிருந்த கைலியில் துடைத்தபடியே பற்களை நறநறவென்று கடித்தவன், “எடுபட்ட பயலே... வாங்கும்போது இனிச்சதோ... கண்டா ஓடியொழியறே...” என்றபடி செயினை விசிறினான். பின்வாகாகத் தன் மேல் படாமல் கைவிரல்களால் பிடித்துக்கொண்டான். செயின் வீச்சிலிருந்து காத்து பயந்து ஒதுங்கிய தொப்பளானின் மனைவி, “இதப்பாரு அழகேசு... ஆம்பளை இல்லாத நேரம் பாத்து வந்து ரவுசு பண்றது ஒண்ணுக்கும் நல்லதுக்கில்லே...” என்றாள்.

“உள்ளே ஒழிஞ்சுக்கிடக்கறான்... கூப்பிடு. கணக்கு முடிஞ்சு நாலைஞ்சு வாரமாவுது... வட்டியும் வரலை... மயிரும் வரலை...”

கைவிரல்களில் சுற்றப்பட்ட செயின் தொங்கியபடி ஆடிக்கொண்டிருந்தது.

“நெஞ்சுகிட்டுருந்தவரு... நீ வாரதைப் பாத்ததும் பொறவாண்டை பக்கமா ஓடிட்டாரு... இந்த வேட்டி நெஞ்சதும் உன் காசை பைசா குறையாம கொடுத்துத் தீத்துக்கிடறேன்...”

அவளைப் புறந்தள்ளிவிட்டு வீட்டுக்குள் நுழைந்தவன், நெசவு நெய்யும் மேடைக்குழிக்குள் குறுகியபடி குத்துக்காலிட்டு உட்கார்ந்திருந்த தொப்பளானை சைக்கிள் செயினை விசிறி எழுப்பினான். அவன் அலறலோடு துள்ளி காலில் விழுந்தான்.

“சீக்கிரமா கணக்கை முடிச்சுடறேண்ணே...”

சைக்கிளை காலால் உந்தித் தள்ளியபடி பெரிய வீதியில் நகர்ந்தான் அழகேசன். செயினை சைக்கிளில் மாட்டவில்லை. தொப்பளானை மிரட்ட மட்டுமே முடிந்தது. ராமலிங்கம் என்ன சொல்வானென்று தெரியவில்லை. இருவரும் கூட்டு சேர்ந்துதான் கந்துவட்டிக்கு விட்டிருந்தனர். பெரும்பாலும் வராத வசூலை வசூலிக்க அழகேசனையே போகச் சொல்லுவான் ராமலிங்கம்.

பெரியவீதியிலிருந்து திரும்பி குறுக்கிட்ட வாய்க்காலில் சைக்கிளைத் தூக்கியபடி இறங்கினான். வழியில் நட்டநடு வீதியில் பாவுநூலை நீட்டி புள்ளில் இழைபிரித்து சிக்கெடுத்து சரிசெய்து கஞ்சி போட்டு தெம்பேற்றிக்கொண்டிருந்தனர்.

மாந்தோப்புத் தெருவில் நுழைந்து ரோட்டுக்கு வந்தபோது ஆங்ஞா எதிர்ப்பட்டார்.

“மூணு சைக்களு ஓவராயிலுக்கு வந்துருக்கு... அவனை நம்பாம சட்டுபுட்டுன்னு முடிச்சுவிடு...” என்றார் ஆங்ஞா. ராமலிங்கத்தை அவர் நம்புவதேயில்லை. இத்தனைக்கும் ஆங்ஞாவின் சைக்கிள் கடைக்கு அழகேசன் வேலைக்கு வருவதற்கு முன்னரே ராமலிங்கம் வேலை செய்து கொண்டிருந்தான். இருவரும் தொட்டியம் ஐயர் கடையில்தான் வேலையைப் பழகிக்கொண்டனர். ஆங்ஞாவின் வயலில் ராமலிங்கத்தின் அப்பா வேலை செய்துகொண்டிருந்த பழக்கவழக்கத்தால் ஆங்ஞாவின் ராஜா சைக்கிள் கடையில் ராமலிங்கம் சேர்ந்திருந்தான். பிறந்த ஊரான உடையாகுளம்புதூரை விட்டு இருபது மைலுக்குத் தள்ளியிருக்கும் மணலூருக்கு வந்து நான்கு வருடமாகிவிட்டது. ஆங்ஞாதான், ‘சாராயம் கள்ளுனு குடிச்சு தீக்காம பணத்தைத் தேத்திக்குங்குடா...’ என்று சொன்னார்.

அவர் நெல்லும் வாழையுமாக இருபது ஏக்கர் வைத்திருந்தார்.

கனிபாய் கறிக்கடையைக் கடந்து ரைஸ்மில்லுக்கு இடதுபக்கமிருந்த விசாலமான ராஜா சைக்கிள் கடைக்குள் அழகேசன் நுழைந்தபோது ராமலிங்கம் ஒரு சைக்கிளைப் பிரித்து விட்டிருந்தான். பிரித்துவைத்திருந்த ஸ்பேர் பார்ட்ஸ்களில் கிரீஸ் பட்டு மையானவற்றைத் தகர டின் பெட்டியில் போட்டு சீமெண்ணெயை ஊற்றினான் அழகேசன்.

“எவ்வளவுடா ஆச்சு?”

“தொப்பளானை மிரட்டி உருட்டியும் ஒண்ணும் தேறலை... பிள்ளையார் தெருவுக்குப் போறதுக்குள்ளே ஆங்ஞா எதுக்க வந்துட்டாரு...”

“இப்படி வசூலாகி எப்ப நான் தனிக்கடை போடறது... வக்கத்த பயலுக...”

யாரைத் திட்டுகிறான்? தன்னையா? ஆங்ஞாவையா? இல்லை வட்டிக்கு வாங்கியவர்களையா? எதுவும் பேசாமல் அடுத்த சைக்கிளைப் பிரிக்க ஆரம்பித்தான். ஆங்ஞா விஷயம் கேள்விப்பட்டு ஒருமுறை, “தனிக்கடை போடு... பணக்காரனாவு... என்கிட்டே இருக்கிறவரை சரியா நடந்துக்க...” என்றார். வாடகைக்குப் போய் திரும்பும் சைக்கிளுக்கான பைசாவில் ராமலிங்கம் மணிநேரத்தைக் குறைத்துக் கைவைப்பது அவருக்கு அரசல்புரசலாகத் தெரிந்துவிட்டதாகத்தான் அழகேசன் நினைத்தான்.

மத்தியான சாப்பாட்டை ஐயர் கடையில் முடித்தான். ராயர் மிலிட்டரி ஓட்டல் இன்று சாத்திவிட்டதால் காரம் உறைப்புடன் சாப்பிடுவது இல்லாமல் ஆகிவிட்டது. ராயர் கடையைச் சாத்திவிட்டிருந்தால் எங்கேயாவது நடக்கும் திமுக கூட்டத்துக்கு அவர் சென்றுவிட்டார் என்று அர்த்தம். அண்ணா கட்சி ஆரம்பித்தபோதே மீசை அரும்பாத வயதிலேயே உறுப்பினர் கார்டு வாங்கி வைத்திருந்தான் அழகேசன். எம்ஜியார் ரசிகன் அவன்.

“வாளெடுத்து சண்டை போட்டார்னா அப்படியே ராஜகளைய்யா...” என்பான் அடிக்கடி.

வீட்டுக்குப் போய் சாப்பிட்டுவிட்டுத் திரும்பிய ராமலிங்கம் வந்ததும் வராததுமாக... “ஏன்டா... தொப்பளான் பொண்டாட்டியை ஒரு அமுக்கு அமுக்கியிருக்க வேண்டிதுதானே...” என்றான்.

அவனுக்கு வசூலாகாத கடுப்பு. ‘அமுக்கினதுக்கு பைசா கழிச்சுக்க அழகேசுன்னு’ சொன்னாலும் சொல்வாள் அவள். அந்த அளவுக்கு அவன் வைத்துக்கொள்வதில்லை. தேவைப்பட்டால் சொர்ணத்து வீட்டுக்கு ராத்திரிக்குச் சென்றுவிடுவான். என்ன சில சமயங்களில் பேசியே மூடைக் கெடுத்துவிடுவாள். “என் சேலை முந்தானையையே அவுத்துக்கிட்டிருந்தா எப்புடிய்யா... காலாகாலத்துல கண்ணாலம் கட்டி தனி வூடு பாத்து வாழணும்னு நினைப்பெல்லாம் வராதா?”

தனக்கு என்ன வயசு ஆகிறது என்பதுகூடத் தெரியாது. கொஞ்சம் விபரம் தெரிந்த வயதில்தான் உடையாகுளம்புதூர் ஏரிமேட்டில் உயிரை விட்டிருந்த தகப்பனைத் தூக்க முடியாமல் தூக்கி வந்தான். கேள்விப்பட்டு ஓடி வந்தவர்கள் தொட்டுப்பார்த்துச் சொன்னபோதுதான் உயிர் போய்விட்டிருந்தது தெரிந்தது. இது நடந்து பதினாலு வருசமாகிவிட்டது. அது மட்டும் தெரியும். அம்மா ராமாயி அவனிடம் எந்த விதத்திலும் கண்டிப்போ அனுசரணையோ காட்டியதில்லை. ‘சாப்பிட்டியாடே’ என்பாள் வீட்டுக்கு வந்தால். விட்டேத்தியாகத் திரிந்தவனை ராமலிங்கம்தான் தொட்டியத்து ஐயர் சைக்கிள் கடை வேலைக்குக் கூட்டிச்சென்றான்.

பின்வீல் பிரிவீலை சீமெண்ணெயில் கழுவிக்கொண்டிருந்தவன் மீது நிழல் பட நிமிர்ந்தான். கொல்லிமலை நின்றிருந்தான். சொந்தப் பெயர் என்னவென்று அவனுக்கே தெரியாது. நெசவு வேலை தவிர ஆற்றுக்கரையில் பத்துப் பன்னிரண்டு பன்றிகளை மேயவிட்டு வளர்க்கிறான்.

“வறுவல் போடப்போறேன்யா... எத்தனை வேணும்?”

“எனக்கு ரெண்டை காய்ஞ்ச வாழை மட்டையிலே இறுக்கமா கட்டி வைச்சிடு... ராத்திரி வரேன்...”

“எங்கே அவரைக் காணோம்?”

“கருப்பணாம்பட்டில ஒருத்தன் சைக்கிளை எடுத்துப்போயி ரெண்டு வாரத்துக்கு மேலாவுது... விசாரிக்கப் போயிருக்கான்...”

சொல்லிக்கொண்டிருக்கும்போதே ரைஸ்மில்லுக்கருகே இருந்து, ‘அய்யோம்மா...’ என்ற அலறலைக் கேட்டு எழுந்து கடையைவிட்டு வெளியே வந்தான். ஆங்ஞா முன்னே தனது சைக்கிளைத் தள்ளியபடி நடந்து வர... அவர் பின்னால் ஒரு கூட்டம் முண்டியடித்து வந்துகொண்டிருந்தது. கைகளைப் பின்னால் கட்டி முகம் வீங்கிய நிலையில் வாடகை சைக்கிள் எடுத்துச்சென்ற கருப்பணாம்பட்டியாளை இழுத்துத் தள்ளிக்கொண்டு வந்தனர்.

கடையின் பின்பகுதி கொட்டகையில் கை கால்களைக் கட்டி அவனை உட்கார வைத்தனர். அவன் அலறஅலற அடி விழுந்துகொண்டிருந்தது. அக்குஅக்காகப் பிரிக்கப்பட்ட சைக்கிளோடு ராமலிங்கம் வந்து சேர்ந்தான். அவனை அடிச்சு என்ன ஆகப்போகுது. மீண்டும் எவனாவது ஆங்ஞா கடையில் சைக்கிளை எடுத்து அழிச்சாட்டியம் பண்ணக்கூடாது என்கிற எண்ணமாகக்கூட இருக்கலாம்.

“நீயும் உள்ளே போயி ரெண்டு சாத்து சாத்த வேண்டியதுதானே...”

கேட்ட அழகேசனிடம் பதில் ஏதும் சொல்லாது உதட்டை மட்டும் பிதுக்கினான். அழகேசனுக்கு அவன் மேல் சின்னதாக சந்தேகம் வந்தது. ஆங்ஞா இல்லாத சமயங்களில் கல்லாப்பெட்டியில் ராமலிங்கம் கைவைப்பதுண்டு. அது ஆங்ஞாவுக்குத் தெரிந்துதான் இருந்தது. ‘எவ்வளவு திருகுனாலும் திருந்தமாட்டேன்றானே’ என்று ஒருமுறை சத்தமிட்டார். என்று எப்போது கண்டித்தார்? அடிவாங்கியவன் சொல்லவா

போகிறான் என்று அழகேசன் எதுவும் கேட்டுக்கொள்ளவில்லை. கந்துவட்டிக்கு விடலாம் என்று யோசனை சொன்னது அழகேசன்தான். சிறிய அளவு பணத்தைத்தான் வட்டிக்கு வெளியே விட்டிருந்தனர். அதிலும் ராமலிங்கத்தின் அளவுதான் அதிகம்.

உள்ளேயிருந்து ஆங்ஞா வர பின்னால் நாலைந்து பேர் அடித்த களைப்பில் நின்றிருந்தனர். அவர் சென்ற பிறகு உள்ளே சென்று அடிவாங்கியவனைப் பார்த்தான் அழகேசன். குறுகியபடி துவண்டிருந்தான். தட்டிக்கதவைச் சாத்திவிட்டு வெளியே வந்தான்.

“டேய்... பிள்ளையார் வீதிக்கும் கீழ்பாவோடிக்கும் போயிட்டு வந்துடறீயா...” என்றான் ராமலிங்கம்.

சாயங்கால வெயில் சுள்ளென்று அடித்தது. வாரவசூல் ஒவ்வொரு வாரமும் இழுபறி இம்சையாக இருக்கிறது. மாத வசூலாக வட்டிக்கு விடுவதை மாற்றிவிடலாமா? சரியாக வருமா?

“என்ன ஆளையே காணோம்...” சொர்ணத்தின் குரல்.

பிரேக் பிடித்து நின்றவன், ‘வரணும்... எங்கே முடிது... இன்னைக்கு ஒருத்தன் அடிவாங்கி உள்ளே கிடக்கான். ராத்திரிக்கு காவல் நாந்தேன்...” என்றான்.

“நீ என்ன ஆளுங்க?”

“ஏண்டி... பத்துப் பதினைஞ்சு முறை வந்துட்டுப் போயிட்டேன். இப்ப சாதியைக் கேக்கறவ...?”

“கட்டிக்கலாம்னுதான்...”

“போடி போக்கத்தவளே...” என்றவன் விருட்டென்று கிளம்பினான்.

வசூலித்துவிட்டு கடைக்கு வந்தான். ராமலிங்கம்

பெட்ரமாக்ஸ் லைட்டைத் துடைத்து ஏர்பம்பில் காற்றை அடித்துக்கொண்டிருந்தான். வசூலித்ததை நோட்டில் எழுதிவிட்டு நோட்டை வாடகைக்கு விடும் சைக்கிள் விபரங்களை எழுதும் பெரிய நோட்டுக்கு அடியில் வைத்தான். ஐம்பது சைக்கிளில் பதினேழு நின்றிருந்தது. மீதி வெளியே சென்றிருந்தது. பிரித்த மூன்று சைக்கிளின் மட்கார்டுகளைக் கழுவி வைத்தான். இரண்டு நாளுக்கு முன் வந்திருந்த ஓவராயில் முடித்த சைக்கிளை ராமலிங்கம் ஃபிட்டிங் செய்ய ஆரம்பித்திருந்தான். பொழுது இறங்க ஆங்ஞா பண்ணையாளோடு வந்தார். பண்ணையாள் கருப்பணாம்பட்டியாளைக் கவனிக்கச் சென்றான். வாடகை சைக்கிள் நோட்டை எடுத்துக் கணக்குப் பார்த்தார் ஆங்ஞா. பின் நோட்டுக்கு அடியிலிருந்த இவர்களின் வட்டி நோட்டை எடுத்தவர் மரநாற்காலியில் வாகாக சாய்ந்தபடி பெட்ரமாக்ஸ் லைட் வெளிச்சத்தில் புரட்டிப் பார்த்தார். ராமலிங்கம், அழகேசனை முறைத்தான். ‘நோட்டை அங்கே ஏன்டா வைச்சே.’

“அழகேசா...” என்றவர் முன்னர் இருந்த மாதிரியே நோட்டை வைத்துவிட்டு எழுந்தார். தனது சைக்கிளை எடுத்தபடியே தன்னுடன் வா என்று சைகை காட்டியபடி வெளியேறினார்.

“ரெண்டு பைசா வட்டியை ஏத்திப் போடுங்க... தப்பில்லை. அந்தப் பயலைக் கழற்றிவிட்டு தனியா செய்யப்பாரு... வினைகாரன்டா. சூதானமா இருந்துக்க. அப்புறம் நாளைக்கு சாயங்காலமா வீட்டுக்கு வந்து ராஜவேலுக்கு சைக்கிள் ஓட்ட கத்துக்கொடு...” அவன் முதுகில் தட்டிக்கொடுத்துவிட்டு சைக்கிள் ஏறினார்.

கொல்லிமலை பன்றி வறுவலோடு கள்ளு பாட்டிலையும் கொண்டு வந்திருந்தான். சாயங்கால நேரத்தில் மட்டும் நடக்கும் கைலாசம் ஓட்டலில் பன்றிக்கறி வருவலை தோசையோடு புரட்டி நாக்கு சுழற்றிச் சாப்பிட்டான். அன்றைக்குரிய பேட்டா காசில் ஜானகிராமன் செட்டியார் கடையில் சிகரெட்டை வாங்கி இழுத்தான். புகை சுருள்சுருளாக வெளியேறியது. கடையில் வேலை செய்யும் ராதாகிருஷ்ண செட்டியார்

அவனிடம், 'வட்டிக்குப் பணம் கிடைக்குமா... தனியா கடை போட்டுடலாமான்னு இருக்கேன்' என்றார்.

"நாங்க ஏதோ சின்னதா விட்டுட்டுருக்கோம்... ராதா நீ கேட்கற தொகை பெரிசா இருக்கே?"

மணலூருக்கும் அதைச் சுற்றியிருக்கும் ஏழெட்டு ஊருக்கும் ஏதேனும் வாங்குவதாக இருந்தால் ஜானகிசெட்டியார் பலசரக்குக் கடைதான் ஒரே வழி. நாலைந்து பேர் வேலை செய்யும் கடையில் ராதா தனியே கடை போடத் திட்டமிடுகிறார். ஆங்ஞாவின் ராஜா சைக்கிள் கடைதான் சுற்றுவட்டாரத்திற்கு ஒரே கடை. ராமலிங்கம் தனியே சைக்கிள் கடை வைக்கக் காசு சேர்த்துக்கொண்டிருக்கிறான். தான் மட்டும் ஓட்டல் சாப்பாடு, சொர்ணம், சைக்கிள்வேலை, பேட்டாகாசு, மாசச் சம்பளக்காசு, வட்டிக்கு விட்டதை வசூலிக்கிறதுன்னு கிடக்கிறோம். தலைமலை அடிவாரத்தில் ஒதுங்கிக் கிடக்கும் உடையாகுளம்பதூரில் என்ன இருக்கிறது. வறண்ட காடும் வெக்கையும்தான். அம்மா ராமாயி வெங்காயம் பிடுங்க கம்பு சோளம் கதிரறுக்கன்னு பொழைப்பை ஓட்டிக்கிட்டு ஒத்தைவீட்டில் காலத்தைக் கழிக்கிறாள். கள் போதை மெல்ல தலைக்கேறிக்கொண்டிருந்தது.

நாலைந்து சைக்கிள் செயின்களை ஒன்றாக இணைத்து நீளமாக்கி பதினேழு சைக்கிள்களின் முன் வீலின் போக்ஸ் கம்பிகளுக்கிடையில் நுழைத்து, பெரிய பூட்டால் பூட்டி சாவியை டவுசர் பாக்கெட்டில் வைத்துக்கொண்டான். கீற்றுத் தட்டிகளை இழுத்து அடைத்து அக்கடாவென்று படுத்தான். உள்ளே கட்டிவைக்கப்பட்டிருந்த கருப்பணாம்பட்டியாள் இருமினான். இருமல் இருட்டின் அமைதியைக் கிழித்தது. அழகேசன் அசதியுடன் உறக்கத்தில் விழுந்துகொண்டிருந்தான்.

காலையில் பண்ணையாள், கருப்பணாம்பட்டியாளை இழுத்துக்கொண்டு ஆற்றுக்குப் போனான். காவிரி ஆற்றுக்கரை கடையிலிருந்து எட்டும் தூரத்தில் இருந்தது. கரையிலிருந்து இறங்கினால் ஆளுயரப் புற்கள் அடர்ந்திருக்கும். நடந்து நடந்து

ஒற்றையடிப் பாதையானதைக் கடந்தால் ஆற்று நீர் சலசலவென ஓடிக்கொண்டிருக்கும். அங்கிருந்து இடதுபக்கமாக நகர்ந்தால் அக்கரைக்குப் போவதற்கான பரிசல்கள் நிற்கும் 'பருசல்துறை'. ஒரு பாலம் கட்டினால் நன்றாக இருக்கும். எந்த நேரமும் அக்கரைக்குச் சைக்கிளிலேயே சென்று வரலாமே என்று நினைத்துக்கொண்டான். பெரும்பாலும் சாலியர்கள் பழனி கோவிலுக்குச் செல்லும்போது பருசல்துறை களைகட்டும்.

வேப்பங்குச்சியால் பற்களைத் துலக்கியபடி ஆற்றுக்குள் இறங்கினான் அழகேசன். இடுப்புயர நீரில் நீச்சலடித்து ஓய்ந்து கோமணத்தை அவிழ்த்துப் பிழிந்து அதைக்கொண்டு முதுகை வரட்வரட்டென்று தேய்த்து நீரில் மூழ்கி எழுந்து கரையேறினான். பொன்னுச்சாமி ஆசாரியின் மாமியார், "என்ன அழகேசு... ஊருபக்கமே வரதில்லை..." எதிர்க்க வந்தபடியே கேட்டதற்கு சிரித்து வைத்தான். உடையாகுளம்புதூரில் இருக்கும் ஒரே ஆசாரி குடும்பம் அவளுடையதுதான். அம்மா ராமாயி ஏதும் கொடுத்துவிடுவாள் சில சமயம். நிலக்கடலை கம்புருண்டை மாவு இப்படி. ரெண்டு வாரத்துக்கு முன்னாடிதான் ஊருக்குப் போயிருந்தான். சைக்கிளில் இருபது மைலுக்கு மேலிருக்கும் ஊருக்கு சீழ்க்கையடித்தபடியும் கிராமபோனில் அவ்வப்போது ஐயர் ஓட்டலில் ஒலிக்கும் சமீபத்தில் பிரபலமான சினிமா பாடலை முணுமுணுத்தபடியும் அலுப்புத் தட்டாமல் ஊரை நெருங்கியிருந்தான்.

"கொக்கரக் கொக்கரக்கோ சேவலே...
கொந்தளிக்கும் நெஞ்சிலே...
கொண்டிருக்கும் அன்பிலே...
அக்கறை காட்டினால் தேவலே..."

சீனிவாசநல்லூரைத் தாண்டியபோது சாலையின் இடதுபக்க வாழைத்தோப்புக்குள்ளிருந்து, "என்ன நீ பாட்டு போயிட்டுருக்கே... ஏதும் வேணாமா?" என்று குரல் கேட்டது. "யோவ்... அம்மாவைப் பாக்கப் போயிட்டுருக்கேன்யா... சாயங்காலம் வரும்போது வரேன்... நல்ல கள்ளா எடுத்து வைய்..." என்றான். அங்கொன்றும் இங்கொன்றுமாக இருக்கும்

பனைமரங்களைப் பார்த்தபடி பாட்டை முணுமுணுத்தான்.

“குப்பையைக் கிளறிவிடும் கோழியே...
கொண்டிருக்கும் அன்பிலே...
ரெண்டும் உண்டு என்று நீ...
கண்டதும் இல்லையோ வாழ்விலே...
கொக்கரக்கோ கொக்கரக்கோ... கொக்கரக்கொ... கோ..
கோ...”

ஏரிக்கரை மேட்டில் சைக்கிளை ஏற்றி மறுபுறம் இறங்கினான். தலைமலையில் அடித்துவீசும் மழைக்குதான் ஏரி நிரம்பும். தூரத்தில் செல்லப்பெருமாள் தலையில் முண்டாசு கட்டிக்கொண்டு விருட்விருட்டென்று போவது தெரிந்தது. கூப்பிட்டுப் பார்த்தான். அவன் காதில் விழுந்த மாதிரி தெரியவில்லை. போனமுறைக்கு வந்திருந்தபோது அவனுடன் கும்மாளம் அடித்து அவன் வீட்டுக்குப் போய் வந்தது தெரிந்து ராமாயி கரித்துக் கொட்டினாள்.

“அவெம் யாருன்னு தெரியுதா... சக்கலியம் வூட்டுக்குள்ளே போயிட்டு பப்பரப்பான்னு வீட்டுக்குள்ளே நுழையறவன்... நம்ம பொறப்பு தெரியாதா உனக்கு...”

பெரிய ராஜபொறப்பு... கம்மந்தட்டையால் ஆன கூரை. மழைவந்தால் ஒழுகும் மண்சுவர் வீடு. முதல்ல வீட்டை சரிப்படுத்தணும். வீட்டுக்கு முன்னால் அடர்ந்து கிடக்கும் முள்ளுக்காட்டை ஒழிக்கணும். வீட்டுக்குப் பின்பக்கமும் முள்ளுக்காடாகத்தான் கிடக்கிறது. சைக்கிளைப் பூவரச மரத்தடியில் வைத்தான். வீடு பூட்டியிருந்தது. ‘கழுதமுண்டே இப்படித்தான் நாசமத்துப்போய் சுத்திக்கிட்டு கிடப்பா’ மனசுக்குள் எரிச்சலும் கோபமும் தறிகெட்டு எழுந்தது. வீட்டை ரெண்டாகப் பிரித்து பெரிய ராஜ அரண்மனை ஒன்றில் வசிக்கும் நடேசண்ணன் வீட்டைப் பார்த்தான். திறந்திருக்க ஆளரவம் இல்லை. அங்கே சென்றாலும் ராமாயி முகம் சிடுசிடுக்கும். ‘முண்டச்சிக்குப் பொறந்தவன்... அங்கேன்ன வாயசைப்பு உனக்கு...’ ராமாயியைக் கல்யாணம் செய்வதற்கு

முன் அழகேசனின் தகப்பன் ரங்கசாமி, புருசனை இழந்திருந்த உறவுக்கார பொண்ணோடு வாழ்ந்ததன் அடையாளம் நடேசண்ணனும் பெரியநாயகியக்காவும்.

“சித்தப்பு... ஆயா வெங்காயம் பிடுங்க காட்டுக்குப் போயிருக்கு...” நடேசண்ணனின் மூத்தபொண்ணு வீட்டுக்குள்ளிருந்து கத்தினாள்.

பின்பக்கம் வந்தான். சற்றுத் தள்ளியிருந்த கவனிக்கப்படாமலிருக்கும் சிதிலமடைந்த வீட்டைப் பார்த்தான். ராசு பாட்டனின் முதல் தாரத்துக்குப் பிறந்தவர்தான் அழகேசனின் தகப்பன் ரங்கசாமி. பாட்டனின் இரண்டாம் தாரத்துக்குப் பிறந்தவர்கள் மூன்று ஆண்கள் ரெண்டு பெண்கள். அந்த அழகேசனின் சித்தப்பன்கள் பிழைப்பைத் தேடி அறுபது எழுபது மைல் தொலைவிலிருக்கும் பெரிய நகரத்தைத் தேடி காரோட்டவும் லாரி ஓட்டவும் சென்றுவிட்டனர். பொழுதிறங்க வந்தவள், ‘எப்படே வந்தே... கூழுகீழு குடிச்சுக்கிட்டேயா’ என்றாள். நடேசண்ணன் ஏதும் ஊற்றினானா என்பதை மறைமுகமாகக் கேட்கிறாளாம். நடேசண்ணனோ, ‘ரவைப்பொழுதானா வாயில வந்ததைப் பேசிக்கிட்டே கிடக்காப்பா சின்னாயி’ என்று மனத்தாங்கலைக் கொட்டித் தீர்த்திருந்தார். அவளிடம் பைசாக்களைத் திணித்துவிட்டு, ‘காட்டு வேலைக்கெல்லாம் போவாதே’ என்றான். ஏரிக்கரையைத் தாண்டித் திரும்பியபோது, ‘சீக்கிரம் மணலூருக்கு அம்மாவை கூட்டிச் சென்றுவிடவேண்டும்’ என்று நினைத்துக்கொண்டான்.

கடைக்குள் பழைய டயர் டியூப்கள் நெளிந்து வளைந்த போர்க்குகள் பிரேக்கு கம்பிகள் வீல்களெனக் கிடக்கும் சின்ன அறைக்குள் ஈர வேட்டியோடு நுழைந்த சமயம் ஆங்ஞா நாலைந்து ஊர் பெரிய மனுசங்களோடு கடைக்குப் பின்பக்கம் செல்வது தெரிந்தது. ராமலிங்கம் இன்னும் வரவில்லை. கடையை ஒழுங்குபடுத்தி சைக்கிள்களைத் துடைத்து வெளியே நிறுத்தினான். கடைக்குப் பின்னாலிருந்து கரேமுரே என்று ஒரே சத்தமாக இருந்தது. சில நாட்களுக்கு முன் வாழைத்தோப்பில் வாழைத்தார்களைத் திருடியவனைக்

கண்டுபிடித்துக் கட்டிவைத்து உரித்தார்கள். வகைதொகை தெரியாமல் ஆங்ஞாவிடம் வந்து மாட்டிக்கொண்டு சீப்படுறானுங்க. பின்னாடி கொட்டகையில் அடி வாங்கியவர்கள் எக்கச்சக்கம். அதில் முக்கால்வாசி சைக்கிளைத் திருடியும் அடகும் வைத்தவர்கள்தான். வயக்காட்டில் கைவைத்தவர்கள் குறைவுதான்.

பின்பக்கம் கீத்து தட்டி ஆட ஒரே தள்ளுமுள்ளுவோடு சத்தக்காடு ஆங்கார அலறலோடு வெளிப்பட்டது. பதறிப்போய் அழகேசன் பின்பக்கம் ஓடினான். அவ்வளவு பேரையும் முண்டி இடித்துத் தள்ளிக்கொண்டு கட்டப்பட்ட நிலையில் குனிந்தவாறு தலையால் ஆங்ஞாவை முட்டிச் சாய்த்தான் கருப்பணாம்பட்டியாள். ஒருகணம் சுதாரித்து கீத்துதட்டியைப் பிடித்துக்கொண்டார் ஆங்ஞா. எங்கிருந்துதான் அவ்வளவு ஆவேசம் அழகேசனுக்கு வந்ததோ… வந்த வேகத்தில் கருப்பணாம்பட்டியாளை எட்டி உதைத்து அருகில் தொங்கிக்கொண்டிருந்த கிழிந்த சைக்கிள் டியூபை உருவியெடுத்து விளாசித் தள்ளினான். விளாசலில் அருகிலிருந்த சிலருக்கும் அதன் வேகத்தின் சுளீர் விழுந்தது. ‘ஆங்ஞாவையே ஒருத்தன் முட்டி மோதுகிறான் என்றால்,’ என்பதுதான் அங்கிருந்தவர்களின் மனதில் தோன்றியதால், சுளீரைப் பொருட்படுத்தவில்லை.

சுளீரை வாங்கிய கருப்பணாம்பட்டியாள் கத்தினான்.

“இவன் என்ன ஆளுங்கடா… அடிக்கவிட்டு வேடிக்கை பாக்குறீங்க சொந்தக்கார நாயிங்களா…”

சாதியை இழுக்கிறவனைக் கண்டு திகைத்த ஆங்ஞா, அழகேசனைத் தடுத்து முதுகைத் தட்டி வெளியே போகச் சொல்ல, மூச்சுவாங்க கடைக்குள் வந்தான் அழகேசன்.

2

1969

தெப்பக்குளத்தை நெருங்கியபோது இருட்டிவிட்டிருந்தது. திடுதிப்புவென்று ஆங்ஞா பணத்தைக் கொடுத்து சைக்கிள் ஸ்பேர்பார்ட்ஸ் லிஸ்ட் எடுத்து இல்லாதவற்றை வாங்கிவரச் சொன்னார். மணலூரிலிருந்து ஒருமணி நேர பயணத்தில் சத்திரம் பஸ் ஸ்டாண்டிற்கு வந்து சைக்கிள் சாமான்களை அக்பர் பாய் கடையில் அலசி ஆராய்ந்து வாங்கி சதரன் ரோடுவேஸில் ஏற்றிவிட்டான். காலையில் மணலூருக்குச் சென்றுவிடும். வாடகை டாக்ஸி ஓட்டும் சித்தப்பன்களில் ஒருவரையேனும் டாக்ஸி ஸ்டாண்டில் பார்த்துவிட வேண்டும் என்று தெப்பக்குளம் பகுதிக்கு வந்தான். பழனி சித்தப்பனின் அம்பாஸிடர் காரைப் பார்த்துவிட்டான். ஆனால் அவர்தான் அங்கில்லை. சவாரிக்குப் போகவில்லை என்றால் இங்குதான் கடைவீதியில் சுற்றிக்கொண்டிருப்பார் என்றார்கள் அங்கிருந்தவர்கள். பெரும்பாலும் தெப்பக்குள படிக்கட்டுகளில்தான் உட்கார்ந்திருப்பார். போனமுறை வந்திருந்தபோது, “என்னடா நல்லாருக்கியா” என்ற விசாரிப்புக்கு மேல் அப்போது எதுவும் பேசிக்கொள்ளவில்லை. அரிக்கேன் லைட் வெளிச்சத்திலிருந்த பூக்கடைக்கருகே நின்றபடி யாரோ ஒருவருடன் அவர் பேசிக்கொண்டிருப்பது தெரிந்தது. மற்றவர்

யாரென்று தெரியவில்லை. இவன் நெருங்குவதற்குள் அவர் அழகேசனைப் பார்த்துவிட்டார்.

“சித்தப்பா உங்கள்ட்ட தனியா பேசலாம்னு வந்தேன்.”

“சொல்றா... இவரும் நம்ம உறமுறைதான்.”

“வேலம்பாளையத்து கந்தப்பன் மாமா வீட்ல பொண்ணு கேட்டுட்டு வரலாம்னு யோசனை” என்றான்.

“ஏன்டா தெருமுனைல பேசுற விஷயமாடா... வீட்டுக்குப் போ... சின்னாயிகிட்ட கருவாட்டுக் கொழம்ப வைக்கச் சொல்லு...”

“ஆங்ஞா கடை வேலை விஷயமா அனுப்பினாரு. நான் கடைசி பஸ்ஸுக்குப் போயாகணும்...”

“யாரு தேக்கப்பனா... என்டா அவெம் அப்பன்லாம் நம்மகிட்ட கையைக் கட்டி சேவகம் பாத்தவங்கடா... அவன்கிட்ட வேலை பாக்குற... ப்போ வீட்டுக்கு... பின்னால வரேன்...”

அழகேசனுக்குத் தட்ட முடியவில்லை. காலையில் முதல் வண்டிக்குப் போகலாம் என்கிற முடிவோடு சித்தப்பாவின் வீட்டுக்குச் சென்றான். சின்னாயி லட்சுமியும் அழகேசனின் அம்மா ராமாயியும் ரெட்டைப் பிறவிகள். சின்னாயி லட்சுமியின் மேலுதட்டின் இடதுபக்கம் மிளகு சைஸில் ஒரு மச்சம் இருக்கும். அம்மா ராமாயியிடம் அது இருக்காது. தூரத்தில் இருந்து பார்த்தால் இருவரும் ஒரே தினுசாகத்தான் இருப்பார்கள்.

“ராமாயி சொகமாயிருக்காளா?”

“எங்க சின்னாயி.. காட்டு வேலைக்கெல்லாம் போவாதே... கொடுக்கறதை வச்சு வூட்லயே இருன்னா கேக்க மாட்டேங்குது...”

“அதும் அப்படித்தான்... வெளைஞ்ச கட்டைடா... சின்ன வயசுல ஒரு வேலையும் என்னைச் செய்ய விடமாட்டா...”

“தங்கராசு எங்க சின்னாயி...”

“ராமேசுரம் சவாரிக்குப் போயிருக்கான். சித்தப்பாரு சொல்லலீயா?”

வரும்போதெல்லாம் தங்கராசு எங்கேயேனும் சவாரிக்குச் சென்றுவிடுகிறான். பார்க்கவே முடிவதில்லை. சில வருடங்களுக்கு முன் சத்திரம் தெப்பக்குளம் பெரிய கடைவீதி காந்தி மார்க்கெட்னு ஒரே அலப்பறையுடன் சுற்றித் திரிந்தது நினைவில் ஆடியது. தன்னைவிட ஏழெட்டு வருடங்கள் இளையவன். கூடவே வெள்ளச்சியத்தையோட கடைசிப் பொண்ணு மணிக்கொடியை இழுத்து வந்துவிடுவான். நாலாவது படிக்கிற பொண்ணு. நம்மகூட சுத்திப் பாக்கட்டும்ணே என்பான். சிங்கப்பூர் ஸ்டூடியோவில் போட்டோகூட எடுத்தது ஞாபகம் இருக்கிறது.

பழனி சித்தப்பனுடன் உட்கார்ந்து கருவாட்டுக் குழம்பை ஒரு பிடிபிடித்தான்.

“அவெம் வூட்டுக்குப் பொண்ணு கேக்கலாம்னு ரோசனை யாரு சொன்னா?” என்று கேட்டார்.

“வெள்ளைக்கார மாமன்தான்...” என்றான் அழகேசன்.

“அவெம் வூட்டுக்குப் போனது தெரிஞ்சா தங்கராசு வானத்துக்கு எகுறுவான்டா பெரியவனே...” என்றாள் சின்னாயி லட்சுமி.

சித்தப்பன் எதுவும் பேசாது மௌனமாக இருந்தார். அவர் காமாட்சியை நினைத்திருக்கக்கூடும். வெள்ளைக்கார மாமன்தான் காமாட்சியைக் கல்யாணம் பண்ணியிருந்தார். ஒரு பையனைப் பெத்த கையோடு அவள் போய்ச் சேர்ந்துவிட்டாள். தனது பெண்ணுக்கு ஆயுசு அம்புட்டுதான் என்று பழனியும் லட்சுமியும் மனசை சமாதானப்படுத்தி சில வருசம் ஓடிவிட்டது. ஆனால், தன் அக்காவைக் கொடுமை பண்ணித்தான் வெள்ளைக்கார மாமன் சாகடித்துவிட்டான் என்று தங்கராசு சொல்லிக்கொண்டு திரிகிறான்.

கந்தப்பன் வீட்டுக்குப் பொண்ணு கேட்க பழனி சித்தப்பனோடு

ராமலிங்கத்தையும் கூட்டிக்கொண்டு போனான் அழகேசன். ராமலிங்கம் ஜெயா சைக்கிள் கடை என்று தனி கடை வைத்து இரண்டரை வருசமாகிறது. வட்டித்தொழிலை இருவரும் சேர்ந்துதான் செய்துகொண்டிருக்கின்றனர். ராமலிங்கம் ஜெயாவை இழுத்துக்கொண்டு முதலில் அழகேசன் முன்னாடிதான் வந்து நின்றான். இருவரும் ஒரே ஜாதிதானே என்ன பிரச்சனை வந்துவிடப் போகிறது என்று அழகேசன் நினைத்தான்.

“நாங்க வலையர்… அவ அம்பலக்காரங்கடா…” என்றான் ராமலிங்கம்.

ஜெயாவின் அண்ணன் தம்பிகளென நால்வர் ராமலிங்கத்தைத் தேடிக்கொண்டிருப்பதாக மணலூருக்குள் செய்தி பரவ அழகேசன் நேரடியாக ஜெயாவின் அண்ணன் வீட்டிற்குச் சென்றான். ஜெயாவின் அண்ணன் அவனை நாற்காலியை இழுத்துவிட்டு உட்காரச் சொன்னபோதே வந்த காரியம் சுலபமாகிவிட்டதாக அழகேசன் முகமலர்ச்சியடைந்தான். ஆனால், ஜெயாவின் கடைசித் தம்பிதான் எகிறினான். ராமலிங்கத்தை நடுரோட்டில் வெட்டுவேன் என்றான். மூத்த அண்ணன், ‘கிழிப்பேடா… இங்கே என்ன இருக்கு… அவளா ஒரு வாழ்க்கையத் தேடிப்போயிட்டா… நம்ம கண்ணுபடத் தானே வாழப்போறா… நல்லாருந்துட்டுப் போவட்டும்’ என்று கத்தினார். எங்களைச் சேர்த்து வைச்சது அழகேசண்ணன்தான் என்று ஜெயா சொல்லிக்கொண்டு திரிந்தாள். அழகேசனுக்குதான் விசித்திரமாக இருந்தது. ஒரே ஜாதி அதுக்குள்ளே ரெண்டு பிரிவு. ரெண்டு பிரிவுதானா இல்லை இன்னும் மிச்சமிருக்கிறதா?

கந்தப்பனின் மகள் கறுப்பாக களையாக இருந்தாள்.

“அழகுக்கு வயசு முப்பதுகிட்டே நெருங்குமே…” என்றாள் கந்தப்பனின் மனைவி.

யாருமே பேசாமல் அமைதி காத்தனர். உடன் வந்த சித்தப்பன் பழனி பேசாதிருப்பதைக் கண்டு ராமலிங்கம் பேச்செடுத்தான்.

“பத்து சைக்கிள் போட்டுத் தனியா கடை வைக்கப்போறான்... தனி வீடு பாத்து செட்டில் ஆகப்போறான்... வட்டித் தொழிலும் சைடுல போய்க்கிட்டுருக்கு... பாத்து நல்ல முடிவா சொல்லுங்க...”

ராமலிங்கம் சொல்வதைக் கண்டு அழகேசன் அதிர்ச்சியடைந்தான். தனி கடை போடுவது பற்றியெல்லாம் அளந்து விடுகிறானே என்றிருந்தது. தனி கடை போடுவது பற்றி யோசித்தது உண்டுதான். திட்டமெல்லாம் எதுவும் இல்லையே தன்னிடம்.

“பிறந்த வருசம் தேதி கூட குறிச்சு வைச்சுக்கலையா ராமாயீ...” என்ற கந்தப்பன், “ச்செரி வுடு... வாழப்போறவுங்க ஒத்துமையா இருந்தா போதும். எதுக்கும் பாளையத்து சோசியன்கிட்டே சோழி போட்டுக் கேட்டுட்டுச் சொல்லீவுட்றேன்...” என்று வழியனுப்பி வைத்தார்.

திரும்பி வரும் வழியில் அழகேசனுக்குப் பல யோசனை அலைபாய்ந்து கொண்டிருந்தது. ஐயர் ஓட்டலில் இருந்த சிக்கல் பெருமாளும் தனியே டீ கடை வைத்துவிட்டான். ராதா செட்டியார் ஆத்தாங்கரையோரம் சின்ன பலசரக்குக் கடையாக வச்சுட்டார். ராமலிங்கம், ஆங்ஞாவிடம் சொல்லாமல் கொள்ளாமல் சைக்கிள் கடையை பாவோடி திடல் எதிர்ப்புறம் வைத்து ரெண்டரை வருசம் ஓடிவிட்டது.

பழனி சித்தப்பனிடமிருந்தோ கந்தப்பன் மாமனிடமிருந்தோ எந்தத் தகவலும் வரவில்லை. ஒரு எட்டுப் போய் விசாரித்துவிட்டு வரலாமா? பலவித யோசனைகளுக்கு இடையே வேலைப்பளு குறைந்த தினத்தில் சைக்கிளை எடுத்துக்கொண்டு உடையாகுளம்புதூருக்கு அம்மா ராமாயியைப் பார்க்கக் கிளம்பினான். தன் காலம் எப்படியெல்லாம் ஓடியாடி வந்து கொண்டிருக்கிறதை எண்ணிப் பார்த்தான். அப்பா இறந்ததும் லாரி கிளீனர் வேலைக்குதான் சென்றான். அந்த டிரைவரின் கரடுமுரடான போக்கு பிடிக்காமல் திரும்பிவந்து காட்டு வேலைக்குப் போனான். ராமலிங்கத்தால் சைக்கிள் வேலை பழகப்போனான்.

கம்மஞ்சோறும் கத்தரிக்கா புளி வரமிளகா போட்ட கடைசலும் வைத்திருந்தாள் ராமாயி. நாவைச் சுழற்றி சப்புக்கொட்டி சாப்பிட்டான்.

“வாடகை வீடு பாக்கலாம்னுருக்கேன்மா... நீ மணலூருக்கே என்னோட இரும்மா...”

“நா அங்கனக்கே வந்து என்ன பண்ணடா... வாழைங்க நெல்லுன்னுதானே கிடக்கு... இங்கனக்கேன்னா கம்பருக்க சோளமருக்க கடலைக்கா பிடுங்க வெங்காயம் பிடுங்கன்னு ஆயிரம் சோலி கிடைக்கும்...”

அழகேசனுக்கு சுளீரென்று கோபமேறியது.

“நீ ஒரு சோலியும் பாக்க வேணாம். அங்கன வந்து எனக்கு சோறாக்கிப் போட்டுட்டு செவனேன்னு கிட...”

அவள் அசைந்து கொடுக்கவில்லை. ‘கடைசி வரை உடையாளம்புதூருதான்’ என்றாள்.

“பொண்ணு பாத்து வச்சிருக்கேன்மா... கல்யாணம் முடியறவரை மணலூருக்கு வந்து இரு...”

“ஏன்டா... பெத்தவள உட்டுப்போட்டு பொண்ணு பாக்கப் போயிருக்கவன்.. யாரு வூட்டுக்கடா?”

“பழனி சித்தப்பன் கூட கந்தப்பன் மாமன் வீட்டுக்கு...”

“அவம் வூட்டுக்கு எதுக்குப் போனே... கெங்கவல்லி மாமன் வூட்டுக்குப் போயிருக்கலாம்ல...”

“உனக்கு அண்ணன் பாசம் பொத்துக்கிட்டு வருதோ... அழிச்சாட்டியம் பண்ணாம மணலூருக்கு வரச்சொல்றப்போ வந்து சேரு...”

நமச்சிவாயம் தனது மூன்று கைத்தறி பட்டறையில் ஒன்றை எடுத்துவிட்டதால் அந்த இடத்தைத் தடுத்து வீடாக்கி வாடகைக்கு விடறேன் என்று அழகேசனிடம் சொன்னான்.

அந்த இடம் ரோட்டைப் பார்த்து இருந்தது. வாடகை சைக்கிள் எடுத்துப்போக வர இருக்க நமச்சிவாயம் பழக்கம் ஆனான். வீட்டையும் ஒழுங்குபடுத்தித் தந்திருந்தான். ‘அழகேசு வீட்டுக்கும் ரோட்டுக்கும் இடையில நிறைய இடமிருக்கு. பதினைஞ்சு சைக்கிளு நிப்பாட்டி வைக்கலாம்.’ என்றான். அவனுக்குதான் தன்மேல் எவ்வளவு நம்பிக்கை. இதுவரை தனி கடை வைக்கும் திட்டமேதும் தன்னிடமில்லையே.

நேரிடையாகக் கந்தப்பன் மாமனிடமே விசாரித்து விடலாம் என்று சென்றான். வீட்டுக்குள் நுழையும்போதே பொரிகடலை வாசம் கமகமத்தது.

“அவுக சந்தைக்கு வேவாரத்துக்குப் போயிருக்காப்படி...” என்றாள் கந்தப்பனின் மனைவி. வெவ்வேறு ஊர் வாரச்சந்தைக்கு பொரி கடலை அவல் உப்புக்கடலை விற்கப் போய்விடுவார்.

“ஏதும் பதில் கிடைக்கலீயேன்னு கேட்டுட்டுப் போலாம்னு வந்தேன்க்கா...”

“நீதான் பெறவு பாத்துக்கலாம்னு சொல்லீட்டீயாம்னு பழனியண்ணன், தங்கராசு சாதகத்தைப் போனவாரம் கொடுத்துட்டுப் போனாப்டியேப்பா... சோசியக்காரனும் எல்லா பொருத்தமும் நல்லாருக்குன்னேட்டானுப்பா...”

அதற்குமேல் அழகேசனால் அங்கு நிற்க முடியவில்லை. பழனி சித்தப்பன் மீது அளவிடாத கோபம் அவனைப் பிசைந்து எடுத்தது. எப்படியாப்பட்ட துரோகம். தன்னிடம் ஒரு வார்த்தை சொல்லியிருந்தால் கேட்டிருந்தால் மறுத்துப் பேசப்போகிறேனா? தனக்குப் பார்த்த பொண்ணை பெத்தவன் பார்த்து மறுத்துச் சொல்ல ஞாயமிருக்கு. இவர் ஏன் குறுக்குச்சால் ஓட்டுகிறார்.

அன்று இரவு குடல்கறி வறுவலும் கள்ளு போதையுமாக அழகேசன் கிடந்தான்.

ராமலிங்கம் போனபிறகு சேர்ந்திருந்த மாரியப்பன், கடையை ஒழுங்குபடுத்தி வந்திருந்த யாரோ ஒருவரின் சைக்கிளுக்கு பஞ்சர்

ஒட்டிக்கொண்டிருந்தான். ரொம்பநேரம் தூங்கிவிட்டோமோ. அரக்கப்பரக்க எழுந்தான்.

“அசந்து தூங்கிட்டிருந்தீயாண்ணே... அதான் எழுப்பலை...” என்றான் மாரியப்பன். தன்னிடம் வேலையை நெளிவு சுளிவோடு கற்றுக்கொண்டதால் அவன் மேல் தனிப் பிரியம் அழகேசனுக்கு.

ஆற்றில் தண்ணீர் நிரம்ப ஓடியது. வெகுநேரம் நீந்திக் களைத்து மேடேறினான். சொர்ணம் பெண்கள் குளிக்கும் பக்கமாகச் செல்வது கண்டு கூப்பிட்டான்.

“புது மாப்பிள்ளையாகிட்டியாக்கும்...” என்று சிரித்தாள்.

“ஒரு மயிருமில்லை... ராத்திரிக்கு வரேன்.”

கரையேறியபோது தொப்பளான் எதிர்ப்பட்டான்.

“அண்ணே இந்த வாரம் பாக்கலாம்னு சொன்னீங்க?”

“அமாவாசை கணக்குல போட்டுடலாம்டா... அமாவாசை அமாவாசைக்குக் கட்ற மாதிரி... கட்ட முடியலைன்னா வட்டி மட்டும் கட்னா போதும்...”

தொப்பளானின் தோள்மீது கைபோட்டபடி பேசிக்கொண்டே ரோட்டிற்கு வந்தான் அழகேசன். இதே தொப்பளானை சைக்கிள் செயினால் மிரட்டிய காலம் ஒன்று இருந்ததை நினைத்துக்கொண்டான் அழகேசன்.

நேரத்தை ஒதுக்கி பழனி சித்தப்பன் வீட்டுக்குச் சென்றான். ஒன்றுமறியாதவனாகப் பேச்சை ஆரம்பித்தான்.

“அவுக கேக்கறதுக்கு என்னால ஒண்ணும் பேச முடியலீடா...”

“என்ன கேட்டாக?”

“அத வுடு... வேற இடம் பாக்கலாம்...”

“நா வேணாம்னு சொன்ன மாதிரி...” அழகேசன் முடிப்பதற்குள் பழனி சித்தப்பனுக்குக் கோபம் சுளீர் என்று வந்தது.

“ஓ... கேட்டுட்டுதான் வந்து என்னை நோட்டம் வுடுறாயாக்கும்...”

“உள்ளதைச் சொன்னா நா என்ன சித்தப்பா சொல்லப்போறேன்?”

“அப்ப நான் பொய் சொல்லிட்டுத் திரியறேனா?”

“நீங்களா அப்படி நினைச்சுக்கிட்டா நா என்ன பண்றது?”

“வார்த்தையெல்லாம் நீளுது... உன்ட்ட என்ன இருக்கு... உடையாளம்புதூரு வீட்டையும் தாலியறுத்தவளுக்குப் பொறந்தவனுக்கு உன் அப்பன் பிரிச்சுக் கொடுத்துட்டான். நமக்கெல்லாம் சேவகம் பாத்துக்கிட்டிருந்தவங்கிட்ட வேலைக்கு இருக்கே...”

ரசாபாசமாகிவிடும் என்று சட்டென்று கிளம்பிவிட்டான். ‘உன்ட்ட என்ன இருக்கு’ எனக் கேட்டது உள்ளுக்குள் ரணமாகக் குத்திக்கொண்டிருந்தது. நடேசண்ணன் தனக்கு எதுவும் வேண்டாம் என்று நேராகவே அழகேசனிடம் சொல்லிவிட்டார். நடேசனின் தங்கையும் தனக்கு அக்காள் முறையுமான பெரியநாயகியக்காளிடம் ஒரு வார்த்தை கூறினான். “நல்லாரு அழகேசு... ஒருவாய் சாப்பிட்டுட்டுப் போ... நிதானமா சூதனமா இரு” என்றாள்.

உடையாகுளம்புதூர் தலையாரியைச் சென்று பார்த்தான். வீட்டுக்கு முன் இருந்த முள்ளுக்காட்டு நிலத்தைப் பற்றி விசாரித்தான். ஊர் நாட்டாமையையும் ஒரு எட்டுப் பார்த்துவிட்டு வந்தான்.

“முனுசீப்பை பாத்து விசாரிச்சாக்க எல்லா ஷரத்துகளையும் சொல்லிப்போடப் போறாரு... முத தாரத்துக்குதானே முன்னுரிமை...”

முனுசீப் தஸ்தாவேஜுகளைப் புரட்டி, “அந்த இடத்தைப் பாத்தா முடிவா சொல்லிடலாம். ஆனா நிலம் இருபத்தஞ்சு

ஏக்கராகிட்ட ராசு முதலியார் பேர்ல இருக்கு” என்றார்.

ராசு முதலியாரின் முதல் தாரத்துக்குப் பிறந்த ஒரே வாரிசு அழகேசனின் தகப்பனார் ரங்கசாமி. இரண்டாம் தாரத்துக்குப் பிறந்தவர்கள் பழனி, பெருமாள், அருணாசலம், வெள்ளையம்மாள், செல்லாத்தாள் என்று ஐந்து பேர். முனுசீப் பரிவாரங்களோடு நிலத்தை அளந்தபோது ஊரே என்னவோ ஏதுவோ என்று கூடிவிட்டது. தன் வீட்டுக்கு முன் இருந்த ஐந்து ஏக்கரா நிலத்தை அளந்து குத்துக்கல் நட முனுசீப்பிடம் வேண்டுகோள் வைத்தான். அவர் ‘ஊர்க்காரங்க இதுநாள்வரை பாதையா பழக்கப்படுத்தியிருக்காங்க. சட்டப்படி உரிமைன்னாலும் திடீர்னு வேலி போட்டா அவங்களுக்கு புரியவைக்க முடியாது. ஊர் தலைவர்ட்ட பேசி தண்டோரா போட்டு முடிவு பண்ணலாம்’ என்றார். அழகேசனுக்கும் அது நல்ல யோசனையாகப் பட்டது.

அடுத்தநாள் முனுசீப் வருவதற்குள் நிலத்தை சீர்படுத்த ஆட்களை முடுக்கிவிட்டுக் கொண்டிருந்தான் அழகேசன். ‘நிலத்தை சீர்படுத்தியபின் முதலீல் வெங்காயம் கம்பு கத்தரிக்கா நிலக்கடலை போடுவோம்... சைடுல தென்னை மரம் பத்துப் பனிரெண்டும் கொட்டமுத்து செடிங்களை வரிசைக்காவும் வைக்கணும்.’ அப்போது ஊருக்குள் அம்பாஸிடர் கார் நுழைந்து வந்து கொண்டிருப்பதைப் பார்த்தான்.

காரிலிருந்து பழனி சித்தப்பன் தனது இரு தம்பிகளோடு இறங்கினார்.

“யாரைக் கேட்டு இதெல்லாம் பண்ணிகிட்டுருக்கே?”

“யாரைக் கேக்கணும்... என் பங்கை நா எடுத்துக்கறேன்.”

“ராசு முதலியாருக்கு நாங்க மட்டும்தான்டா வாரிசு...” சித்தப்பன் பெருமாள் சத்தமிட்டார்.

“முத தாரத்துக்குப் பிறந்தது என் அப்பா. அவருக்குதான் எல்லாமே... நா அந்த அளவுக்கு ஆசைப்படலே...”

"உனக்கு எதுவும் கிடையாது. உன் அப்பன் வாங்கின கடனை எவன்டா அடைச்சான் ஊர் சுத்திப்பயலே..."

"வார்த்தையை அளந்து பேசுங்க சித்தப்பா... கோர்ட்டுன்னு ஒண்ணு இருக்கு."

"ஓ... கோர்ட்டுக்குப் போவீயளோ... நீ என் அண்ணம் பையனே இல்லைன்னு சொல்றேன்டா... என்ன ருசு வச்சிருக்கே... ஒரு சாதகம்கூட இல்லே."

அவ்வளவு நேரம் அமைதியாக இருந்த ராமாயி, 'அண்ணன் பையனே இல்லை' என்றதும் ரௌத்திரமானாள். ஒரே சத்தக்காடாக இருந்தது. ஊர் வேடிக்கை பார்த்தது. வந்த முனுசீப் நடப்பதைப் பார்த்துவிட்டு, 'உங்க பிரச்சனையைத் தீத்துட்டு வாங்கப்பா' என்று கிளம்பிவிட்டார். ஊர் நாட்டாமை யார் பக்கம் பேசுவது என்று தடுமாறினார். ராமாயிக்கு உள்ளம் கொதித்துக்கொண்டிருந்தது. 'சும்மா விடப்பிடாதுடா அழகேசா' என்றாள். ஆனால் அவனிடம், 'தண்ணீ வசதியே இல்லீயேடா...' என்றாள். 'நம்ம பங்குன்னு ஒண்ணு இருக்கு. பின்னாடி பேசிக்கிடலாம்மா.' என்றான். தூர் வாரி சிதிலமடைந்திருந்த கிணற்றை எட்டிப்பார்த்தான். அதல பாதாளத்தில் கொஞ்சமே கொஞ்சம் தண்ணீர் சோகையாய்த் தெரிந்தது. அழகேசனுக்கு சோர்வாகத்தான் இருந்தது. இருந்தாலும் விடக்கூடாது. 'உன்ட்ட என்ன இருக்குது' என்ற வார்த்தைகளே அவனுக்குள் சுழன்றடித்துக் கொண்டிருந்தது.

ஆங்ஞாவின் ஆலோசனை கேட்டு அய்யாகண்ணு வக்கீலைப் பார்க்கச் சென்றான். அவர் உள்ளே சிலரோடு பேசிக்கொண்டிருக்கக் காத்திருந்தான்.

'சித்தப்பன்கள் மனசுக்குள் ஒன்று வைத்துக்கொண்டுதான் இவ்வளவு நாட்கள் பழகிக்கொண்டிருந்தார்களா? என் பங்கைதானே கேட்கிறேன். இதற்கு ஏன் வன்மம் காட்டுகின்றனர். அண்ணன் பையனே இல்லையாமே. எத்தனை வக்கிரம்.'

அய்யாகண்ணு இவன் கொடுத்த பத்திரங்களைப் புரட்டினார்.

“உன் பாட்டன் பேர்ல எல்லாமிருக்கு... எதுவும் அவர் மேற்கொண்டு எழுதி வைக்கலை. உன் அப்பாவும் எதுவும் கண்டுக்காம போய்ச் சேந்துட்டாரு...”

“என் சித்தப்பனுங்க தகராறு பண்றாங்கங்கய்யா...”

“முதல்ல ஒரு வக்கீல் நோட்டீஸ் விடுவோம்யா...” என்றவர் குமாஸ்தாவைக் கூப்பிட்டார். சில விளக்கங்களைச் சொல்லிக்கொண்டிருக்கும்போது இன்னொரு வக்கீல் சிறிது படபடப்போடு உள்ளே வந்தார்.

“சார்... அண்ணாதுரை இறந்துட்டாராம்.”

அழகேசனுக்கு அதிர்ச்சியாக இருந்தது.

“ஆட்சிக்கு வந்து ரெண்டு வருசத்துல...” பரிதாபப்பட்ட அய்யாகண்ணு, “அடுத்து யாரு? நாவலர்தானா” என்றார்.

“இல்லைங்கய்யா... எம்ஜியார் யாரை கைகாட்டறாரோ அவர்தான்...” என்றான் அழகேசன்.

அய்யாகண்ணு அவனை ஏறிட்டுப் பார்த்தார்.

“கட்சியாளாய்யா நீ... யாரைக் கை காட்டுவாருன்றே...”

“இருபது வருசத்துக்கு மேல நட்பா இருக்காங்க. கருணாநிதியைத்தான்...”

“ஏன்யா கையைக் காட்டணும்... அவரே உட்காந்துடலாமே...”

“ஆசைப்படாதவன்யா என் தலைவன்...”

அழகேசனைப் பார்த்து ஓங்கி சிரித்தார் அய்யாகண்ணு.

“தம்பி அரசியல்ன்றது சதுரங்கம் விளையாட்டு. யாரையும் நம்ப முடியாது. துக்க தின அனுசரிப்பு முடியட்டும். நம்ம நிலத்து விவகாரத்து வேலையை ஆரம்பிச்சுடலாம்.”

ராயர் மெட்ராஸுக்குச் செல்ல லாரி ஏற்பாடு செய்தார்.

அவ்வளவு தூரம் லாரியிலா என்று மலைத்து ராமலிங்கமும் அழகேசனும் தனி காரில் சென்றனர். வழியில் அதிக விலையில் கள்ளை ஏற்றிக்கொண்டு தெரிந்த எம்ஜியார் படப்பாடல் வரிகளைத் தாறுமாறாகப் பாடிக்கொண்டு மெட்ராஸை நோக்கி விரைந்தனர். கூட்டத்தைப் பார்த்து திகைப்படைந்து இறுதி ஊர்வலத்தில் கலந்துகொண்டு ஊர் திரும்பினர்.

உடையாகுளம்புதூரிலிருந்து செல்லபெருமாள் வந்திருந்தான்.

“உங்க சித்தப்பன் தன்னிச்சையா வேலி போட்டுட்டு இருக்காப்டியப்பா...”

அய்யாகண்ணுவிடம் சென்றான். “போடட்டும்யா... கோர்ட் திறக்கட்டும். ஸ்டே ஆர்டர் வாங்கிப்புடலாம்” என்றார்.

3

1972

கல்லணை பிள்ளையார் கோவிலில் உறவுமுறை நட்புகளென ஒவ்வொருவராக வர ஆரம்பித்திருந்தனர். மேளமும் நாதஸ்வரமும் தாளகதியில் முழங்கிக்கொண்டிருந்தது. அர்ச்சுனன்தான் ஓடியாடி எல்லாம் செய்துகொண்டிருந்தான். அர்ச்சுனன் ஜவுளிக் கடையும் மாவுமில்லும் வைத்திருந்தான். சைக்கிள் கடைக்கு வரப்போக இருக்க பழக்கமானான்.

சைக்கிள் கடை பழக்கவழக்கத்திலும் வட்டிக்குப் பணம் கொடுக்கல் வாங்கலிலும் மணலூரைச் சேர்ந்தவர்களும் சுற்றுவட்டார ஊர்களைச் சேர்ந்தவர்களும் என அழகேசனின் திருமண விழாவில் கூட்டம் நிரம்பியிருந்தது. ராமலிங்கம் சமையல் பந்தி வேலைகளில் ஆட்களை முடுக்கிவிட்டுக் கொண்டிருந்தான்.

கோர்ட்டில் கேஸ் நடந்துகொண்டிருந்தது. பழனி சித்தப்பனைத் தவிர மற்ற இரு சித்தப்பன்களும் இந்த வரட்டு இழுப்புக்கு வரவில்லை என்று ஒதுங்கிக்கொண்டனர். எனக்கு எதுவும் வேண்டாம் என்று நடேசனும் ஒதுங்கிக்கொள்ள ஒத்தைக்கு ஒத்தையாக கோர்ட்டில் மல்லுக்கட்டிக் கொண்டிருந்தான் அழகேசன்.

“இவெம் என் அண்ணன் பையனே இல்லை” என்கிற வார்த்தைகளையே பிடித்துத் தொங்கினார் கோர்ட்டிலும் பழனி சித்தப்பன். தலையாரி முனுசீப் ஊர் நாட்டாமை என்று கோர்ட்டில் பேசவைத்து அய்யாகண்ணு வாதம் செய்தார். இறுதியாக வெள்ளையம்மாள், “அழகேசன் என் அண்ணேன் ரங்கசாமியோட பையேன்தான்” என்று கோர்ட்டில் சொன்னது கொஞ்சம் எடுபட்டதுபோல்தான் தெரிந்தது. பழனி சித்தப்பனின் அக்காள் வெள்ளச்சி என்கிற வெள்ளையம்மாள் சொந்தத் தம்பியின் அடாவடிக்கு ஆப்பு வைத்துவிட்டதாக உறவுகளுக்கு மத்தியில் பேச்சு எழுந்தது.

அந்தச் சூட்டில் அர்ச்சுனன், ராமலிங்கத்தோடு சென்று மணிக்கொடியைப் பெண் கேட்டான் அழகேசன். வீரப்ப முதலியாருக்குத் தன் பெண்ணை அழகேசனுக்குத் தர சம்மதமேயில்லை. வெள்ளையம்மாள், ‘அவன் என் அண்ணேன் பையேன்... வட்டிக்கு விடறான்... சைக்கிள் தொழிலு செய்யறான்...’ என்று பேசி கணவனை ஒருவழிக்குக் கொண்டுவந்தாள். மணிக்கொடிக்குப் பதினெட்டு வயது நடந்து கொண்டிருந்தது. அழகேசனுக்கும் அவளுக்கும் குறைஞ்சது பதினைந்து வருட வித்தியாசமாவது இருக்கும். உறவுகள் பேசியவற்றை உதாசீனப்படுத்தி கல்யாண காரியத்தில் மும்முரமானாள் வெள்ளையம்மாள்.

ராமாயிக்கு கெங்கவல்லில இருக்கிற தன் அண்ணன் பொண்ணைக் கேட்காம வெள்ளைத்தோலைப் பாத்து மயங்கிப்புட்டானே என்றிருந்தது. கொஞ்சம் சுரத்தே இல்லாமல்தான் இருந்தாள். வெள்ளையம்மாள்தான், ‘அண்ணி அண்ணி’ என்று ராமாயியை இழுத்துப் பிடித்து ஒவ்வொரு வேலைக்கும் ஓடிக்கொண்டிருந்தாள்.

நமச்சிவாயத்தின் சம்சாரம் மீனாட்சி வீட்டை அழகுபடுத்தி செம்மண் கரையிட்டு ஒழுங்குபடுத்தியிருந்தாள். கல்லணை பிள்ளையார் கோவிலில் அழகேசன், மணிக்கொடிக்குத் தாலிகட்டி மேளதாளத்தோடு வீட்டுக்கு அழைத்து வந்தபோது மணிக்கொடிக்கு இன்பதிகிலாக இருந்தது. நெசவாளிகளான

சாலியர் பெண்களுக்கு ஜாக்கெட்டை அணியும் பழக்கமில்லை என்பது மணிக்கொடிக்கு உறுத்தலாகப் பட்டது. மூன்றாவது நாளே காரணமேயில்லாமல் சுணங்கிக்கொண்டு, “உடையாளம்புதூருக்கு நா போயிட்டு வரேன்டா” என்று ராமாயி கிளம்பிவிட்டாள்.

ஆங்ஞா திருமண ஜோடியைத் தன் வீட்டுக்கு அழைத்து விருந்து வைத்தார். ராஜவேல் மணிக்கொடியைப் பார்த்துப் புன்னகைத்தான். அவன்தான் பரிமாறினான். ‘என்ன படிக்கிறே’ என்று கேட்டாள். எட்டாவது என்றான். சொல்லும்போதே அவனுக்கு அவ்வளவு வெட்கம். திருமணமாகி அடுத்து வந்த வெள்ளிக்கிழமை மீனாட்சி, அழகேசனிடம் பேசி மணிக்கொடியைக் கல்லணை பிள்ளையார் கோவிலுக்கு அழைத்துச் சென்றாள். கூடாரமில்லாத ஆலமரத்தடி பிள்ளையார். மூன்று பக்கம் சுற்றிலும் நெல்லு வயல். சாயங்காலத்துக் காற்று வீசியது. மணிக்கொடிக்கு இதமாக இருந்தது. மீனாட்சிதான் பேசிக்கொண்டே வந்தாள்.

“இதா இந்தச் சாலை அலகரை ஊருக்குப் போவுது. எதுக்க மணலூரு கைகாட்டிக்குப் போவுது... கைகாட்டி கொஞ்ச தூரம்தான். வாய்கா மோட்டுப் பாலத்தை ஒட்டியிருக்குதுல்ல கீத்து கொட்டாயி, அது கனிபாயி கறிக்கடை. அதைத் தாண்டி தெரிதே இந்த வீதி அம்மன் கோவில் வீதி. தெலுங்கு பேசறவுக இங்க இருக்காக. இந்த அம்மன் சௌடேஸ்வரியம்மன்னு சொல்வாங்க. பன்னெண்டு வருசத்துக்கு ஒருமுறை திருவுழா வைப்பாங்க. கத்தியெல்லாம் உடம்புல வீசிக்கிட்டு மஞ்சப்பொடி தூவிக்கிட்டு விரதம் இருப்பவங்க ஊருவலமா போவாங்க. இவுக கோவில திறக்க மாட்டாங்க... வாசல்லயே கும்பிட்டுட்டுப் போவோம். சூடத்தைப் பொருத்து மணீக்கொடீ...”

அம்மன் கோவில் தெருவில் ஓரிருவர் நடமாட்டமும், ‘தக்கிடி... தக்கிடி’ என்கிற சப்தமும் கேட்டதைத் தவிர வீதி அமைதியாக இருந்தது.

“எல்லாம் கைத்தறி கலரு புடவை லுங்கி நெய்யறவுக. நாங்க

பெர்மானைக்கு வேட்டி துண்டு பீஸுன்னு நெய்வோம். பீஸுக்கு யாவாரி வந்து நூல்பாவு கொடுத்து ஆர்டர் பண்ணிபுட்டுப் போவான். இது பெரியவீதி. எல்லாம் எங்காளுகதான் இங்க இருக்கறவுக. வீதில இறக்கத்துல இருக்கிறது பாவு பட்டறை. கஞ்சி பீய்ச்சி புள்ளுல இழுத்துப் பாவு நூலை சிக்கெடுத்து சீராக்கித் தருவாக. அதைத் தறியில ஏத்தி சரிகை டிசைனைப் போட்டு நெய்வாங்க. நெய்ஞ்சதே மடிச்சு வேவாரிக்குக் கொடுப்பாக. இந்தப் பக்கப் பாதையில வேப்பமரத்தடியில இருக்கிறத பாரு... இதை காரகட்டான் சாமின்னு சொல்லுவாங்க. இங்க கொஞ்சம் பேரு முத்தரையங்க இருக்காக. மணலூருக்கு அவுக ராச்சியந்தான். எதுத்து எங்காளுக பேசறதில்லே. ராமலிங்கமும் ஆங்ஞாவும் முத்தரையங்கதான். நடக்கிற அலுப்பு தெரியக் கூடாதுன்னுதான் பேச்செடுத்தட்டே வாரேன். இது பகவதி மாரியம்மன்... ஊருக்குப் பொதுவான சாமி. வெள்ளி செவ்வா மத்தபடி விசேச நாளுங்கள்ள திறந்து வச்சிடுவாக..."

கோவிலுக்குள் நுழைந்தனர். அமைதியாக இருந்தது. ஓரிருவர் பிரகாரத்தைச் சுற்றி வந்துகொண்டிருந்தனர். கோவில் மணியை எவ்வி அடித்து ஒலிக்கவிட்டாள் மீனாட்சி. கும்பிட்டுவிட்டு ரோட்டுக்கு வந்தனர். மீனாட்சி சொல்வதற்கெல்லாம் சிரித்தபடியே வந்தாள் மணிக்கொடி. சாதியைப் பற்றி மீனாட்சி பேசுவதுதான் விசித்திரமாக இருந்தது.

"கிழக்கால போனா முனுசிப் வூடு. சொசைட்டீ கீழபாவோடி சிவானந்தா பள்ளிக்கூடம். எட்டாம்பு வரை இருக்கு... அப்புறம் அவ்வளவுதான். எதுக்காப்புல காவுரியாறு ஓடறதைப் பாத்துருப்பே... இப்ப நாம சாலையோட மேக்க பக்கமா போவணும் நம்ம வூட்டுக்கு. இந்தப் பக்கமெல்லாம் எங்கட சாலிய ஆளுகதான். இது சதரன் பார்சல் சர்வீசு. இது இன்னோரு பாவோடி திடலு. கைகாட்டிக்கு வந்துட்டோம். வடக்கமா போனா நாம கும்பிட்ட உன் கண்ணாலம் நடந்த கல்லணைப் பிள்ளயாரு கோவிலு வரும். இனிமே ராயரு ஓட்டலு... சிக்கலு டீ கடை. இது அழகேசு வேலை பாக்குற கடை.... நம்ம வூடு. வூட்டுக்குப் பின்னால வீதி மாந்தோப்புத் தெரு. அப்பாடி

அம்பட்டுதான்... உன்ன பத்தி சொல்லவேயில்லீயே...” என்றாள் மீனாட்சி. மணிக்கொடி சிரித்துக்கொண்டாள். அதற்குள் வீடு வந்துவிட்டது.

லாந்தரைத் துடைத்துப் பொருத்தினாள். படித்துக்கொண்டிருந்தவளை திடுதிப்புவென்று கல்யாணம் பண்ணிக் கொடுத்துவிட்டாள் வெள்ளச்சி. மீனாட்சியிடம் சொல்ல தன்னிடம் என்ன இருக்கிறது. தான் படித்த பள்ளிக்கு நேருவும் காமராஜரும் வந்துருக்காங்க.. அவங்க கைகளிலிருந்து பரிசெல்லாம் வாங்கியிருக்கேன் என்பதைச் சொல்லலாம். ஒரு போட்டோகூட எடுத்து வைத்துக் கொள்ளவில்லை. இங்கே அழகேசன் விதவிதமாக போட்டோ எடுத்து வைத்துள்ளான். சத்திரம் வரும்போதெல்லாம் போட்டோ எடுத்து வச்சுக்குவாரு போல. தங்கராசுடன் ரெட்டைசடை போட்ட சின்ன வயசு மணிக்கொடியுடன் அழகேசன் இருக்கும் போட்டோவும் இருந்தது.

ஆற்றிற்குச் செல்லும் பாதையோரம்தான் ராதா செட்டியார் கடை வைத்திருந்தார். மாட்டு வண்டியில் பலசரக்குப் பொருட்களை எடுத்துக்கொண்டு தொட்டியம், கொளக்குடி, முசுகுந்தபுரம், ஆமூர், ஏவூர் என ஐந்து ஊரின் வாரச் சந்தைக்கு விடியற்காலையில் கிளம்பி விடுவார். அதற்கு மட்டும் இரண்டு ஆட்களை வேலைக்கு வைத்துக்கொண்டார். கடை வியாபாரத்தை அம்புஜமும் அவ்வப்போது ராஜமும் கவனித்துக்கொண்டனர். கூடமாட உதவ சொந்தக்காரப் பையன் முரளி வீட்டோடு இருந்தான். பையன்கள் இருவரும் சேலத்தில் படித்துக்கொண்டிருந்தனர். சந்தையில் மொத்த வியாபாரம் சில்லறை வியாபாரம் என்று ராதா தனிபாட்டையில் காசு புழக்கத்தில் புரண்டார். கட்டைமாட்டு வண்டியை இருவரிடம் மாறிமாறி வாடகைக்கு எடுத்து அமர்த்திக்கொண்டார்.

அம்புஜம் குளிக்கச்சென்ற மணிக்கொடியை வீட்டுக்குள் கூப்பிட்டாள். உள்ளே தையல்மிஷினில் துணி தைத்துக்கொண்டிருந்த பெண் இவளைப் பார்த்துச் சிரித்தாள். பேசிக்கொண்டிருந்த மணிக்கொடி, “ஏங்க்கா... இங்கே நிறைய

பேரு ஜாக்கெட்டே போட மாட்டேங்கறாங்க. மீனாட்சியைக் கேட்டா பழக்கமில்லேங்குது...”

தைத்துக்கொண்டிருந்த அம்புஜத்தின் மகளான ராஜம் வாய்விட்டுச் சிரித்தாள். “கூச்சம்தான்...”

“லேடீஸ் டைலர்ட்ட என்ன கூச்சம்?”

“படிச்சிருக்கீயா மணிக்கொடி....” என்ற ராஜத்தை அப்போதுதான் கவனித்தாள். ராஜத்தின் இடதுகால் இளம்பிள்ளை வாதத்தால் சூம்பிப் போயிருந்தது.

அம்புஜம், மணிக்கொடியுடன் ஆற்றிற்குக் குளிக்கச் சென்றபோது, “ராஜம் சிரிச்சு ரொம்பநாளு கழிச்சு இன்னைக்குதான் பாக்குறேன்” என்றாள்.

லேசான போதையுடன் கோழிக்கறி வறுவலுடன் அன்று இரவு அழகேசன் வந்தான்.

“அய்யோ இன்னிக்கு வெள்ளிக்கிழமை” என்றாள்.

அழகேசன் அதைக் கண்டுகொள்ளவில்லை. “எல்லாம் சாப்பிடலாம் சாப்பிடு...” என்றான்.

“அய்யய்யோ நான் கறியெல்லாம் சாப்பிடவே மாட்டேனாக்கும். உங்களுக்குத் தெரியும்தானே...”

“ய்யேய்... சாப்புடுறீ... நல்லாருக்கு.”

மணிக்கொடி அவனுக்கு சாப்பாட்டையும் ரசத்துடன் புடலைங்காய் கூட்டையும் எடுத்து வைத்துவிட்டு வாசலுக்கு வந்து உட்கார்ந்து கொண்டாள். அவள் வீட்டில் கறி மாமிசம் எடுக்கும்போதெல்லாம் இவளுக்குத் தனியாக வெள்ளச்சி, பருப்பு சாம்பார் வைத்துவிடுவாள். இல்லையென்றால் இவளே ஏதேனும் வைத்துக்கொள்வாள். பிராமின் பள்ளியில் படித்த பாதிப்பு மணிக்கொடியை சைவக்காரியாக மாற்றிவிட்டது. இங்கே எப்படி சமாளிப்பது என்பது யோசனையாக இருந்தது.

இதுபற்றி கல்யாணத்துக்கு முன்னரே பேசியிருக்கலாமோ? சாலையில் எப்போதாவது செல்லும் லாரிகளின் வெளிச்சப் புள்ளிகளைப் பார்த்தபடி இருந்தாள்.

அடுத்து வந்த ஞாயிற்றுக்கிழமை அழகேசன் ஆட்டுக்கறி எடுத்துவந்து, “சமைச்சு வை” என்றான். வெள்ளச்சி சமைக்கும்போது பார்த்திருக்கிறாளே தவிர, மாமிசத்தைச் சமைத்ததில்லை. குத்துமதிப்பாக நினைவில் இருப்பதை வைத்து மிளகு கறிச்சுவையோடு சமைத்து வைத்தாள். தனக்கு பருப்பு சாம்பார் வெண்டைக்காய் வறுவலோடு சமைத்துக்கொண்டாள்.

வந்து சாப்பிட்டவன், “சாப்பிட மாட்டேன்னே... நல்லா ருசியா சமைச்சிருக்கிறவ... மிச்சப்பட்டதை வீணாக்காம சாப்பிட்டுடு...” என்றான்.

“அய்யோ... மாட்டேன்...”

“சாப்பிடலேன்னா நானும் சாப்பிடலே... எல்லாத்தையும் கீழே கொட்டிடு...” என்றபடிக்கு பாதி சாப்பாட்டோடு எழுந்தான்.

சாப்பிடாமல் எழுந்ததைக் கண்டு மணிக்கொடி ஆடிப்போனாள். “கொஞ்சமா சாப்பிடறேன்” என்று இறங்கி வந்தாள். கண்களை மூடிக்கொண்டு சோற்றோடு பிசைந்து மென்று முழுங்கினாள். அடுத்த நிமிசம் வீடு முழுக்க வாந்தி எடுத்து வைத்தாள். “நாந்தான் சொன்னேன்ல..” என்று கண்ணைக் கசக்கினாள்.

“வாராவாரம் கறி எடுக்கிறோம். வாந்தி எடுத்தாலும் பரவாயில்லை... நீ சாப்பிடுறே.” என்றான் அழகேசன்.

லாந்தரின் வெளிச்சத்தைக் குறைத்துப் படுக்கப்போனபோது சாத்தப்பட்ட கதவுக்கு வெளியே அழகேசனைக் கூப்பிடும் குரல் கேட்டது. அர்ச்சுனன்.

“எம்ஜியாரைக் கட்சியை விட்டு நீக்கிட்டாங்களாம்...” என்றான் அர்ச்சுனன்.

“கருணாநிதியா நீக்கினது?”

“அவருகூட யோசிச்சாராம்... நாவலர்தான் சட்டுபுட்டுனு தீர்மானத்தைப் போட்டு காலி பண்ணிட்டதாகச் சொல்றாங்க... காலைல பேப்பரைப் பாத்தாதான் தெரியும்...”

“வாத்தியாரு கட்சி ஆரம்பிச்சுடுவாரா?”

“எதுவேணா நடக்கட்டும். நாம மணலூர் கைகாட்டில ஒரு இடத்தைப் பிடிச்சு கொடிமரத்தை நட்டு வைக்குறோம்... ராமலிங்கத்துட்ட சொல்லிட்டேன். சவுக்குத்தோப்புக்கு ஆளுங்களை அனுப்பியாச்சு... நீயும் வா. பாப்பா நீ உள்ற தாப்பா போட்டுக்கய்யா... நாங்க போயிட்டு சித்த நேரத்துல வந்துடறோம்...”

இருவரும் கிளம்பிவிட மணிக்கொடிக்கு சிறிது புரிந்தது போலவும் இருந்தது. புரியாதது போலவும் இருந்தது.

கைகாட்டி ஒரே இருட்டாக இருந்தது. அழகேசனை மூன்று சாலையும் சந்திக்கும் இடத்தில் நிற்கச் சொல்லிவிட்டு ராமலிங்கத்தைத் தேடிப்போனான் அர்ச்சுனன்.

நேரம் கடந்துகொண்டிருக்க, ‘ஒரு சிகரெட்டாவது எடுத்து வந்திருக்கலாம்’ என்று யோசித்த விநாடியில் அழகேசனின் முகத்தில் டார்ச்லைட் வெளிச்சமும் சைக்கிள் லைட் வெளிச்சமும் ஒருசேரப் பட்டது.

ராயர். அவர் வந்த சைக்கிளில் பின்புறம் யாரோ உட்கார்ந்திருப்பது நிழலாகத் தெரிந்தது.

“இந்த நேரத்துல இங்க என்ன பண்ணிட்டிருக்கே அழகேசா...?”

“வாத்தியாரைக் கட்சியைவிட்டு நீக்கிப்புட்டாங்களாம். கொடிக்கம்பத்தை நட்டு வைக்கலாம்னு ராமலிங்கமும் அர்ச்சுனனும்...”

அவன் சொல்லி முடிப்பதற்குள் ராயர் எகிறினார்.

“கூத்தாடியைக் கட்சியை விட்டு நீக்கினா உங்களுக்கென்னடா...

கல்யாணமாகி பத்துநாளு கூட ஆகலே... வீட்டுக்குப் போ... அவனுங்க பேச்சைக் கேட்டுகிட்டுத் திரியாதே...”

அதற்குள் ராமலிங்கமும் அர்ச்சுனனும் சைக்கிளில் முன்னாடி வந்துவிட ராயர் அவர்களிடமும் சத்தமிட்டார்.

“ஏன்டா... கட்சியை விட்டு நீக்கப்பட்ட ஆளே சும்மாருந்தாலும் நீங்க நடுராத்திரி என்னடா பண்ணிட்டிருக்கீங்க... அதை நடுறேன் இதை நடுறேன்னு எதையாவது பண்ணி வச்சீங்க... ரணகளமாயிடும்...” உருட்டலும் மிரட்டலுமாகச் சொல்லிவிட்டுப் போய்விட மூவரும் ஒருவரை ஒருவர் பார்த்துக்கொண்டனர்.

ஓரளவு உயரம்கொண்ட சவுக்கு மரத்தைக் கொண்டுவந்த இருவர் அப்போது வந்து சேர்ந்தனர்.

“மலைக்காதீங்கடா... குழியைத் தோண்டுங்க...” என்றான் அழகேசன்.

நட்டுவிட்டு மூன்று பேரின் சைக்கிள்களையும் அணைவாக வைத்துப் பூட்டிவிட்டு அவரவர் வீட்டைப் பார்த்துக் கிளம்பினர்.

ராயர் இப்படிப் பேசுவார் என்று அழகேசன் நினைக்கவில்லை.

அடுத்தநாள் காலையில் மூன்று பேரின் சைக்கிள்களும் அடித்து நொறுக்கப்பட்டிருந்தன. மணலூர் முழுக்க அன்று அதுதான் பேச்சாக இருந்தது.

ஆங்ஞாதான் மத்தியஸ்தம் பேசித் தீர்த்துவைத்தார். ராயர் பயங்கர கடுப்பில் இருப்பதை அழகேசன் உணர்ந்தான். ஆனால் எம்ஜியார் கட்சி ஆரம்பித்துவிட, மணலூரில் ஆங்ஞா அதிமுகவின் பிரதிநிதியானார்.

சில மாதம் கழித்து அழகேசன், ஆங்ஞாவிடம் தான் தனியாகக் கடை வைக்கப்போவதாகச் சொன்னான்.

“அதுக்கென்ன அழகேசா தாராளமா வைய்யு... இப்ப இருக்கிற

இடம் தோதுபடாது... மேக்கே காவிரிக் கரையோரமா ஒரு இடத்தைப் பிடிச்சுவை. இடம் தாராளமா இருந்தாதானே சைக்கிளுங்களை வைக்கப் புடிக்க நல்லாருக்கும். சின்னதா ஒரு வீட்டையும் கட்டிப்புடு."

"கரையோரம்னா நாளை பின்ன பிரச்சனையாயிடுச்சுன்னா சிக்கலாப் போயிடும் ஆங்ஞா?"

"எல்லாம் ஒண்ணும் வராது... கரைக்குக் கீழ்ப்புறம் நத்தம் புறம்போக்குடா..."

ஆங்ஞாவின் கடையை மாரியப்பன் கவனித்துக்கொள்ள ஆங்ஞாவோ டென்ட் சினிமா கொட்டகை ஆரம்பிக்கத் திட்டமிட்டுக் கொண்டிருந்தார்.

ஆங்ஞாவின் யோசனைப்படியே தாராளமாகக் காலி இடத்தைப் பிடித்து நிரவி சமதளப்படுத்தினான். சுண்ணாம்புக் காரையும் களிமண்ணும் கொண்டு இரண்டு அறை கொண்ட வீடு தென்னங்கீற்றுக் கூரையாக எழுந்தது. வீட்டுக்கு முன் சைக்கிள் கடைக்காக இடத்தை ஒழுங்குபடுத்தினான். ஐந்து புது சைக்கிளும் ஆறு பழைய சைக்கிளும் பூட்டி, 'அழகு வாடகை சைக்கிள் கடை' யை அழகேசன் ஆரம்பித்தான். முதல் வாடகை சைக்கிளை ஆங்ஞாதான் எடுத்துத் தொடங்கி வைத்தார்.

பின்னால் இருந்த முள்ளுக்காட்டை ஆட்களை விட்டு சீர்படுத்தினான். வீட்டின் வலப்பக்கம் வண்ணார் பெண் அங்கம்மாளின் வீடு இருந்தது. அந்த வீட்டை ஒழுங்குபடுத்தி வாடகைக்கு விட்டிருந்தாள். வாடகைக்கு துரைசாமி, கணவரை இழந்த ரெட்டியார் பெண் பெரியநாயகியுடன் குடியிருந்தார். வீட்டின் இடப்பக்கம் மயில்சாமி குடும்பம் வசித்தது. மயில்சாமி பேசாமலிருக்க அவர் மனைவியும் பொண்ணுங்களும் வீட்டு சந்து பிரச்சனைய ஏற்படுத்தி அடிக்கடி வம்பு பண்ணிக் கொண்டிருந்தனர். மணிக்கொடிதான் அவர்கள் போடும் சத்தத்தைக் கண்டு பயந்துபோனாள்.

ஆங்ஞாவிடம் சென்றான் அழகேசன். மத்தியஸ்தம் பேசி தீர்வாக கருங்கற்களாலேயே வேலியைக் கட்டினான்.

வக்கீல் அய்யாகண்ணு அடுத்த வாரம் வியாழக்கிழமை கோர்ட்டுக்குப் போகவேண்டும் என்பதைக் குமாஸ்தாவிடம் சொல்லிவிட்டிருந்தார்.

வட்டி வசூலுக்குச் செல்லும்போது மணிக்கொடிதான் கடையைப் பார்த்துக்கொண்டாள். ரெட்டியார் வீட்டம்மா கடைக்குப் பேச வந்துவிடும். எதிர்த்தாப்ல பண்டாரம் பரமசிவம் டீக்கடை. அவருக்கு ரெண்டு சம்சாரம். அவர்கள் வீடு ரோட்டிலிருந்து பின்பக்கம் மாந்தோப்பு வீதி வரை நீண்டிருந்தது. மூத்த தாரத்துக்குப் பிள்ளையில்லை என்று அவளின் தங்கச்சியேவே ரெண்டாம் தாரமாகக் கட்டிக்கொண்டார். அந்தம்மா மூலம் ஒரு பொண்ணு ஒரு பையன். வேணி, ராஜன். ராஜன் டைலரிங் கற்றுக்கொண்டிருந்தான். வேணி ஐந்தாவது படித்தாள். அவ்வப்போது அழகேசனிடம் வந்து துடியாகப் பேசுவாள். சைக்கிள் வேலை செய்யும்போது ஏதாவது கேள்வி கேட்டபடி உதவுவாள். பரமசிவத்தின் மூத்த தாரத்தை மணிக்கொடி, 'பெரீம்மா' என்றழைத்து உறவானாள். ரெண்டாம் தாரம் அதிகம் பேசுவதில்லை. பார்த்தால் சிரிக்கும். பெரியநாயகியையும் அவளையும் அம்மா என்றுதான் மணிக்கொடி கூப்பிட்டாள்.

திடுதிப்புவென்று அழகேசன் ஒரு மாட்டையும் இரண்டு ஆட்டுக்குட்டியையும் வளர்க்க வாங்கி வந்தான். மணிக்கொடி அரண்டுதான் போனாள். அழகேசன் காட்டுக்கத்தலாகக் கத்தி மணிக்கொடியைக் கதிகலங்க வைத்தான். சில சமயம் அடிக்கவும் செய்தான். அப்போதெல்லாம் பெரியநாயகியிடம் சொல்லி அழுவாள். மாட்டை இழுத்துப் பிடித்துக் கட்டவும் வாங்கிக் குமித்திருக்கும் வைக்கோலைப் போட்டுத் திங்க வைக்கவும் கால்களில் குளம்படி காயங்கள் பட்டு பழகிக்கொண்டாள். ஆடுகளில் ஒன்று அவளை ஒருமுறை முட்டித்தள்ள கீழே விழுந்து அடிபட்டாள்.

மகளைப் பார்க்கவந்த வீரப்பன் தன் மகள் செய்து பழக்கமில்லாத

வேலைகளில் சிரமப்படுவதைக் கண்டு வெள்ளையம்மாளை வாய்க்கு வந்தபடி திட்டித் தீர்த்தார். அழகேசன் அப்போது மாமனார் வந்திருப்பதால் ஆட்டுக்கறி எடுக்கப் போயிருந்தான்.

“அவளுக்கு ஆடு மாடெல்லாம் ஒத்து வராதே?” என்றார் அழகேசனிடம்.

“எல்லாம் பழகிக்குவா... நாந்தேன் ஒத்தாசை பண்றேன்ல...” என்றான்.

“நான் பழகிக்கிறேண்ணா...” என்றாள் அப்பாவிடம் மணிக்கொடி.

அவள் தனியாக இருக்கும்போது, “கொடுமையேதும் பண்றாப்லயாம்மா” என்றார் வீரப்பன்.

“அப்படியெல்லாம் இல்லைண்ணா... முணுக்குனு கோபப்பட்டுக் கத்துவாரு...” என்றாள் மணிக்கொடி.

“நல்லாருக்கும்மா கறிக்குழம்பு... வெள்ளச்சி கூட இப்படி வச்சதில்லை... நீ சாப்டுவீயா...”

“சாப்பிட வச்சுப் பழக்கிப்புட்டாருண்ணா...” என்று சொல்லிச் சிரித்தாள். வீரப்பன் தனக்குள் சிரித்துக்கொண்டார்.

“குடும்பம்னா அப்படியிப்படின்னுதான் இருக்கும்.”

அவரை பஸ் ஏற்றிவிட்டுத் திரும்பிவந்தபோது ஏனோ அவளுக்கு ‘முணுக்’கென்று கண்களில் நீர் தளும்பியது.

அன்று அழகேசன் கோர்ட் விஷயமாகப் போய்விட்டு அப்படியே சத்திரத்திற்கு சைக்கிள் ஸ்பேர் பார்ட்ஸ் வாங்கிவிட்டு வருவதாகச் சென்றிருந்தான். மாலைநேரம் போல் நாலைந்து இளைஞர்கள் கையில் நோட்டோடு கூட்டமாக வந்தனர். வாடகை சைக்கிள் எடுக்கத்தான் வருகிறார்கள் என்று நினைத்தாள் மணிக்கொடி.

“அக்கா... அண்ணேயில்லையா?” என்றபடி நோட்டீஸை அவளிடம் கொடுத்தனர். ‘மாபெரும் கபடி தொடர் போட்டி’

“அக்கா எழுதுங்க நூறு ரூபா...”

“தமாசு பண்றாங்க்கா... அண்ணன்ட்ட கேட்டு வாங்கிக்கிறோம். மாறன் வந்து கொடுத்துட்டுப் போனதா சொல்லுங்க...”

அவர்கள் கிளம்பிப் போனபின் நோட்டீஸின் கீழ்ப் பகுதியில் ‘நோட்டீஸ் அன்பளிப்பு: அழகேசன் அதிமுக. அழகு சைக்கிள் கடை மணலூர்’ என்றிருப்பதைப் பார்த்தாள்.

அழகேசன் இரவு வந்ததும் நோட்டீஸைப் பார்த்து முகம் பூரிப்படைந்ததைக் கவனித்தாள்.

“கபடி பிளேயர்ஸ் எல்லாருமே... ஏடிம்கேக்கு வாங்கப்பான்னா வர மாட்டேன்றானுங்க... நல்ல பசங்க...” என்றான் அழகேசன்.

மாடும் ஆடுகளும் கத்துவதைக் கேட்டு டார்ச்லைட்டும் லாந்தர் விளக்குமாக இருவரும் பின்பக்க கொல்லைக்குப் போனார்கள். மூன்றடி பாம்பு சரசரவென்று ஊர்ந்து செல்வதை இருள் கலந்த வெளிச்சத்தில் பார்த்து திடுக்கிட்டுப் பின்வாங்கினர். பாம்பு முள் புதர் பக்கம் ஓடி மறைந்துவிட்டது.

4

1974

ஆண் குழந்தை வெள்ளை வெளேர் என்று பிறந்திருந்தது. அழகேசனுக்குப் பரம சந்தோசம். வெள்ளச்சிக்கு மணிக்கொடியைப் பார்க்கும்போதெல்லாம் சிரிப்பாணி ஏனோ பொத்துக்கொண்டு வந்தது. ராமாயி பேரனைப் பார்த்து ‘பீய்யோ...பீய்யோ...’ என்று சொல்லி அங்கிருந்தவர்களுக்கு சிரிப்பாணி காட்டிக்கொண்டிருந்தாள்.

பையன் பிறந்த நேரம் கோர்ட் சங்கதியும் சாதகமாகக் கனிந்து தீர்ப்பு வர வாய்ப்பிருப்பதாக அய்யாகண்ணு சொல்லியிருந்தார். கோர்ட் விஷயமாகப் போய்விட்டுத் திரும்பும்போது பர்மா பஜாரில் பிலிப்ஸ் டிரான்ஸிஸ்டர் ரேடியோவை வாங்கிவந்தான் அழகேசன். அதற்கு லைசன்ஸ் பெற போஸ்ட் ஆபீஸுக்கு ரெண்டு முறை போய்வந்தான். ‘ஆல் இண்டியா ரேடியோ... செய்திகள் வாசிப்ப’தை சத்தமாக சைக்கிள் கடையில் ஒலிக்கவிட்டான்.

ரேடியோ சத்தத்தால் குழந்தை மதியழகன் வீரிட்டு அழ ஆரம்பித்தான். மணிக்கொடி ஓடிவந்து வால்யூமைக் குறைத்தாள். மென்மையான சத்தத்திற்குக் கட்டைவிரலைச் சூப்பி கால்களை அந்தரத்தில் உதைத்து குதியாட்டம் போட்டான்.

"படவா... ராஸ்கோலு..." என்றபடி அவன் கன்னத்தை மென்மையாகக் கிள்ளி தனது உதடுகளில் முத்தமிட்டுக் காற்றில் பறக்கவிட்டு அவனைப் பார்த்துச் சிரித்தாள். கன்னத்தில் குழி விழ அவனும் சிரித்தான்.

அலகரை போகும் வழியில் இருந்த சறுக்குப் பாலத்தின் அருகில் வசூல் செய்துவிட்டுத் திரும்பிய அழகேசன், ஆங்ஞாவைப் பார்த்தான். கூட வந்த பண்ணையாள்களை அனுப்பிவிட்டு அழகேசனிடம், "சீக்கிரம் ஒரு கூட்டத்தைப் போட்டுடணும்" என்றார்.

"என்ன கூட்டம் ஆங்ஞா?"

"கட்சியை வளக்க வேணாமா... வெள்ளியழமை எல்லாத்தையும் வரச்சொல்லிருக்கேன்... என்ன ஏதுன்னு கலந்து பேசுவோம்... வந்துடு."

போனவருசம் உலகம் சுற்றும் வாலிபன் ரிலீஸாக படாத பாடுபட்டது. திமுக அரசாங்கம் ஏகப்பட்ட கெடுபிடி செய்வதாகப் பேச்சு பரவியிருந்தது. சத்திரத்திற்குச் சென்று கலையரங்கத்தில் படத்தைப் பார்த்து வந்தான். இந்த வருடம் பொங்கலுக்குதான் தொட்டியம் வெங்கடேசாவில் உலகம் சுற்றும் வாலிபன் திரைக்கு வந்தது. திரையரங்க வாசலில் மணலூர் அதிமுக சார்பில் தோரணம் கொடின்னு கொஞ்சம் செலவு செய்திருந்தனர். மறுபடியும் கூட்டம் என்கிறார் ஆங்ஞா. செலவு ஆகும்தான்... சமாளிப்போம். கட்சியை வளர்க்க வேண்டாமா? சைக்கிளைக் கல்லணைப் பிள்ளையார் கோவிலைத் தாண்டியதும் வேகமாக மிதித்தான்.

மூன்று வாரம் கழித்து நாஞ்சிலாரை அழைத்து மணலூரே களைகட்டும் அளவிற்குக் கூட்டம் போட்டனர். நாஞ்சிலாருடன் எடுத்துக்கொண்ட போட்டோவை ஃபிரேமிட்டு கடையில் மாட்டினான் அழகேசன்.

கோர்ட்டில் நிலபுலம் விஷயம் ஒரே சச்சரவாக இருந்தது. 'சட்டுபுட்டுனு ஏதாச்சும் ஒரு தீர்ப்பைச் சொல்லி

முடிச்சுவிடுங்கப்பா’ என்றுகூட சில சமயங்களில் அழகேசனுக்குத் தோன்றும். அன்று இரவு சத்திரத்திலிருந்து பெரியநாயகியக்காவின் பையன் சுப்பிரமணி, “பழனியப்பன் சித்தப்பன் தவறிவிட்டார்” என்ற தகவலைக் கொண்டுவந்திருந்தான். உடனே யோசிக்காமல் மணிக்கொடி குழந்தை மதியழகனோடு அழகேசன் கிளம்பிச்சென்று பெரியமாலையாக வாங்கிச் சாத்தினான். உறவுகளின் கசாமுசா பேச்சுக்களுக்கிடையில் தங்கராசு, அழகேசனைத் தனியாக அழைத்து, “காரியம்லாம் முடிஞ்சபிறகு வாண்ணே... பேசி முடிச்சுக்கலாம்...” என்றான். அவன் அழகேசன் போக்கிற்கே இசைந்துவர ஐந்து ஏக்கர், ‘புஞ்சைக்காடு’ அழகேசனின் பெயருக்கு மாற்றலானது. மீதியை அங்காளி பங்காளிகளுக்கு பிரித்துப் பிரச்சனைக்கு தங்கராசு முற்றுப்புள்ளி வைத்தான். சில மாதங்களில் கோர்ட் தீர்ப்பு அழகேசனுக்கு சாதகமாக வந்தபோது அழகேசன் தனது நிலத்தில் வெங்காயமும் நிலக்கடலையையும் பயிரிட்டிருந்தான். மீதி இடங்களை கத்தரிக்காய் கம்பு பயிரிடுவதற்காக ஆட்களைவிட்டு சீர்படுத்திக்கொண்டிருந்தான்.

ராமாயிதான் கூடமாட கவனித்துக்கொண்டாள். பேரனைப் பார்க்கவேண்டும் என்று தோன்றினால் காட்டு வேலை இல்லாத நாளாகப் பார்த்து ஒருநாள் வந்து இருந்துவிட்டுப் போவாள். செல்லப்பெருமாள்தான் தோட்டத்தைக் கண்காணித்துக்கொண்டான். அழகேசன் ஒருநாள் விட்டு ஒருநாள் உடையாகுளம்புதூருக்குச் சைக்கிளிலேயே சென்று வந்தான். வரும்போது இருட்டிவிடும். சைக்கிளின் பின்புறம் மாடு ஆடுகளுக்குத் தேவையான புல் செடிகொடிகளென நிறைத்துக்கொண்டு வருவான். ஓவராயிலுக்கு வந்த சைக்கிள்களையும் பிரித்துப்போட்டு கிடைத்த நேரங்களில் ஃபிட்டிங் செய்து கொடுத்து வந்தான். மதியழகனையும் வாடகை சைக்கிள் கடையையும் மாடு ஆடுகளையும் கவனித்து ஓடியாடிக் கொண்டிருந்தாள் மணிக்கொடி. பக்கத்து வீட்டு பெரியநாயகியம்மாள் அவ்வப்போது உதவவில்லையென்றால் விழி பிதுங்கிப் போயிருப்பாள். அழகேசன் அதைப் புரிந்துகொண்டது போலவும் தெரியவில்லை. அவனிடம்

பொறுமையாகச் சொல்லிவிடலாம் என்று நினைப்பாள். அவன் சைக்கிளிலேயே அவ்வளவு தூரம் சென்று வரும் முகக் களைப்பைக் கண்டு அதுபற்றிப் பேசாது விட்டுவிடுவாள்.

வட்டிக்குக் கடன் வாங்குபவர்களிடம் தனது கடைக்கோ ராமலிங்கம் கடைக்கோ வந்து தவணை தவறாது கட்டிவிட கண்டிஷன் போட்டுதான் பணம் கொடுத்திருந்தினர். இவன் மூலம் கடன் வாங்கியவர்களில் முரண்டுபிடிப்பவர்களை சத்தத்தால் வெளுத்து வாங்கிவிட்டு அடுத்த முறை பணம் கேட்டு வந்தால் அவர்களைத் தவிர்த்தான். அவர்கள் ராமலிங்கத்திடம் வாங்கிவிட்டு வசூலிக்க இடைஞ்சல் வரும்போது அழகேசன்தான் மல்லுக்கட்ட வேண்டியிருக்கும். இத்தனைக்கும் ராமலிங்கத்திடம் மாதாந்திரக் கூட்டத்தின்போது அழகேசன் இழுபறி பார்ட்டிகளைக் குறித்துச் சொல்லியிருப்பான். கேட்டால் ‘எங்கடா போயிடுவானுங்க வாங்கிக்கலாம்’ என்பான் ராமலிங்கம். இதனாலேயே சில வேளைகளில் இருவருக்கும் மனஸ்தாபம் ஏற்பட்டு ஒரு விரிசல் உள்ளுக்குள் மறைந்திருக்க ஆரம்பித்திருந்தது. நல்லபடியாக இருக்கும்போதே பிரிந்து தனியே வட்டிக்கு விட்டால் என்ன என்றுகூட யோசித்தான்.

கடைக்கு ஒரு பையன் கூடமாட இருந்தால் நன்றாக இருக்குமே என்று நகை வேலை செய்யும் சாமிக்கண்ணு பையன் ரவியை பஞ்சர் ஒட்டவும் சின்னச் சின்ன சைக்கிள் வேலைகளைச் சொல்லிக்கொடுத்தும் கடையில் வைத்துக்கொண்டான். அவனுக்கு தினமும் இருபது பைசாவை பேட்டா காசாகக் கொடுத்தான். மணிக்கொடிக்கு சுமை குறைந்தது போலிருந்தாலும், “அக்கா அக்கா” என ரவி காட்டும் பாசமே அவளை லேசாக்கியிருந்தது.

ஒருமுறை ரவி வந்திருந்த சைக்கிளுக்கு பஞ்சர் ஒட்டிக்கொண்டிருந்தபோது சைக்கிள் அவன் மேலே சாய்ந்து விழுந்தது. உள்ளே சமையல் வேலையாக இருந்த மணிக்கொடி அரக்கப்பரக்க ஓடிவந்தாள். இருப்புச் சட்டியிலிருந்த தண்ணீர் சைக்கிள் டியூப் எனக் கந்தரகோலமாகக் கிடந்தான் ரவி. மண்தரை முழுக்கத் தண்ணீர் பரவியிருந்தது.

"ஒண்ணுமில்லேக்கா... ஒண்ணுமில்லைக்கா..." என்றபடி சைக்கிளை நிமிர்த்தியபடி எழுந்தான் ரவி.

ரவி காலையில் கடைக்கு வந்ததும் வாடகை சைக்கிள்களைத் துடைத்து எண்ணெயிட்டு கிரீஸ் தடவி வைப்பான். பின் காற்று குறைந்திருக்கும் டயர்களுக்குக் காற்றடித்து பம்பை சுவர்பக்கம் சாய்த்து வைப்பான். யாராவது காற்றடிக்க பம்பைக் கேட்டால் தரமாட்டான். 'அண்ணே திட்டுவாப்படி'. இந்தத் தின வேலையுடன் வாடகை சைக்கிள் நோட்டை எடுத்து விபரங்கள் பார்ப்பான்.

"டேய் ரவி... சைக்கிள் பிரேக் பிடிக்க மாட்டேங்குது. என்னன்னு பாத்து வைடா..."

"யோவ் சைக்கிளை ரோட்டுல நிறுத்தினா எப்படிய்யா... உள்ளே கொண்டு வாய்யா..."

வந்தவர் கண்டுகொள்ளாமல் ரோட்டிலேயே நிறுத்திவிட்டு ஆற்றுப் பாதையை நோக்கி ஓடினார். கொல்லிமலை கம்பி வளையம் மாட்டிய நீளமான தடியைத் தூக்கிக்கொண்டு லொங்கு லொங்கு என்று மாந்தோப்பு வீதியிலிருந்து ஓடிவந்தான். அதே சமயம் ஆற்றுப்பக்கமிருந்து துரத்தப்பட்ட பன்றி ரோட்டுப் பக்கம் ஓடிவந்தது. பின்னாலேயே துரத்தியபடி சைக்கிளை நிறுத்தியவர் வந்தார். பாய்ந்து குறிவைத்து கம்பிவளைய தடியை நீட்டினான் கொல்லிமலை. வசமாக மாட்டிக்கொண்டு வீச்சென்று கத்திய பன்றி ரோட்டில் சாய்ந்து விழுந்தது. இருவரும் அதன்மேல் உட்கார்ந்து இடுப்பில் சொருகியிருந்த கயிறுகளை எடுத்துக் கால்களை இறுக்கிக் கட்டினர்.

பிரேக் சரிசெய்யப்பட்ட சைக்கிளின் கேரியரில் வைத்த பன்றி திமிறிக்கொண்டிருந்தது.

"சரி செஞ்சதுக்கு பைசா கொடுய்யா?"

"கறி வறுவல்ல வாங்கி கழுச்சுக்கோ ஆசாரி..."

"கறியே சாப்புட மாட்டோம்யா..."

“ஒருமுறை சாப்புட்டு கழுச்சுக்கோடா ரவி...”

“கொல்லிமலை வந்துட்டுப் போனதா அழகேசுகிட்ட சொல்லுடா தம்பி... இவரு தமாசு பண்றாரு...”

அன்று இரவு சைக்கிளில் வந்த களைப்புக்கு கொல்லிமலை கொடுத்துவிட்டிருந்த பன்றிக்கறி வறுவல் காரத்தோடு உள்ளே சுரீர் என்று அழகேசனுக்குள் இறங்கியது இதமாக இருந்தது. முந்தானையால் முகத்தைப் பொத்திக்கொண்டே அவனுக்கு சாப்பாட்டைப் பரிமாறினாள் மணிக்கொடி. “என்ன இதையெல்லாம் சாப்பிடறாரு’ என்று முதன்முறை நினைத்தவள் பின் அதற்குப் பழகிப்போனாள். ‘ஏன்டி மூக்கை பொத்திக்கறே.. வாசம் சுண்டியிழுக்குதா’ என்று சில சமயம் நக்கலடிப்பான். மதியழகன் அவனை நோக்கித் தவழ்ந்துவர குழந்தையின் நாவில் துளி கொழுப்புச் சுவையை வைத்தான். மதி காரத்தால் உஸ் உஸ் என்றானே தவிர அழவில்லை. அழகேசன் குழந்தையின் செயலைக் கண்டு சிரித்தான்.

★★★

1977

மாடு ஆடுகளுக்கு வைக்கோலையும் செடிகொடிகளையும் உதறி அவற்றுக்கு எட்டும் தூரத்திற்குப் பரவலாகப் போட்டுவிட்டு மணிக்கொடி நிமிர்ந்தபோது பட்டாசு வெடிச் சத்தங்கள் காதைப் பிளந்தன. மாடும் ஆடுகளும் அரண்டன. மூன்று குட்டி ஆடுகள் மட்டும் துள்ளிக் குதித்து ஆட்டம் போட்டன. இடைவிடாது வெடிகள் ரோட்டில் வெடித்து சத்தங்களை எழுப்பிக்கொண்டிருந்தன. வேகவேகமாக பின்பக்கத்திலிருந்து ரோட்டைப் பார்க்க மணிக்கொடி வந்தாள்.

“யேய்... எம்ஜியாரு ஜெயிச்சுட்டாரு. நீ கடையைப் பாத்துக்கோ... எங்கே போயிட்டான் ரவிப்பயல்...” என்றபடி அலாக்காக

ஹேண்ட்பாரைத் தூக்கி சைக்கிளை அதிரலுடன் ரோட்டில் இறக்கி உற்சாகத் துள்ளலோடு குதித்தேறினான் அழகேசன். பட்டாசு புகைக்கு மத்தியில் உற்சாகக் கூச்சல்களும் வெடிச் சப்தங்களும் ரோட்டில் தூள் பறந்து கொண்டிருந்தன. ரோட்டில் கும்பல் சேர ஆரம்பித்திருந்தது. ரவி வேகமாக சைக்கிளில் வந்து இறங்கினான். அவன் எதையும் கண்டுகொள்ளாது வாங்கி வந்திருந்த சைக்கிள் பாஸ்களை ஒவ்வொரு வாடகை சைக்கிள்களிலும் ஹாண்ட்பாருக்குக் கீழ் போர்க்குக்கு மத்தியில் இருந்த லைட் ஆங்கிளில் சிறு போல்ட் கொண்டு முறுக்கினான். வாடகைக்கு வெளியே சென்றிருந்த சைக்கிள்களுக்கான பாஸ்களை மணிக்கொடியிடம் கொடுத்தான். வெடிச் சத்தங்களால் அரண்டிருந்த மதியழகன் அவள் சேலையைப் பிடித்தபடி குறுகுறுவென நின்றிருந்தான்.

"ஏன் ரவி... உன் கட்சி தோத்துப்போயிட்டதாலே உம்முன்னு இருக்கியா?"

"ஜெயிலுக்குப் போயி நிறைய கட்சிக்காரங்க மாட்டடி வாங்கியிருக்காங்க. அதுக்காகவாவது இந்த ஜெனங்க ஜெயிக்க வச்சிருக்கலாம்க்கா..."

"உங்கண்ணே வருவாங்க சொல்லு..." என்றாள் சிரித்தபடி.

"அய்யய்யோ..." என்றான் வாயைப் பொத்திக்கொண்டு.

வெடிச்சத்தங்களும் விசில் ஒலிகளும் கூச்சல்களும் நேரத்துக்கு நேரம் ரோட்டில் அதிகரித்துக்கொண்டிருந்தன. மணிக்கொடியின் உறவுச்சுற்றுகளும் சரி அழகேசன் பக்க உறவுச்சுற்றுகளும் சரி பெரும்பாலானவங்க திமுகதான். தங்களது திருமணத்துக்கு வாழ்த்து போட்டோவாக அர்ச்சுனனும் ராமலிங்கமும் சேர்ந்து தந்திருந்த திமுக கொடியுடன் இருக்கும் அண்ணாதுரை மற்றும் சமீபத்தில் எடுத்த நாஞ்சிலாரோடு அழகேசன் இருக்கும் போட்டோக்களை நிலைப்படிக்கு மேல் நீளமான சட்டத்தில் பல போட்டோக்களுக்கு மத்தியில் இருப்பதைப் பார்த்துக்கொண்டே வீட்டினுள் சென்றாள். செய்திகளோடு அலறிய ரேடியோவின் வால்யூமைக் குறைத்தாள்.

அழகேசன் கைகாட்டிக்கு வரும்போது ராயர் கடையைப் பார்த்தான். கடையில் ராயர் கல்லாப்பெட்டி சேரில் உட்கார்ந்திருப்பது தெரிந்தது. டீ மாஸ்டர் இடுப்பில் கைவைத்தபடி நின்று கொண்டிருந்தான். கடை வாசலே வெறிச்சென்றிருந்தது. ஆனால் கடைக்கு இருபக்கங்களிலும் சந்தோஷக் கூச்சல்கள் அதிர்ந்து கொண்டிருந்தன. அழகேசன் தனக்குள் சிரித்துக்கொண்டே, ‘கூத்தாடியாம்லே..’ என்று ராயரைப் பார்த்து கற்பனையாகக் கேட்டுக்கொண்டான்.

கைகாட்டியே அதகளமாக இருந்தது. ஆங்ஞா அங்கு வந்தோருக்கெல்லாம் இனிப்பு லாடு கொடுத்துக்கொண்டிருந்தார்.

“டேய் அழகு... எங்கே போனே... ரேடியோ செய்தி கேட்டோண்ணே வந்திருக்க வேணாமா...” சொல்லிக்கொண்டே ராமலிங்கம் லாடுகள் இருந்த இன்னொரு பாத்திரத்தை அழகேசனிடம் கொடுத்தான். ஒரு லாடை எடுத்துச் சுவைத்தவன் வந்துகொண்டிருந்தவர்களுக்கு அவனும் கொடுக்க ஆரம்பித்தான். அங்கு அலகரை கல்லுபட்டி கருப்பணாம்பட்டி முள்ளூப்பாடி ஊர்களைச் சேர்ந்த அதிமுக கட்சிக்காரர்களும் குழுமியிருந்தனர்.

“சாயங்காலம் மணலூரைச் சுற்றி கட்சிக்கொடி கட்டி சைக்கிள் பேரணி வைக்கலாம் ஆங்ஞா...” என்றான் அழகேசன்.

மாலை சைக்கிள் பேரணி சுற்றை முடித்து வீட்டுக்கு வந்தபோது அழகேசன் முழு போதையிலிருந்தான்.

தேர்தல் காரிய அலைச்சல்களில் உடையாகுளம்பதூர் போவது விடுபட்டிருந்தது. போகும்போது மங்களத்தில் ஐந்து தென்னங்கன்றுகளை சைக்கிள் கேரியரில் கட்டி எடுத்துச்சென்றான்.

“வாத்தியார் ஜெயிச்ச நாவத்துக்கா...” என்றான் செல்லப்பெருமாள். அவன் மதுரைவீரன் படத்தைத் தொடர்ந்து மூன்று காட்சிகள் பார்த்தவன்.

“தம்பி வெங்காயக்காரன் போனவாரமே வந்துட்டுப் போனான்டா...” என்றாள் ராமாயி.

தென்னங்கன்றுகளை இடம் பார்த்து நட்டுவிட்டு கிணற்றுப்பக்கம் வந்தான்.

‘ஒரு நாலு மெட்டு கிணத்தை வெட்டினாக்கூட தேவலாம் போலிருக்கு’ என்று நினைத்தான். வெங்காய வியாபாரியைப் பார்த்துவர சைக்கிளை மிதித்தான். மறுபடியும் வெங்காயங்களை வந்து பார்க்கணும் என்றான் வியாபாரி.

வெங்காயங்களை வியாபாரியிடம் பேசி முடித்துவிட்டு அம்மா ராமாயியிடம் நாளை மறுநாள் கத்தரிக்காய்களைப் பறிக்க வரும் ஆட்களுக்கான கூலிப்பணத்தையும் கெடுத்துவிட்டு, “நா அஞ்சு நாளு கழிச்சு வரேன்... கத்தரிக்கா வேவாரி வருவான்...” என்றான். சைக்கிளை வேகமாக மிதித்தான். பொழுது இறங்கி இருட்ட ஆரம்பித்திருந்தது. வரும் வழியிலிருந்த மங்களம் வாழைத்தோப்புக்குள் காய்ச்சிய பட்டை சாராயத்தை ஊறுகாயோடு காரமாய் இழுத்து ஊற்றிக்கொண்டான்.

இரண்டு வாரம் கழித்து கொல்லிமலையைத் துணைக்கு அழைத்துக்கொண்டு அக்கரைக்குப் பரிசலில் போய் அங்கிருந்து பஸ்ஸில் புறப்பட்டு பழனிக்குச் சென்றான். ‘அப்பா முருகா கிணத்துல நல்ல தண்ணீ ஊத்தைக் கொடுப்பா...’

ஓவராயிலுக்கு வந்த சைக்கிளை அழகேசன் பிரித்துக்கொண்டிருக்க, ரவி அவற்றில் கழற்ற வேண்டியவற்றை ஸ்பேனரால் கழற்றிக்கொண்டிருந்தான். மதி எச்சில் ஒழுக கழற்றிவைத்த சீட் கவரை இங்கிட்டும் அங்கட்டுமாகப் புரட்டி பிறாண்டி மழலையில் சத்தமிட்டான். சைக்கிள் பெல் சத்தம் கேட்டு நிமிர்ந்தான் அழகேசன். பெல்லை அடித்தவர் ஹேண்ட்பாரில் மாட்டியிருந்த பெருத்திருந்த சாணிகலர் துணிப் பையிலிருந்து சிறிய புத்தகத்தை எடுத்தார்.

“குட்டி டேய்... போயி வாங்கிட்டு வா...”

மதி சீட் கவரை விட்டுவிட்டு தத்தக்கா பித்தக்காவென்று நடந்துபோய் வாங்கினான். 'கல்கண்டு வார இதழ்'. வந்தவன் புத்தகத்தைக் கீழே வைத்து, உட்கார்ந்து பிறாண்டிவிட்டு பின்னர் அவன் போக்கிற்கு இரண்டிரண்டு தாள்களாகக் கசக்கிப் புரட்டிப் படங்களைப் பார்த்து, "த்த்க்கா...த்த்ப்பா" என்பதைக் கண்டு ரவி சீமெண்ணெய் கைகளோடு சிரித்தான்.

கொல்லிமலை வந்தான். வெளியே வானம் இருட்டிக்கொண்டு மழைவரும் போலிருந்தது.

"வரும்போதே மழையைக் கூட்டிட்டு வரேய்யா..."

"எங்கே பெய்யுது... காத்து கலைச்சு வுட்டுடுதே..."

வேட்டியை தார்பாய்ச்சிக்கொண்டு உட்கார்ந்து தூணில் சாய்ந்துகொண்டான். வெத்தலைப்பையை எடுத்து வெத்தலையைப் போட ஆரம்பித்தான்.

"அடுத்தமாச தீவாளிக்குப் பலகாரம் சுட்டாகுதா... வாசம் கமாளிக்குது?"

மணிக்கொடி விறகடுப்பை நன்றாக எரியவிட்டு முறுக்கு சுட்டுக்கொண்டிருந்தாள். சற்றுமுன் சுட்ட அதிரசத்தைப் பிட்டு வாயில் போட்டாள். வெள்ளச்சி சுடற ருசிதான் என்று தனக்குள் சிரித்துக்கொண்டாள்.

"யோவ் தீவாளிக்கு வறுவல் போட்டா என்னய்யா?"

"வூட்டுக்கு வூடு கறி எடுத்துக்கிட்டுருப்பாக... சரிப்பட்டு வராது." வெத்தலையைப் போட்டு அதக்கினான்.

"ஆமா... நீங்க என்ன வகையறா?"

"எய்யா கேக்கறே... இனிம சாதி தெரிஞ்சுகிட்டுதான் பன்னிக்கறி தருவீயா?" சைக்கிள் வீலை பெண்டு எடுத்தபடி அழகேசன் கேட்டான்.

"இல்லே... ராயர் கடைல பேசிக்கிட்டாங்க... அவுக முத்தரைங்கன்னு தெரியும்..."

“என்ன விதண்டாவாதமாய்யா...”

“ஊருட்டு ஊரு வந்தவன்னுதான்... என்னவோ வகையறான்னு பேசிக்கிட்டானுங்க. ஒண்ணும் பிரில... அதான் கேட்டேன்...”

“ராயருக்கு என் மேலே ஒரு காண்டுன்னுதான் நினைக்கேன்...”

“நானு கருணாநிதி கட்சிதான்... நாம ஒண்ணுமண்ணாதானே பேசிக்கிட்டு கிடக்கோம்...” என்றான் கொல்லிமலை.

வெளியே தூறல் போட ஆரம்பித்தது. அன்று இரவு மழை வெளுத்து வாங்கியது. கூரையிலிருந்து சில இடங்களில் மழை நீர் ஒழுக அந்த இடங்களுக்குக் கீழே காலி பாத்திரங்களை வைத்தாள் மணிக்கொடி. முறுக்குகளைக் கண்ணாடி பாட்டிலில் போட்டு மூடினாள். லேசாகக் குளிர ஆரம்பித்தது.

‘உடையாளம்புதூர்ல மழையான்னு தெரியலையே...’ என்று யோசித்தபடியே பெட்ரமாக்ஸ் லைட்டை அணைத்தான். சைக்கிள்களைப் பூட்டிவிட்டு லாந்தர் லைட் வெளிச்சத்தைத் தூண்டிவிட்டான். வெளியே மழை ‘ச்சோ’வென்று பெய்து கொண்டிருந்தது. மின்னலும் இடியும் அதிர்ந்தன. மதி அம்மாவின் புடவைக்குள் சுருண்டு இறுக்கிப் பிடித்துக் கொண்டான்.

விடியற்காலையில் ஆடுகள் கத்த ஆரம்பித்தன. மழை இன்னும் விட்டபாடில்லை. குளிர் வேறு நடுங்க வைத்துக்கொண்டிருந்தது. கொல்லைப்புறம் சென்று கத்தும் ஆடுகளைப் பார்க்க எழுந்தான். குட்டி ஆடுகள் களிமண் மேட்டிலும் கருங்கல்லின் உயரத்திலும் நின்றிருக்க மாடும் ஆடுகளும் தண்ணீரில் மிதக்காத குறைக்கு வெடவெடத்தபடி நின்றுகொண்டிருந்தன. ஆற்றுத் தண்ணீரும் மழைத் தண்ணீரும் கொல்லையில் அலையடித்து நிரம்பிக் கொண்டிருந்தன.

“அழகேசா... ஆத்துல தண்ணீ பெருக்கெடுத்து ஓடுதாம்... மாட்டையும் ஆட்டையும் மேலே இழுத்துட்டு வந்து கட்டி வைய்யி...” என்றார் பக்கத்து வீட்டு துரைசாமி. சணல் சாக்கை

தலைக்குப் போட்டபடி கொல்லைப்புறம் போனான் அழகேசன்.

மதியம் நெருங்கியபின்னும் மழை விடவில்லை. காலையில் பெய்ததைவிட அதிகரித்திருந்தது. ரோட்டில் நீர் பெருக்கெடுத்து ஓடியது. ரேடியோவில் மூன்று நாட்களுக்கு மழை தொடரும் என்று செய்தி சொன்னது. ரோட்டில் தண்ணீர் ஓடுவதைப் பார்த்து அழகேசனுக்கு ஒரே யோசனையாக இருந்தது. 'ஆற்றுக்கரையில் வீடு கட்டியது தப்போ' பின்னாலும் தண்ணீர். முன்னால் ரோட்டிலும் தண்ணீர்.

அடுத்த நாளும் அவ்வப்போது விடுவதும் மீண்டும் பெய்வதுமாக மழை இருக்க மணிக்கொடியைக் கூப்பிட்டான்.

"மூணு நாளைக்கு வரும்படி புளிச்சோறு தயார் பண்ணு..."

விறகெல்லாம் நமுத்துக் கிடந்தது. மை அழுக்கோடு இருந்த சீமெண்ணெயை விறகில் தெளித்து அடுப்பைப் பற்றவைத்துக் கொடுத்தான். புளிசாதத்தைப் பித்தளைப் பாத்திரத்தில் நிரப்பித் துணியால் வேடு கட்டினாள் மணிக்கொடி.

ரோட்டில் தண்ணீர் மட்டம் உயர்ந்து முட்டிக்காலுக்குக் கீழ் அளவு வந்துவிட்டது. ரோட்டுக்கு எதிர்ப்புறம் குடியிருந்த கணபதி, "கடை வீடு ஆடு மாட்டையெல்லாம் நா பாத்துக்கறேன்... ஜெனமெல்லாம் தொட்டியத்து சத்திரத்தைப் பாத்து லாரியில ஓடிக்கிட்டு இருக்கு... நீ வீட்டுக்காரி கொழந்தையைக் கூட்டிகிட்டுப் போ அழகேசு..." என்றார்.

பெரியநாயகியும், "பையனையும் மணிக்கொடியையும் கூட்டிட்டுக் கிளம்பு... நாங்க பாத்துக்கறோம்..." என்றாள்.

வீட்டில் இருந்த பாத்திர பண்டங்களையெல்லாம் மூட்டைகளாகக் கட்டினான். சைக்கிள்களை நீண்ட செயினால் பூட்டினான். மணிக்கொடி முறுக்கு பாட்டிலையும் அதிரசம் இருந்த தூக்குவாளி புளி சாத போகணியையும் எடுத்து வைத்தாள். அழகேசன் கத்தினான்.

“அதையெல்லாம் வூட்டுக்குள்ளேயே வைடி.... ஊர்பட்ட ஜெனகூட்டத்துல சரிப்பட்டு வராது...”

மாந்தோப்பு வீதியிலிருந்து கரே முரே என்று ஜனங்கள் லாரியில் முண்டியடித்து ஏறிக்கொண்டிருந்தன. அங்கிருந்த வாய்க்கால் நீர் கரையை உடைத்து ஊருக்குள் புகுந்தது.

“பகவதியம்மன் கோவிலுக்குள்ளே நெஞ்சுமுட்ட தண்ணீயாம்...”

அர்ச்சுனன் நீருக்குள் இழுத்தபடி அழகேசனைத் தேடி ஓடி வந்தான். கல்லுப்பட்டியிலிருந்து ஒரு லாரியை ஏற்பாடு செய்திருந்தான்.

மணிக்கொடி, மதியழகனை முந்தியால் மூடி அணைத்துப் பிடித்துக்கொள்ள அழகேசனுடன் லாரியில் ஏறினாள். ஜென கூட்டத்தோடு லாரி, கொட்டும் மழையில் நனைந்து மழைநீரில் ஊர்ந்தபடி தொட்டியம் ஜமீன் சத்திரத்தை நோக்கிச் சென்றது.

5

1980

சிவானந்தா பள்ளியிலிருந்து தகவல் வந்திருந்தது. படிக்கட்டிலிருந்து கால் தவறி விழுந்து கையை எசகுபிசகாக ஊன்றியதால் எலும்பு முறிந்து கொண்டது. சென்ற வாரம்தான் பழனிக்குச் சென்று வந்திருந்தான். தங்களுக்கு முன் வேகவேகமாக படியேறி ஓடி உச்சியில் நின்றுகொண்டு இவர்களைப் பார்த்து இரு கைகளையும் காற்றில் பறக்கவிட்டு ‘சீக்கிரம் வாங்க.. சீக்கிரம் வாங்க..’ என்று சிரித்தபடி குதித்தான் மதியழகன். அந்தக் கைகளில் இடது கைதான் முறிந்து வலி தாங்காமல் அழுதபடி உட்கார்ந்திருந்தான்.

குளித்தலை பாலம் திறப்பு விழாவுக்கு எம்ஜியார் வருவதால் பஸ் போக்குவரத்து தடைபட்டிருந்தது. மணலூரிலிருந்து கட்சிக்காரர்கள் லாரியில் சென்றுவர ஏற்பாடாகியிருந்தது.

“எண்ணெ கட்டுதான் சரியாகும்... பிள்ளையை துறையூருக்க கூட்டிட்டுப் போ... கட்சியைப் பிறவு பாத்துக்கலாம்...” என்றார் ஆங்ஞா.

கொல்லிமலையின் துணையோடு சைக்கிளிலேயே எண்ணெய்கட்டு கட்டுமிடத்திற்குப் புறப்பட்டான். புதிதாகக்

கட்டப்பட்ட பாலத்தின் அருகே சைக்கிளை ஓட்டமுடியாத அளவிற்கு ஏகப்பட்ட லாரிகள். மக்கள் கூட்டம். அழகேசனுக்கு ஒரு கணம் மதியின் மேல் கோபமும் எரிச்சலும் தோன்றி மறைந்தது. மதி வலியால் துடித்துக்கொண்டிருந்தான். கட்சிக் கொடிகளுக்கு ஊடே புகுந்து சைக்கிளை வேகமாக மிதித்தான். அழகேசனின் சைக்கிளில் பின்னால் உட்கார்ந்திருக்கும் மதியைக் கவனித்தபடி கொல்லிமலை தனது சைக்கிளில் வந்து கொண்டிருந்தான்.

மணலூரிலிருந்து உடையாகுளம்புதூர் தூரத்திற்கு சமமாக எண்ணெய்கட்டு கட்டுமிடம் இருந்தது. இரவு வெகுநேரம் ஆகிவிட்டதால் அங்கேயே தங்கும்படி ஆகிவிட்டது. ‘குட்டி... சரியா போயிடும்டா... அழுவக்கூடாது...’

அழகேசனின் வீட்டுக்கு வலப்பக்கம் துரைசாமி குடியிருக்கும் வீட்டுக்கு அருகே மிலிட்டரியில் வேலை செய்யும் மாடசாமி கூரைவீடு கட்டி குடிவந்தான். அவன் லீவுக்கு வீட்டுக்கு வரும்போதெல்லாம் புருசன் பொண்டாட்டி சண்டை ரோட்டையே அதகளப்படுத்தும். வீட்டுக்கு இடப்பக்கம் கல்லுப்பட்டியிலிருந்து பெருமான் குடிவந்தான். அலகரை அரசுத் துவக்கப்பள்ளியில் ஆசிரியராக இருந்தான். அதிமுகவில் பெருமான் உறுப்பினர். கட்சி நோட்டிஸ் சுவர் விளம்பரங்களில் தனது பெயரை ஜியார்தாசன் என்றுதான் போடச்சொல்லுவான். ஏன் எம் என்ற எழுத்தை வேண்டாம் என்றான் என்று தெரியவில்லை.

வாத்தியார் பெருமான், “சீட்டு ஒண்ணு பிடிக்கிறேன்” என்று அழகேசனைச் சேரவைத்தான். மூன்றாம் மாதமே சீட்டை எடுத்துக் கிடைத்த பணத்தை தனியே வட்டிக்கு விட்டான். ராமலிங்கத்துடன் இணைந்து விட்டுக்கொண்டிருந்த வட்டித்தொழிலும் தனி ரூட்டில் போய்க்கொண்டிருந்தது.

கிணறு வெட்ட இரு மனதாக இருந்தான். தண்ணீர் கிடைக்குமா? பக்கத்துக் காட்டில் வெட்டி பெரிதாக ஒன்றும் பலனில்லாததைக் கண்டு யோசனையைக் கைவிட்டான். அன்று

கடலைச் செடிகளைப் பிடுங்கும் வேலை நடந்துகொண்டிருக்க வெயிலுக்கு வாடி வதங்கிய கம்மந்தட்டைகளைப் பார்த்தபடி கொட்டமுத்து செடிகளைத் தாண்டி சைக்கிள் நிறுத்தியிருந்த இடத்தை நோக்கி வந்தான். ராமாயி சைக்கிளில் மாட்டியிருந்த சட்டையின் பாக்கெட்டை துழாவிக்கொண்டிருந்தாள். ஆள் உயரத்திற்கு வளர்ந்திருந்த தென்னையின் பச்சைமட்டைகளை ஒதுக்கிக்கொண்டு அழகேசன் வருவதைக் கண்டு நிமிர்ந்து பார்த்துவிட்டு ஒதுங்கினாள். சட்டை பாக்கெட்டில் வைத்திருந்த சிகரெட்டை எடுத்துப் பற்றவைத்தான். சட்டையை மாட்டி பாக்கெட்டிலிருந்து பணத்தை எடுத்து எண்ணினான். இரண்டு ஐந்து ரூபாய் நோட்டுகளைக் காணவில்லை. அம்மா ராமாயியைப் பார்த்தான்.

“ம்மா… பணமேதும் எடுத்தியா?”

“இல்லைடா…”

தான் வரும்போது பாக்கெட்டைத் துழாவியதை வைத்து ஏதேனும் கேட்டால் வம்படி பண்ணி கெங்கவல்லியைப் பார்த்துப் போய்விடுவாள். காட்டை அப்புறம் யார் பார்த்துக்கொள்வது? அரிசி பருப்பு புளின்னு கேட்டதையெல்லாம் வாங்கித் தராமலா இருக்கிறேன். கேட்டுப் பணத்தை வாங்கிக்கலாம். இல்லைன்னா எடுத்துக்கிட்டேன்டா என்று சொல்லிவிடலாம். இதென்ன இப்படி ஒரு கயவாளித்தனம். களுத முண்டேய திருத்த முடியாது. எதாவது கேட்கப்போய் பிரச்சனையாகிவிடப் போகிறது என்றெண்ணி அவளிடம் பத்து ரூபாய் நோட்டைத் தந்துவிட்டு பிடுங்கும் கடலைச் செடிகளை அங்கேயே கட்டியிருக்கும் கீத்துக் கொட்டகையில் வைக்கும்படி சொன்னான்.

“ராப்பொழுது நரிங்க வந்துட்டுப் போவுதாம்மலேடா… நா செல்லப்பெருமாகிட்டே வூட்டுக்கே போய் வைக்கச் சொல்றேன்…” என்றாள்.

கடலையைச் செடிகளோடு இடுப்புயர சணல் சாக்கில் போட்டு சைக்கிள் கேரியரில் வைத்து சைக்கிள் டியூபால்

இறுக்கிக் கட்டினான். அம்மாவிடம் சொல்லிவிட்டு சைக்கிளை அழுத்தினான். போனமுறையே செல்லப்பெருமாள், 'ராமாயிம்மா... வெங்காயத்தேயும் கத்தரிக்காவையும் நாலைஞ்சு வல்லத்துக்கு தனியா எடுத்து வித்துப்போடுது அழகு...' என்று சொல்லியபோது கருக்கென்றிருந்தது. காட்டில் விளைவிச்சு என்ன சம்பாதிச்சோம் என்றே தெரியவில்லை. மாங்கு மாங்குன்னு வந்துபோய்க் கொண்டிருக்கிறோம். இதுல பெத்த சனியன் மொள்ளமாரித்தனம் பண்ணிக்கிட்டிருக்கு. ஏழூர்பட்டி முக்குரோட்டுக்கு வந்தான். இருட்டியிருந்தது. புல்லட்டின் காலம் போய் இப்போது டிவியெஸ்காரன் விட்டிருக்கும் இரண்டுசக்கர வாகனம் அங்கொன்றும் இங்கொன்றுமாகத் தென்பட ஆரம்பித்தன. டீக்கடையில் ஒரு டீயைக் குடித்துவிட்டு சைக்கிளை எடுத்தான். சீனிவாசநல்லூர் வாழைத்தோப்பில் பேட்டரி லைட் ஒளி நீளமாக இந்தப் பக்கமும் அந்தப் பக்கமுமாக அலைந்து கொண்டிருந்தது.

பேட்டரி லைட் வெளிச்சத்தில் காய்ச்சிய பட்டை சாராயத்தைக் குடித்தான். நாலைந்து பேர் போதையில் உளறிக்கொண்டிருந்தனர்.

"கெவர்மென்ட்டு... சாராயக்கடையை எதிர்த்து திருட்டுச் சாராயம் விக்கிறே... மவனே நாளையிலேர்ந்து நீ எப்படி காய்ச்சி விப்பேன்னு பாக்குறேண்டா..."

"குடிச்சதுக்குக் காசை கேட்டா ஏன்யா வம்படி பண்றே..."

அழகேசன், "குடிச்சதுக்கு காசைக் கொடுத்துடுய்யா... லைசன்ஸு வச்சிருந்தியான்னா கெவர்மென்ட் கடையில் குடிய்யா..." என்றான்.

"நீ யாருடா... ஒத்தை சாதிக்கார பய... வக்காலத்து வாங்க வர்றவன்... அடிச்சிப்போட்டா கேக்க நாதியில்லா..."

"யோவ் என்னய்யா ஜாதி வம்படி பண்ணிக்கிட்டு கிடக்கே... அழகேசு நீ கிளம்பு... இந்தப் பயலை நா பேசிக்கிடுறேன்..." காய்ச்சி விற்பவன் சொன்னான்.

கோபத்தினை சைக்கிள் ஹாண்ட்பாரை முறுக்கி அழுத்தி வெளிப்படுத்திய அழகேசன், 'ம்மாளே...' என்று மனசுக்குள் கறுவியபடி சைக்கிளை வேகமாக மிதித்தான். வீடு வரும்வரை மனது நிலைகொள்ளாமல் தவித்தது.

மத்திய ஆட்சியில் பிரச்சனைகள் உருவானதால் பாராளுமன்றத் தேர்தல் களைகட்டியது. இந்த முறை கட்சிப் பணம் பெருமான் வாத்தியாரின் கைக்கு வர தேர்தல் வேலைகளில் சுணக்கம் ஏற்பட்டது.

"கட்சிப் பணத்தை சுருட்டிட்டாம்டா... சொந்த சாதி சனத்துகிட்டே என்னத்தை கேட்க..." என்று ஆங்ஞா ஒதுங்கிக் கொண்டார். நின்ற இடங்களில் இரண்டில் மட்டுமே கட்சி ஜெயித்தது.

மேலே ஆட்சிக்கு வந்தவர்கள் எம்ஜியார் ஆட்சியைக் கலைக்க மே மாசம் தேர்தல் வந்தது. ஆட்சியைக் கலைத்ததோடு இல்லாமல் தாசில்தாரிடம் குடிப்பதற்கான லைசன்ஸையும் ரத்துசெய்து கடைகளை இல்லாமல் ஆக்கிவிட்டனர். இந்த முறை தேர்தல் செலவுக்கான பணத்தைக் கிளைக்கழக உறுப்பினர்களுக்கு வேட்பாளர் சாத்தப்பனே நேரடியாக அழைத்துத் தந்துவிட்டார். கொடி தோரணம் மைக் செட் என்று மணலூரே திருவிழா களைக்கு மாறி ஒரே ஆட்டமும் பாட்டமுமாக இருந்தது. காய்ச்சிய சாராயம் ஆறாக ஓடியது.

"ஆட்சியை கலைச்சா வுட்டுடுவோமா... அது சென்ட்ரல் கவர்மன்ட்டு எலக்சனு... இது புரச்சித்தலைவனோடட எலக்சனுடா..."

"போங்கடா.. நாஞ்சிலாரே திமுக பக்கம் வந்துட்டாருடே.... உங்க புர்ட்சி ஆட்டம்லாம் க்ளோஸ்டா..."

இந்த நாஞ்சிலாரைத்தான் மணலூரில் அதிமுக சிறப்பு அழைப்பாளராக அழைத்துக் கட்சியை வளர்க்க கூட்டம் போட்டோம். இந்த நேரம் பார்த்தா கட்சி மாற வேண்டும். எதிரணி அதைச் சொல்லியே மானத்தை வாங்குகிறது.

முதலில் வீட்டில் இருக்கும் நாஞ்சிலாருடன் எடுத்துக்கொண்ட போட்டோவைக் கழற்ற வேண்டும்.

மீண்டும் அதிமுக அமோகத்துடன் ஆட்சியைக் கைப்பற்றியது.

இரவு காற்றோட்டமாகப் படுக்க கடையை மறைக்கும் தட்டியை சிறிது ஒதுக்கிவைத்துவிட்டு வாசலில் கயிற்றுக் கட்டிலைப் போட்டு போர்வையை விரித்தான் அழகேசன். மதி குதியாட்டத்துடன் கட்டிலில் ஏறிப் படுத்தான்.

“இன்னைக்கு என்ன சொல்லி கொடுத்தாங்க...” என்று கேட்டவாறு கை கால்களை மெதுமெதுவாக அழுத்திக் கொடுத்தான். முறிவு ஏற்பட்டு சரியான கை மட்டும் சற்று வித்தியாசமான தோற்றத்துடன் இருப்பதாகப் பட்டது. அப்படியே தூங்கிப்போனவனை மெல்லமாகத் தூக்கி வீட்டுக்குள் படுத்திருந்த மணிக்கொடியிடம் படுக்கவைத்துவிட்டு கட்டிலுக்கு வந்தான். பனையோலையால் மணிக்கொடி விசிறிக்கொள்ளும் சத்தம் கேட்டது. வெளியே காற்று இதமாக வீசியது. ரோட்டில் லாரிகள் இப்போதெல்லாம் இரவில் அதிகம் செல்கின்றன. அவ்வப்போது வந்துபோய்க் கொண்டிருக்கும் வாகனங்களின் வெளிச்சப் புள்ளிகளைப் பார்த்தபடியே தூங்கிப்போனான் அழகேசன்.

நள்ளிரவு தாண்டியிருக்கும். அசந்து தூங்கிக்கொண்டிருந்த அழகேசனைத் தூரத்திலிருந்து பதற்றத்துடன் கூப்பிட்டபடியே நெருங்கும் ராமலிங்கத்தின் குரலைக் கேட்டு திடுக்கிட்டு எழுந்தான். வேட்டியைத் தலையைச் சுற்றி முண்டாசு போல் கட்டி டவுசர் பனியனோடு கட்டிலுக்கு வந்து படுத்தவன், “போர்வையை எடுத்து மூடுடா” என்றான். அவன் கைகள் தலையில் கட்டியிருந்த வேட்டியையே இறுக்கப் பிடித்திருந்தது. இருட்டில் ஒன்றும் பிடிபடாது அழகேசன் போர்வையை இழுத்து மூடினான். ‘யாராவது வெட்டிட்டாங்களா’ லாந்தர் லைட்டை எடுத்துவந்து பார்த்தான். மயக்கத்தில் முனகலுடன் இருந்தான் ராமலிங்கம். தலையிலிருந்து ரத்தம் வேட்டியில் கசிந்து தலையணையில் பரவியிருந்தது. மணிக்கொடி விதிர்த்துப்

போனாள். தூரத்தில் ஆட்களின் சத்தம் கேட்டு லாந்தரை அணைத்து மணிக்கொடியை உள்ளே போய் பூட்டிக்கொண்டு படுக்கச் சொன்னான். படுத்திருந்த ராமலிங்கத்தைக் கட்டிலோடு இழுத்து சைக்கிள்கள் இருந்த பகுதியில் வைத்துவிட்டு தட்டியை ஒதுக்கி வாசலை அடைத்தான். மெல்ல இருளில் நகர்ந்து அர்ச்சுனனைத் தேடிப்போனான்.

மருத்துவமனைக்கு வெளியே ஜெயாவும் மணிக்கொடியும் நின்றுகொண்டிருந்தனர். அர்ச்சுனன் இருவருக்கும் டீ வாங்கிக் கொடுத்துவிட்டு மருத்துவமனைக்குள் சென்றான்.

"நாப்பது வயசு தாண்டிட்டாவே நாய் புத்தி வந்துடும் அண்ணி..." என்றாள் ஜெயா, மணிக்கொடியிடம்.

மணிக்கொடிக்கு என்ன சொல்வதென்றே தெரியவில்லை. ராமலிங்கண்ணனுக்கு புத்தி ஏன் இப்படிப் போக வேண்டும். ஜெயாவுக்கு தொழுநோயின் ஆரம்ப அறிகுறிகள் கை கால் விரல்களில் தென்பட ஆரம்பித்திருந்தன. அவள் அதை லாகவமாக முந்தானையால் மறைத்துக்கொண்டுதான் மற்றவர்களிடம் பேசுவாள். அரசு ஆஸ்பத்திரியில் காட்டி மருந்து மாத்திரை சாப்பிட்டுக் கொண்டிருப்பதாக ஒருமுறை சொல்லியிருந்தாள். அதனால்தான் ராமலிங்கண்ணன் ரூட் மாறிட்டாங்களோ என்று நினைத்துக்கொண்டாள்.

"அழகேசண்ணே மட்டும் உடனே ஆஸ்பத்திரிக்குக் கொண்டு வரலைன்னா தலையிலேர்ந்து கொட்டற ரத்தத்துக்கு மனுசன் தாக்குப்புடிக்க முடியுமாண்ணி..."

மருத்துவமனையின் உள்ளேயிருந்து ஜெயாவைக் கூப்பிட அவள் உள்ளே சென்றாள்.

ராமலிங்கத்தின் வீட்டுக்குப் பின்பகுதியை ஒட்டியபடி வாழையிலைகளை விற்கும் மங்களத்தின் கடைசிப் பெண்ணுக்கும் ராமலிங்கத்துக்கும் ஜன்னல் வழியே தொடர்பு ஏற்பட்டு சம்பவத்தன்று கசமுசாவாகி பெண்ணின் அண்ணங்காரனிடம் சிக்கிக்கொண்டனர். ராமலிங்கம் அவனிடம் இருந்து திமிறி

வெறுமனே சாத்தியிருந்த ரைஸ்மில்லுக்குள் நுழைந்தான். இருட்டில் தடுமாறி எதிலோ விழ கூர்முனையான இயந்திரப்பகுதி தலையில் சொருகியது. அண்ணங்காரன் கூடப் பிறந்தவளின் முடியைப் பிடித்து தரதரவென்று இழுத்து வீட்டில் அடைத்துவிட்டு ரைஸ்மில்லுக்குள் நாலைந்து பேரோடு நுழைந்தான். வேட்டியைத் தலையில் இறுக்கிக் கட்டிக்கொண்டு எதிர் வாசலை நோக்கி ஓடினான் ராமலிங்கம்.

“யேய் வா போகலாம்...” அழகேசன்.

“என்னாச்சுங்க...”

“நாலைஞ்சு தையல் போட்டுருக்காங்க...” என்றான் மணிக்கொடியிடம்.

அதற்குப் பிறகு அழகேசன், மங்களத்தம்மாள் இலைக்கடை பக்கம் போனாலே, “எங்கிருந்தோ வந்த பயலை வளரவிட்டதே தப்பு...” என்று பேசி காறித் துப்புவாள். அவன் கேட்டும் கேளாதவனாக நகர்ந்துவிடுவான்.

சத்திரத்திலிருந்து தங்கராசு வந்திருந்தான். கொளந்தபாளையத்தில் இருக்கும் குலதெய்வக்கோவில் ஆடி பதினெட்டு பூசை குறித்துப் பேச வந்திருந்தான். அழகேசன், ‘புடவைக்காரியம்மனைப் பங்காளிங்க யாரும் கண்டுக்கிறதேயில்லப்பா...’ என்றவன் அவனிடம் வரிப்பணத்தைக் கொடுத்துவிட்டு, ‘மாமன் மச்சினனுங்க வீரமாத்திக்குக் கட்டியிருக்கிறதைவிட நாம புடவைக்காரிக்குப் பெரிசா கட்டி கும்பாபிஷேகத்தைப் பண்ணிப்புடணும்’ என்றான் அழகேசன்.

ஆடி விழாவுக்குக் குலதெய்வம் கோவிலுக்குச் சென்றுவிட்டு வந்தனர். ராமாயியிடம் மதியழகன் ஒட்டிக்கொண்டு தொண தொணவென்று ஏதேனும் பேசிக்கொண்டே வந்தான். ராமாயி ஒரு கட்டத்தில், “நா உன்னையே கண்ணாலம் கட்டிக்கறேன்...” என்றாள் சிரிக்காமல். மதியழகனுக்கு வெட்கம் பிடுங்கித் தின்றது.

மூன்று பஸ் மாறி வந்த பயணக்களைப்பு நால்வர் முகத்திலும் பூசியிருந்தது. மணிக்கொடி கடைக்குள் விழுந்து கிடந்த போஸ்ட்கார்டை எடுத்தாள். ‘மறுபடியம் பேசி கணக்கை முடித்துக்கொள்ளலாம்- ராமலிங்கம்.’

“பக்கத்துலர்ந்துகிட்டு தபால் போட்டுருக்காரு ராமலிங்கண்ணே?” என்றாள்.

“போன வாரமே வாய்சண்டையாயிடுச்சுடி...” என்றான் அமைதியாக.

‘அவனால்தான் இந்த ஊருக்கே வந்தேன். கடைசியில் பணத்தால் உறவு கெட்டு கீழே விழும்படி ஆயிடுச்சே...’

அழகேசனுக்குள் பல எண்ணங்கள் அலையடித்தன.

★★★

1984 - 1985

கிணறு வெட்டும் முஸ்தீபுகளில் அழகேசன் இறங்கியிருந்தான். ரவி மர ஆசாரி வேலைக்குச் செல்வதாகச் சொல்லிவிட ரவி அப்பாவின் ரெண்டாம் தாரத்துக்குப் பிறந்த ரவியின் தம்பி பெரியசாமி கடை வேலைக்கு வந்திருந்தான். ரவிபோல் இவன் வேலையைப் புரிந்து செய்வதில்லை. அப்பன் சாமிக்கண்ணுவின் தொந்தரவு தாங்காமல் வேலைக்கு வந்தவன் போலிருந்தான். சைக்கிள் துடைக்கும் கிரீஸ் மையோடு இருந்த துணியை மெலிசாக சுருட்டி தீக்குச்சியால் பற்றவைத்து சிகரெட்டை இழுப்பது போல் இழுத்தான். அவன் இழுத்ததோடு இல்லாமல் மதியழகனின் வாயிலும் திணித்து, “புகையை இழுடா” என்றான். புகை உள்ளே சென்று மதியழகன் கடுமையாக இருமினான்.

“செவிட்டு பாம்பு ஓடுச்சுன்னு நெருப்பு பத்த வச்சேண்ணே...

தம்பி இழுத்துட்டாண் போலிருக்கு...” எல்லோரையும் நம்ப வைத்துச் சமாளித்தான். சொன்னால் தனக்குதான் அடிவிழும் என்று மதி ஒன்றும் சொல்லாது இருமலை நிறுத்தினான்.

கல்கண்டு புத்தகத்தை வாரம் தவறாமல் படித்துவிடுவான் மதி. முதன்முதலில் படிக்க ஆரம்பித்தபோது ஒரு பக்கத்தில் இரண்டாகப் பிரித்து பத்திகளாக விரியும் செய்திகளை ஒரே நேர்க்கோடாக படித்தான்.

“ஒன்றுமே புரிய மாட்டேங்குதும்மா...”

“நடுப்பற இடைவெளி இருக்கு பாத்தியா... அதனால இந்தப் பாதியை மேலர்ந்து கீழமா படிச்சுட்டு அப்பறமா அடுத்த பாதியை இதே மாதிரி படிக்கணும் குட்டி...”

கடந்த மூன்று வருடங்களாக சைக்கிள் பையில் வரும் கல்கண்டுக்காக சனிக்கிழமையானால் படபடப்போடு காத்திருப்பான். வந்ததும் இப்போதெல்லாம் முதலில் படிப்பது மர்மத் தொடர்கதையைத்தான்.

சைக்கிள் வேலை செய்தபடியே மதி ஆவலாக ஓடி புத்தகத்தை வாங்குவதைப் பார்ப்பான் அழகேசன்.

அன்று அர்ச்சுணன், “எம்ஜியாருக்கு உடம்பு சரியில்லையாம்லே...” என்ற அதிர்ச்சித் தகவலோடு வந்தான்.

வீலை பெண்டெடுத்துவிட்டு போக்ஸ்களை முறுக்கிக்கொண்டிருந்த அழகேசன், “அய்யோ” என்று நிமிர்ந்தான். பாடிக் கொண்டிருந்த ரேடியோ ஸ்டேஷனை மாற்றிமாற்றி ஏதேனும் செய்தி கிடைக்குமா என்று பார்த்தான். விஷயத்தை ரகசியமாக வைத்திருப்பார்கள் போலிருக்கிறது. கடைக்கு ஆளாளுக்கு வர ஆரம்பித்து விட்டனர். எம்ஜியாருக்கும் இறப்பு வருமா என்ன? நாளாக நாளாக விஷயம் கண் காது மூக்குவைத்து விதவிதமாகப் பரவியது. ‘நீங்க நல்லாயிருக்கோணும் நாடு முன்னேற...’ பாடலை ஒலிக்கவிட்டு வேண்டுதல் பந்தல், கட்சி சார்பில்

வைக்கப்பட்டது. சிகிச்சைக்காக அவர் அமெரிக்கா கொண்டு செல்ல இருப்பதாக பெருமான் வாத்தியார் செய்திப் பேப்பரைக் காட்டினான்.

படுவேகமாக சைக்கிளில் வந்த ரைஸ்மில்லுகாரர் இறங்காமல் நின்றுகொண்டே பெரியசாமியிடம், " எங்கேடா அழகேசு?" என்றார். குரல் கேட்டு வீட்டுக்குள்ளிருந்து அழகேசன் வந்தான்.

"இந்திரா காந்தியை சுட்டுட்டாங்களாம்... எந்த ரேடியோலயும் இதுவரை செய்தியே வரலை..." கூறிவிட்டு வேகமாகக் கிளம்பினார்.

பெரியசாமி ரேடியோவைத் திருப்பித் திருப்பி திருகிப் பார்த்துவிட்டு, "என்னண்ணே ரேடியோ வைச்சிருக்கே?" என்றான்.

"அவரு மாமா டெல்லில இருக்காருடா... மில்லுக்கு போன்ல சொல்லிருப்பாரு..."

மணலூரில் பலசரக்குக் கடை ஜானகிராமன் செட்டியார்தான் முதலில் தொலைக்காட்சிப் பெட்டி வாங்கினார். ஊரே இந்திராகாந்தி எரியூட்டலை ரோட்டை அடைத்துக்கொண்டு நெருக்கியடித்து டிவி பெட்டியில் பார்த்தது. மதியழகன் கருவாட்டுக் கடை வாசல்படியில் ஏறி நின்று எவ்வி எவ்விப் பார்த்தான். வெள்ளை ஜிப்பா போட்டவர் சுற்றிவருவதும் நெருப்பு எரிவதும் பல மனிதத் தலைகளுக்கு மத்தியில் தெரிந்தது.

மத்தியில் உடனே பதவியேற்ற ராஜிவ் காந்தி சில மாதங்களில் ஆட்சியைக் கலைத்துவிட்டு பலத்தை நிரூபிக்க விரும்பினார். ராஜிவ் ஆதரவால் சிகிச்சைக்காகச் சென்றுவிட்ட எம்ஜியார் இல்லாமல் சில மாதங்களுக்கு முன்னரே தமிழக ஆட்சியையும் முறைப்படி கலைத்துவிட, இரு தேர்தல்களும் ஒரே நேரத்தில் நடந்தது. மணலூரில் பணமும் சாராயமும் போனவருடம் அறிமுகப்படுத்திய சீமைச் சரக்கும் தாராளமாகப் புழங்கிக் கிறங்கடித்தது. எந்த நேரமும் கட்சி வேலையும் போதையுமாகவே

அழகேசன் இருந்தான். போன வருசம் தலைவர் நடிகை ஜெயலலிதாவைக் கட்சிக்குள் கொண்டுவருவதை எதிர்த்துக் கட்சியைவிட்டு விலகிய எஸ்டிஎஸ் தனிக்கட்சி தொடங்கி தேர்தல் களத்தில் ஆட்களை இறக்கியிருந்தார். சாத்தப்பனுடன் இதுநாள்வரை ஒட்டி உறவாடிய கண்ணையன் எஸ்டிஎஸ்ஸின் கட்சி சார்பாக சாத்தப்பனையே எதிர்த்து நின்றான்.

"மூணாவது முறையும் இவரேதான்னா என்னய்யா அர்த்தம்?" மணலூரிலேயே ஒரு பிரிவு சாத்தப்பனைப் பார்த்து முறுக்கிக்கொண்டு கண்ணையனை ஆதரித்தது.

மதியழகனுக்கு ஊர்த் திருவிழா நடப்பதுபோல் மனசுக்குள் துள்ளாட்டம் வந்திருந்தது. எங்கு திரும்பினாலும் மைக் செட் காது ஜவ்வு கிழிய அலறிக்கொண்டிருந்தது. வீட்டிலிருந்து பள்ளி செல்லும் ரோட்டின் இருமருங்கிலும் பல கட்சிகளின் விதவிதமான பலநிறக் கொடிகள் பறந்துகொண்டிருந்தன. வகைக்கு ஒன்றாக எடுத்துப் புத்தகப் பையில் திணித்தான்.

கிணறு வெட்டும் பணி நல்லபடியாக நடந்து முடிக்க அழகேசன் கெடா வெட்டுவதாக மணலூர் பகவதி அம்மனிடம் வேண்டிக்கொண்டான். மணிக்கொடியை விட்டு சத்திரத்திற்குப் போய் எல்லோரையும் கெடாவெட்டுக்கு வரச்சொல்லிட்டு வா என்று அனுப்பினான்.

"ஜெயிச்சும் ஆட்சிக்கு உடனே வர முடிய்யலேயே..." கடைக்கு பதமை பேச வந்திருந்த கொல்லிமலை வெத்தலையைப் போட்டபடிக்கு அழகேசனின் வாயைக் கிளறினான்.

"யோவ்... தலைவரு படுத்துக்கிட்டே ஜெயிச்சாரா இல்லீயா..? அடுத்த வருசம் அமெரிக்காவுலருந்து வந்தோன்னயே பதவியேக்கிறார்யா..." என்றான் அழகேசன்.

"என்த்த அட்த்த வர்சம்... ரெண்டு நா கழிஞ்சா வரசபிறப்பு..."

மணிக்கொடி, தங்கராசு வீடு தனது அத்தை பசங்க வீடு என சென்று, "வீட்டுக்காரரு கண்டிப்பா வரச் சொன்னாரு..."

என்றுதான் எல்லாருக்கும் அழைப்பு விடுத்தாள். அன்று வெள்ளச்சியோடு டென்ட் கொட்டகையில் முரட்டுக்காளை படம் பார்த்தாள். மதியழகன் துள்ளிக் குதித்தான் திரையரங்கில். மாட்டை அடக்கும் காட்சியில் அவனை அடக்குவதே பெரும்பாடாகி விட்டது மணிக்கொடிக்கு.

"அவரு எங்கயுமே கூட்டிட்டுப் போ மாட்டேங்கறாரும்மா..." என்று வெள்ளச்சியிடம் அடுத்த நாள் புகார் வாசித்துவிட்டு பஸ் ஏறினாள். மதிக்கு 'பொதுவாக எம் மனசு தங்கம்' பாட்டே ஆயுசுக்குப் போதும் போலிருந்தது. எந்நேரமும் அதையே உச்சரித்துக் கொண்டிருந்தான்.

கிணறு வெட்டும் கடைசி நாளின்போது வெடித்த வெடியால் கிணற்றுக்குள்ளிருந்து பாறைச் சில்லு ஒன்று அழகேசனின் இடது முட்டிக்காலுக்குக் கீழே பாய்ந்து ஆழமாகக் காயத்தை ஏற்படுத்த அலறியபடி கீழே விழுந்தான். கிணறு முழுக்கப் பாறைச் சில்லுகள் தெறித்துப் புகை மண்டலமாக இருந்தது.

படுகாயத்திற்குக் கட்டு கட்டி மாத்திரை மருந்துகளோடு மணலூருக்கு வந்து கட்டிலில் படுத்த படுக்கையாக இருந்தான். கெடா வெட்டுவதாகச் சொல்லிய்இருந்த நாள் வேறு நெருங்கிக்கொண்டிருந்தது. அடிமேல் அடி என்பதாகக் கெடா வெட்டுவதாக வேண்டிக்கொண்ட ஆடு கயிற்றை அறுத்துக்கொண்டு காணாமல் போய்விட்டது. கொல்லிமலையை விட்டு தேடச் சொல்லியிருந்தான். கிடைத்தபாடில்லை. விருந்துக்குச் சொல்லியிருந்தவர்களும் கடிதம் போட்டு அழைத்திருந்தவர்களும் ஒவ்வொருவராக வர ஆரம்பித்திருந்தனர்.

கிடாவெட்டுக்கு முதல்நாள் மதியழகன் கட்டிலில் வலியோடு படுத்திருந்த அழகேசனிடம் ஓடி வந்தான்.

"அப்பா ஆடு அதுவாவே வந்துடுச்சு..."

யாரோ கட்டிவைத்திருக்க திமிறி வந்தது போலிருந்தது ஆடு.

சைக்கிள் கல்லாப்பெட்டியிலிருந்து யாருக்கும் தெரியாமல் பத்துப் பைசாவையும் ஐந்து பைசாவையும் மதியழகன் எடுத்தான். ராதா செட்டியார் கடையில் முரட்டுக்காளை பாட்டுப் புத்தகத்தை வாங்கி பாட்டுகளை மனப்பாடம் பண்ணினான்.

கோவிலில் படையல் போட்டு கெடாவெட்டி கறி வெந்து கொண்டிருந்தது. சமையல் வேலையை சத்திரத்து பெரியநாயகியக்காவின் மகன் சுப்பிரமணியும் ராமாயியும் பார்த்துக்கொண்டனர். கடை வேலைக்கு வரும் பெரியசாமி கூடமாட இருந்தான்.

வெள்ளச்சி உடம்பு திமுசுக்கட்டையாக முறுக்கிக்கிடக்க மதியை முதுகில் ஏறி மிதிக்கச் சொன்னாள். “காசு தருவீயா அம்மாச்சி” என்று உத்தரவாதம் வாங்கிவிட்டு சுவரைப் பிடித்தபடி மிதிக்க ஆரம்பித்தான். அவனையும் அறியாமல் “பொதுவாக எம்மனசு தங்கம் ஒரு போட்டின்னு வந்துட்டா சிங்கம்...” பாட ஆரம்பித்தான். திரும்பத் திரும்ப அதே வரிகளையே பாடிக்கொண்டு தனது அம்மாச்சியை மிதித்துக் கொண்டிருந்தான்.

“என்னடா ஒரே வரியைப் பாடிக்கிடக்கவன்...”

தனது புத்தகப்பையில் வைத்திருந்த பாட்டுப் புத்தகத்தை எடுத்து அடுத்த வரியைப் பார்க்க வந்திருந்த உறவினர்களை இடித்தபடி ஓடினான். பாட்டுப் புத்தகத்துடன் மதி இருப்பதை அழகேசன் பார்த்தான். வந்த வேகத்தில் ஓங்கி ஓர் அறை விட்டான். பொறிகலங்கிப்போய் மதி கத்திய அலறலில் வந்திருந்த உறவினர்கள் அரண்டு போயினர்.

அழகேசனுக்குக் கால் காயத்தின் வலி உயிரை எடுத்தது. ‘சத்திரத்திற்குச் செல்லும்போதெல்லாம் கூப்பிட்டு சோறு போடாதவன்லாம் கெடாவெட்டுக்கு வந்து நிக்கிறான். வர வேண்டியவங்கல்லாம் வரலை...’

கறிக்கொழம்பு வாசம் காற்றில் சுண்டியிழுத்தது. மெல்ல

ரோட்டோரத்திலிருந்த வேப்பமரத்தடிக்கு வந்தான். அப்போது பெருமான் வாத்தியார் புதிதாக புக் செய்து வாங்கியிருந்த டிவியெஸ் கம்பெனியின் இரு சக்கர வாகனத்தில் வந்து கொண்டிருப்பது தெரிந்தது. ‘இது புல்லட்டுக்கு மாற்று இல்லை. சைக்கிளுக்கு வைத்த ஆப்பு’ என்பதாக உணர்ந்தான் அழகேசன்.

6

1987

மனதில் நினைத்த காரியங்கள் சிலசமயம் கைகூடும். பல சமயங்களில் கைநழுவி விழுந்துவிடும். தனக்கான புன்செய் நிலம் கைகூடியது. ஆனால், அதனால் கிடைத்த வரும்படி கைநழுவி விழுந்த கதையாக இருக்கிறது. கிணற்றில் தண்ணீர் ஊற்றெடுத்துப் பெருக்காததைக் குறித்து யாரிடம் புகார் சொல்வது. மாடாய் சைக்கிளை மிதித்துச் சென்று வந்ததுதான் மிச்சம். ஆடுகளையும் கன்றுக்குட்டியோடு மாட்டையும் விற்றுவிட்டான்.

பக்கத்து வீட்டில் குடியிருந்த துரைசாமி-பெரியநாயகியக்கா இங்கிருந்து மேற்கே ஆற்றுக்கரையோரமாக சொந்த வீடு கட்டி சென்றுவிட்டனர். அங்கம்மாள் வீட்டை பாதி தடுத்து சலூன் கடையில் வேலை செய்யும் பழனிக்கு வாடகைக்கு விட்டு ஒருபக்கம் தானும் குடியிருந்து கொண்டாள்.

பெருமான் வாத்தியார் சீட்டு பிடிப்பதோடு வட்டிக்கும் விட ஆரம்பித்தான். மாசச் சம்பளத்தில் விடுபவனுக்கும் தனக்கும் பெரிய வித்தியாசம் இருப்பதாக உணர்ந்தான் அழகேசன். ராமலிங்கம் பிரிந்ததோடு பேசுவதும் இல்லை.

ஆங்ஞாவின் மறைவிற்குப் பின் ராஜா சைக்கிள் கடை தன் வரலாற்றுப் பக்கத்தை முடித்துக்கொண்டது. அங்கு வேலை செய்த மாரியப்பன், ராமலிங்கத்தின் ஜெயா சைக்கிள் கடைக்கு வேலைக்குச் சென்றான். சைக்கிள் ஸ்பேர் பார்ட்ஸ்களை அழகேசன் மட்டும்தான் மணலூரில் விற்பனை செய்தான். காசு விஷயத்தில் பெரியசாமி திருட்டுத்தனம் செய்ததால் வேலையை விட்டுப் போகச் சொல்லிவிட்டான். ஒசூர் ஃபேக்டரியிலிருந்து அலையலையாக பெட்ரோலில் இயங்கும் இரு சக்கர வாகனங்கள் கிளம்பி வந்து கொண்டிருந்தன. அவை மாயசூத்திரத்தில் சைக்கிள்களை அடித்து வீழ்த்தித் தள்ள திட்டம் தீட்டின. மூக்கு நுனிக்கு முன் நடந்ததை யாரும் உணர்ந்ததாகத் தெரியவில்லை.

‘சைக்கிளை எடுத்து வீதிக்குப் போய் ஓட்டிப் பழகுடா’ என்று சைக்கிளோடு மதியழகனைத் துரத்தினான் அழகேசன். தன்னைவிட சற்று உயரமாக இருக்கும் ஹாண்ட்பாரைப் பிடித்து பெடலை உந்தி அவனால் குரங்குப் பெடல் போடும் அளவுக்குக்கூட உடல்வாகு வளைந்து கொடுக்கவில்லை. இரண்டு மாதமாகியும் அவன் சைக்கிள் ஓட்டக் கற்றுக்கொள்ள சுணங்குவதும் பயந்து ஒதுங்குவதும் கண்டு அழகேசன் கோபத்தில் கண்மண் தெரியாமல் அடித்தான். தடுக்கவந்த மணிக்கொடிக்கும் கன்னத்தில் ரெண்டு சுளீரென்று விழுந்தது. ஞாயிற்றுக்கிழமை வந்துவிட்டாலே கால்கள் நடுங்க ஆரம்பித்தன மதியழகனுக்கு.

“பொம்பளைப் பிள்ளைகல்லாம் அசால்ட்டா ஓட்டுதுங்கடா... வெக்கமாயில்லே...” அழகேசன் ஸ்பேனரை விட்டெறிந்தான். அடிபடாமல் இருக்க ஒதுங்கிய மதி தடுக்கி விழுந்தான்.

வாத்தியார் பெருமான் பெண்கள் விஷயத்தில் புகுந்து விளையாடுவதாக ஊருக்குள் ரகசியப் பேச்சு பரவியிருந்தது. சௌடேஸ்வரி அம்மன் கோவில் தெருவில் ஒரு தேவாங்கர் பெண் வீட்டிற்குப் பட்டப்பகலில் பெருமான் சென்றுவருவதைத் தானே பார்த்ததாக கொல்லிமலை சொன்னான்.

“முடியிருக்கிறவ அள்ளி முடிஞ்சுக்கிறா... உனக்கென்னய்யா?”

வாத்தியார் மனைவி கணவனுடன் இதுகுறித்து ஓயாது சண்டையிட, அது ஓரளவுக்கு எல்லை மீறி ரோட்டுக்கு வந்தது. எல்லோரும் வேடிக்கை பார்க்க அழகேசன்தான் இருவரின் அடிபிடிகளையும் பிரித்து சமாதானப்படுத்த முயல்வான். சில நாட்கள் கழித்து இவர்களா சண்டையிட்டுக்கொண்டது என்பது போலிருக்கும். இரு மகள்களோடு புருசனும் பொண்டாட்டியும் நெருக்கியடித்து உட்கார்ந்து இருசக்கர வாகனத்தில் அலகரைக்குப் பறப்பார்கள்.

அந்தத் தேவாங்கர் பெண் சேலத்துக்குச் சென்றுவிட சலூன் கடையில் வேலை செய்யும் பழனியின் மனைவி சகுந்தலாவுடன் எப்படியோ தொடர்பு ஏற்பட்டுவிட்டதைத் தெரிந்துகொண்ட அங்கம்மாள் இது ஏதடா வம்பு என்று வீட்டைக் காலி பண்ணச் சொல்லிவிட்டாள்.

அழகேசன் குடிவந்த ஆரம்பக் காலத்தில் சண்டை சச்சரவு செய்த இடது பக்க வீட்டு மயில்சாமி, ராக்கம்மாவின் கடைசிப் பெண்ணுக்கும் வாத்தியாருக்கும் கசமுசா உருவாகத் தொடங்கியது. பெருமான் தான் கைவைத்தவர்களைக் காசால் குளிப்பாட்டி தண்ணீர் தெளித்து விட்டுவிடுவான். அவர்களெல்லாம் வேறு சாதிசனம். ராக்கம்மா-மயில்சாமி குடும்பம் பெருமானின் சாதியான முத்தரையரைச் சேர்ந்தது. அந்தப் பெண் தன்னைக் கல்யாணம் செய்துகொண்டே ஆக வேண்டும் என்று விடாப்பிடியாகப் பெருமானை நச்சரித்தது.

ஆற்றுப்பக்கம் ராதா செட்டியாரின் கடையோடு வீடிருக்கும் பின் பக்கக் கரையோரமிருக்கும் புளியமரத்தடியில் வாத்தியாருடன் நடுராத்திரி சல்லாபத்தில் இருந்த அந்தப் பெண் கல்யாணம் செய்துகொள்ள வற்புறுத்தினாள். பெருமான் மறுத்தபடி கோபத்துடன் எழுந்தான். அப்போது அவனை மறைந்திருந்த பெண்ணின் தந்தை மயில்சாமி கைகளைப் பின்னால் முறுக்கிப் பிடித்தார். திமிறினான். “ஒத்துக்க மாட்டிங்கிறாருப்பா...” என்று அழுகுரலில் கிசுகிசுத்தாள். பெருமான் தனது கழுத்து

கத்தியால் அறுபடுவதை உயிர்பயத்தில் உணர்ந்தான். முட்டி மோதி பிடியிலிருந்து திமிறி விடுபட்டு வேட்டியைத் தூக்கிப் பிடித்தபடி தலைதெறிக்க இருட்டில் ஓடினான். “அய்யோ காப்பாத்துங்க... காப்பாத்துங்க...” அவன் பின்னங்கால் பிடறியில் அடிக்க கரையேறி ரோட்டில் ஓடினான். அவன் கத்தல் இருளைக் கிழித்தது. பலரைக் கவனிக்க வைத்தாலும் இருளுக்குள் தூங்கிவிட்டோம் என்ற பாவனையில் பதுங்கினர். அங்கம்மாள் இருளுக்குள்ளிருந்து ஜன்னல் வழியே பார்த்தவள் ஜன்னல் கதவைச் சாத்திக்கொண்டாள்.

“அழகேசன் காப்பாத்துங்க அழகேசன்...” காதுக்குள் அறைந்த கத்தலால் வெளியே கட்டிலில் படுத்திருந்தவன் திடுக்கிட்டு எழுந்து உட்கார்ந்தான். சில விநாடிகள் அவனுக்கு ஒன்றும் புரியவில்லை. ஓடிவந்த பெருமான், அழகேசனின் காலுக்கருகே விழுந்து மயங்கினான். மண் தரையெங்கும் கழுத்திலிருந்து வழிந்த ரத்தம் இருளுக்குள் பரவியது.

கரண்ட் சர்வீஸ் இழுத்தான். பிவிசி குழாய் பைப் வீட்டின் கூரைக்கும் நிலைப்படிக்கும் இடைப்பட்ட சுவரில் நீளமாக ஓடியது. குண்டு பல்ப் தனது மஞ்சள் ஒளியை வீடு முழுக்கப் பரப்பியது. சைக்கிள் கடை பகுதியில் மட்டும் டியூப்லைட் இரண்டு எரிந்து குளிர்ச்சியை உண்டு பண்ணியது. சைக்கிள் வேலை செய்யுமிடத்தில் ஒன்றும் மற்றொன்றை அதை ஒட்டி வாடகை சைக்கிள்கள் நிறுத்தி வைக்குமிடத்திலும் வெள்ளைக் குழல் விளக்குகள் எரிந்தன. மதிக்குக் குழப்பமாக இருந்தது. எதிர்த்தவீட்டு டீக்கடை தாத்தா பரமசிவம் வீட்டில் மட்டும் சுவருக்கு மேல் பட்டை பட்டையாக ஒயர் கனெக்சன் இருக்குதே என்று கேட்டான் மணிக்கொடியிடம். அது அந்தக் காலம், இது இந்தக் காலம் என்று சொல்லிச் சிரித்தாள்.

அறிவியல் பாடப் புத்தகத்தில் படித்த கார்பனின் செயல்வினையைப் பரிசோதிக்க விரும்பினான் மதி. கார்பன் பென்சிலை நன்றாக சீவி முனையை சிறிய மரப்பெட்டிக்குள் பொருத்தியிருந்த பிளக்கின் ஒரு ஓட்டையில் சொருகினான். பட்டென்று எரிந்த லைட்டுகளெல்லாம் அணைந்தன. யாரும்

பார்க்கவில்லை. அப்படியே ஒன்றும் தெரியாதவனாகப் பதுங்கினான். உடலெங்கும் வியர்த்தது. ஃபியூஸ் கேரியரைப் பிடுங்கிப் பார்த்த அழகேசன் எப்படி என்பதாக யோசித்தபடியே லைன்மேனைத் தேடிப் போனான்.

சைக்கிள் ஓட்டவே இப்படித் தடுமாறுகிறானே என்று சின்ன லேடீஸ் சைக்கிளை வாங்கிக் கொடுத்து, 'பழகுடா' என்று அதட்டினான் அழகேசன். மாந்தோப்பு வீதியில் சைக்கிளோடு மல்லுக்கட்டிக் கொண்டிருந்தான் மதியழகன். உந்தி ஏறுவதும் பிடிபடவில்லை; ஓட்டுவதற்கான பேலன்ஸும் வரவில்லை. அப்போது அந்தப் பக்கமாக தன்னுடன் படிக்கும் சிவகுமார் தனது அம்மாவுடன் வந்தான். இவனிடம், "அப்பாகிட்டே வட்டிக்குப் பணம் கேட்டா தருவாங்களா மதி..." என்று கேட்டான். அவனின் அம்மா மதியழகனையே பார்த்தபடியிருந்தாள். கேட்டுப் பாருங்கள் என்றவன் சைக்கிளை உந்தித் தள்ள ஆரம்பித்தான்.

யாரோ ஒருவர், 'சைக்கிள் கடை வச்சிருக்கிறவனோட பையனுக்கு சைக்கிள் ஓட்டறதுக்கு வரலே' என்று நக்கலடிக்க மதியின் முகம் இருண்டது. அடுத்தநாள் எழுந்தபோது, 'தலை வலிக்குது' என்றான். தைலத்தைத் தடவிவிட்டாள் மணிக்கொடி. தலைவலி பாரத்துடன் வின்வின் என்று வலிப்பதாகச் சொல்ல ஆரம்பித்தான்.

ராமாயி பேரனைப் பார்க்க வந்தாள். "எங்கே வலிக்குதுய்யா..." என்றவள் தலையை லேசாகப் பிடித்துவிட்டாள். அவளைப் பார்த்து சிரித்தான். 'சரியாகிடும்டா சின்னப் பயலே.. நீயு பீய்யேயீ பீயே படிப்ப படிப்பே...' என்றாள். 'எங்கே அப்பாயி... இன்னொருக்கா சொல்லு...' என்றான். அவளும் மீண்டும் சொல்லிவிட்டுப் பொக்கைவாயைக் காட்டி சிரித்தாள்.

வாடகை சைக்கிள் போன விபரங்களை எழுதும் நோட்டில் மூன்று பக்கங்கள் தினமும் முன்னரெல்லாம் தீரும். இப்போதெல்லாம் ஒரு பக்கம் நிறைவதே பெரும்பாடாகயிருக்கிறது. ஐந்து வாடகை சைக்கிள்களை மட்டும் வைத்துக்கொண்டு மீதி

பதினைந்து சைக்கிள்களை அவ்வப்போது ஒவ்வொன்றாக விற்க ஆரம்பித்தான் அழகேசன். 'வட்டி தொழில் செய்கிறான் அழகேசன்' என்று ஊருக்குள்தான் பேச்சு. அதுவும் சுணக்கம் கண்டிருந்தது.

சின்னாயி லட்சுமி பார்த்துவிட்டுப் போகலாம் என்று வந்திருந்தாள். ராமாயிக்கும் லட்சுமியாயிக்கும் மேலுதட்டின் இடது புற ஓரத்தில் இருக்கும் பரு போன்ற மச்சம்தான் வித்தியாசம். பரு மச்சத்தையே மதி பார்த்தான்.

"சின்னப்பாயி நீ அப்பாயியைவிட அழகா இருக்கே..." சின்னக்கிழவி வெட்கப்பட்டுப் பொக்கைவாயைக் காட்டி சிரித்தாள்.

பள்ளியிலிருந்து ஆசிரியர் ஒருவரே தலைக்குள்ளே வின்வின்னு வலிக்குதுன்றான் என்று சொல்லி மதியைக் கூட்டி வந்து விட்டுவிட்டுப் போனார். அழகேசன் முசுகுந்தபுரத்தில் நாராயணன் டாக்டரிடம் அழைத்துப் போனான். அவர் ஊசியைப் போட்டு அனுப்பிவிட்டார். இரண்டு நாள் கழித்து மாத்திரைகள் சாப்பிட்டிருந்தும் வின்னுனு வலிக்குது என்று அழுதான்.

கொல்லிமலை, "ந்நெல்லா சுடுதண்ணீல தலைக்கு ஊத்தி கருவாட்டுக் கொழம்பை சுடச்சுட சோத்துல போட்டுச் சாப்புட வைங்க... பஞ்சா பறந்து பூடும்..." என்றான்.

கொதிக்கக் கொதிக்க தண்ணீரை மதியின் தலையில் மணிக்கொடி விளாவினாள். கொதிப்புச் சூட்டை சாப்பிடப் போகும் கருவாட்டுக் குழம்பு வாசத்தை இழுத்தபடி பொறுத்துக் கொண்டான்.

மகளைப் பார்க்கவந்த வீரப்பன் பேரனைக் கூட்டிக்கொண்டு கனிபாய் கறிக்கடைக்குச் சென்றார். அவர் ஆட்டுக் குடலையும் ரத்தத்தையும் வாங்கினார்.

"மருமவன் கறிக்காசு கொஞ்சம் தரவேண்டிக் கிடக்கு..." என்றார்

கனிபாய்.

திரும்பும்போது மதி குதியாட்டம் போட்டு வருவதை அழகேசன் கவனித்தான்.

“மிளகைப் போட்டு வறுத்து இளஞ்சூடா கொடும்மா...” என்றார்.

“தலைவலிக்குதுன்னு அப்பப்ப ஸ்கூலே போறதில்லைண்ணா...” என்றாள் மணிக்கொடி அப்பாவிடம்.

அவர் ஒருவாரம் மகள் வீட்டில் தங்கினார். தங்கிய நாட்களில் நாலைந்துமுறை மதி வலியால் துடிப்பதைப் பார்த்து கலங்கிப் போனார்.

அன்று அழகேசன் உடையாகுளம்புதூருக்கு வழக்கம்போல் சென்றிருந்தான். வலியால் துடித்த மதியை நாராயணன் டாக்டரிடம் அழைத்துச் சென்றார் வீரப்பன். டாக்டர், “சத்திரத்துல நரம்பியல் டாக்டர் சுந்தரம்னு ஒருத்தர் இருக்கார். அவர்ட்ட காட்டுங்க...” என்று சொன்னார்.

டாக்டர் சுந்தரம் பரிசோதித்துவிட்டு, “டேய் ஏன்டா பொய் சொல்லிகிட்டு இருக்கே... படவா...” என்றார். மதிக்கு முணுக்கென்று கண்களில் தண்ணீர் வந்துவிட்டது.

திரும்பிவரும்போது அழகேசன் தன் வேட்டித் துணியால் கண்களைத் துடைத்துக்கொண்டான். ‘அப்பா அழுவுறாரா?’ மதிக்குக் கேட்க பயமாக இருந்தது. அழகேசன், மதியின் கையை இறுக்கமாகப் பிடித்து நடந்தான். அந்த மென்மையான இறுக்கத்தை ரொம்ப நாட்களுக்குப் பிறகு மதி உணர்ந்தான்.

கொடுத்திருந்த மாத்திரைகளைச் சாப்பாட்டுக்கு முன் பின் என இருந்ததை மணிக்கொடி கவனமுடன் மதிக்குக் கொடுத்தாள். அழகேசன் செல்லப்பெருமாளிடம், ‘தோட்டத்தை வித்துடலாம்னு இருக்கேன்...’ என்றான்.

“இங்கிட்டே இருந்து கவனிச்சுக்கிட்டாதான் சரிப்படும்...”

“இல்லே வித்துடலாம்டா... தண்ணியில்லாம என்னத்துக்கு ஓடியாடிக்கிட்டு?”

“தண்ணீ இல்லாம இல்லே... ஐஞ்சு ஏக்கராவுக்கு பத்த மாட்டேங்குது...”

தன்னைக் கடந்துபோகும் ரெண்டு மூன்று மாடல் இரு சக்கர வண்டிகளைப் பார்த்தான். பெட்ரோலில் விரையும் வண்டிகள். முன்னர்போல் சைக்கிளை வேகமாக அழுத்த முடியவில்லை. கீற்றுக்கொட்டகை சாராயக்கடையில் மிதமான போதைக்கு மட்டும் குடித்துவிட்டு வீட்டைப் பார்த்து சைக்கிளை அழுத்தினான்.

மீண்டும் டாக்டர் சுந்தரம் வரச்சொல்லியிருந்த நாளில் மதியை அழைத்துச் சென்றான். எக்ஸ்ரே எடுத்தனர். அவருக்கு ஏதோ சந்தேகம் இருந்தது போலிருந்தது.

“ஸ்கேன் எடுத்துப் பாக்கணும்... தஞ்சாவூர் மெடிகல் காலேஜுக்கு எழுதித்தரேன்...”

பள்ளிக்குச் சென்றான் அழகேசன். அவனிடம் வட்டிக்கு தேவைன்னா வாங்கும் ஆசிரியர் நாகரெத்தினம், “அழகேசு உன் பையன் ஏழாவது பாஸ். அவன சும்மா வந்து உட்கார்ந்துட்டுப் போ சொல்லு... ஹெச்செம்கிட்டே நா சொல்லிக்கிறேன்... என்னிக்கு தஞ்சாவூர் போகணும்?” என்றார்.

அன்று முழுதும் பள்ளியில் அமைதியாக உட்கார்ந்திருந்தான். அவனைச் சுற்றிப் பையன்கள் அவனின் ஆஸ்பத்திரி கதைகளைக் கேட்டுக்கொண்டிருந்தனர். மதி, கலையரசியைப் பார்த்தான். அவள் அவனைப் பார்த்து நட்பாக சிரித்தாள். மதி வெட்கப்பட்டு தலையைக் குனிந்துகொண்டு லேசாக சிரித்தான். கொஞ்சநேரம் கழித்து கத்தும் பெண் குரலைக் கேட்டு மாணவர்கள் திகைத்தனர். ஏழாம் வகுப்புக்கு அடுத்து எட்டாம் வகுப்பு இருந்தது. அங்குதான் பள்ளியின் வாசல் இருந்தது.

நாகரெத்தினம் சார் தலைகுனிந்து நின்றிருந்தார்.

“டேய்... சதாசிவத்தோட அம்மாடா...”

“நேத்து சாரு அவனை அடிச்சிட்டாருடா... அதான் திட்டுது...”

“நீ அடிக்கத்தான் நான் பெத்துப் போட்டுருக்கனா... பனையேறி...” சதாசிவத்தோட அம்மா கடைசி வார்த்தையை பற்களைக் கடித்துக்கொண்டு நறநறத்தாள். தூரத்தில் நின்ற பையன்கள் அது கெட்டவார்த்தை என்று உணர்ந்து கொண்டனர். நாகரெத்தினம் சாருக்குக் கோபம் தலைக்கேறியது. பதிலுக்கு சத்தம் போட்டார். மற்ற ஆசிரியர்கள் ஓடிவந்தனர்.

“அந்தம்மா சாதியைச் சொல்லித் திட்டுதுடா...” என்றான் சற்று வயதில் பெரிய பையன்.

வீட்டுக்கு வந்த மதி, மணிக்கொடியிடம், “சாதியைச் சொல்லி திட்டறதுன்னா என்னம்மா?” என்று கேட்டான்.

மெடிகல் காலேஜிற்கு மதியின் சிகிச்சைக்காக அழகேசன் விடியற்காலையிலேயே புறப்பட்டான். ராதா செட்டியார் வாரச்சந்தைக்கு தன் இரு மகன்களுடன் ஆட்களை வைத்து மளிகைப் பொருட்களை மாட்டுவண்டிகளில் ஏற்றிக் கொண்டிருந்தார். அழகேசனிடம் விசாரித்தவர், ‘கவலைப்படாதேடா... எல்லாம் சரியாயிடும்’ என்றார். கட்டை மாட்டுவண்டி ஒன்று அச்சாணி முறிந்து ஒருமுறை கவிழ்ந்துவிட்டதால் இரும்புப் பட்டைகளுடன் டயர் மாட்டு வண்டிகளைப் பரமத்திவேலூரிலிருந்து வரவழைத்து மணலூருக்கு அறிமுகப்படுத்தி தன் வியாபாரத்தைத் துரிதப்படுத்தியிருந்தார். பிள்ளையார் கோவிலருகே கட்டப்பட்டிருந்த மாடுகள் வைக்கோல்களை அசைபோட்டபடி இருந்தன. மதி, அழகேசனின் கையை இறுக்கப் பிடித்தபடி பஸ் ஏறினான். மணிக்கொடி கடையைப் பார்த்துக்கொள்ள வெள்ளச்சி அவளுக்குத் துணையாக இருக்க வந்திருந்தாள். வயதின் மூப்பு வெள்ளச்சியின் முகத்தில் படிந்திருந்ததை மணிக்கொடி கவலையுடன் கவனித்தாள்.

பதிவுசெய்து ஒருநாள் கடந்தபிறகு அவர்களைக் கூப்பிட்டனர். சற்று ஏறிப் படுக்கச்சொல்ல மதி படுத்தான். படுத்த பகுதி அவனுடன் மெல்ல குகை போன்ற மெஷினுக்குள் நுழைந்து அவன் தலைப்பகுதியோடு நின்றது. பயத்தில் மதி கண்களை மூடிக்கொண்டான்.

அவன் படுத்திருந்த பகுதியில் பத்துப் படுக்கைகளுக்கு கிட்ட இருக்கும். எல்லோருமே தலையில் விதவிதமான தோரணையில் மருத்துவக் கட்டு போட்டிருந்தனர். சிறுவனாக மதி மட்டும்தான் அங்கு இருந்தான். மதிக்கு அடுத்த பெட்டில் முப்பது வயது மதிக்கத்தக்க ஆண் தலையில் கட்டுப் போட்ட நிலையில் வலியில் முனகிக்கொண்டிருந்தான். அவனுடன் இருந்த தாட்டியமான இளம் பெண் அவனுடைய மனைவி இல்லையென்றும் அவள் வேறொருத்தனின் மனைவி என்றும் அந்தக் கசமுசாவில்தான் அவன் மண்டை உடைக்கப்பட்டது என்று அவள் இல்லாத சமயத்தில் எதிர் பெட்டில் இருந்த வயதான அம்மாள் அழகேசனிடம் சொன்னாள்.

அந்தத் தாட்டியமான பெண் அழகேசன் இல்லாத நேரத்தில் மதியழகனிடம் வந்து நின்று, "தலைக்கு என்னப்பா?" என்றாள். அப்போது அவளின் கை தன்னிச்சையாக முந்தானையை உதறி விரித்துப் பின்னர் விசிறி தோள்பட்டையில் போட்டுக்கொண்டது. அவளின் பெருத்த வடிவான இரு மார்புகளும் குலுங்கி நின்றன. அவ்வளவு நெருக்கத்தில் பார்த்தது இதுநாள்வரை ஏற்படாத உணர்வு ஒன்று மதிக்குள் கொதித்துப் பரவி உடலெங்கும் சிலிர்த்து அடங்கியது.

நடு இரவு மெல்லிய வெளிச்சத்தில் நோயாளியுடன் வந்திருந்தவர்கள் அங்கங்கே படுத்திருந்தனர். தாட்டியமான பெண்ணின் கால்பாதம் அழகேசனின் முட்டிக்காலுக்கு மேல் கிடந்தது. இருவருமே அசந்து தூங்கிக் கொண்டிருந்தனர்.

மெடிக்கல் காலேஜ் மருத்துவமனையில் கொடுத்த ரிப்போர்ட்டை டாக்டர் சுந்தரம் பார்த்துவிட்டு, "வயசு ஆக ஆக அதுவா சரியாகிடும்..." என்று மாத்திரைகளை எழுதித் தந்தார். விவரம் கேட்டான் அழகேசன்.

“புரியற மாதிரி சொல்லணும்னா பையனோட மூளையைச் சுற்றி மத்தவங்களுக்கு இருக்கிறதைவிட அதிகமா ஒரு திரவம் இருக்கு. அதான் பிரச்சனை பண்ணுது... பயப்படத் தேவையில்லை...”

அழகேசன் சொல்லாமலேயே சின்ன லேடீஸ் சைக்கிளை எடுத்துக்கொண்டு மாந்தோப்பு வீதிக்குச் சென்றான் மதியழகன். சீட்டில் உட்காராமல் பெடல்களை மிதித்தபடி சைக்கிள் வேகத்தைக் கட்டுப்படுத்தத் தெரியாமல் ஓட்டினான். ரிக்ஷா ஓட்டுறவன் மாதிரி ஓட்டுறான்யா என்று எதிர்க்க வருபவர்கள் ஏளனத்தோடு சொல்வது காற்றில் கரைந்தது. சீட்டில் உட்கார்ந்து ஓட்டினால் கீழே விழுந்து விடுவோமோ என்று பயந்தான்.

உடையாகுளம்புதூர் தோட்டத்தை வாங்குவதற்காக வந்த வெவ்வேறு மூன்று தரப்பினரும் விலை படியாது சென்றுவிட்டனர். பறித்த கத்தரிக்காய்களிலிருந்து நாலைந்து கிலோ வரும்படிக்குக் கொண்டு வந்திருந்தான் அன்று. எண்ணெய் காயாக கத்தரிக்காயை காரச் சுவையுடன் மணிக்கொடி இரவு சாப்பாட்டிற்கு உடனே வறுத்திருந்தாள்.

அடுத்தநாள் ரேடியோவிலும் செய்தித் தாள்களிலும் அந்தத் தகவல் இடியாக அலறின. ‘எம்ஜியார் காலமானார்.’ அழகேசனின் முகம் சுணங்கி இறுகியது. ‘எப்பேர்ப்பட்ட என் தலைவன்... படத்துல வாள் சண்டையெல்லாம் எப்படி போடுவார்... அரசன்யா அவரு...’ மணலூரில் கட்சி சார்பில் தெருவுக்குத் தெரு கீற்றுக்கொட்டகை போட்டு ஒப்பாரிப் பாடல்களோடு துக்கம் அனுசரிக்கப்பட்டது. மின்சார லைன்மேன் சபரிமலைக்குப் போட்டிருந்த மாலையையும் கருப்பு வேட்டி பச்சை துண்டையும் துக்கசோகத்தில் கழற்றி வீசினான். ‘ஏதோ சாமிக்கு மாலை போட்டிருந்ததால் குடிக்காமல் இருக்கிறாரே’ என்று நிம்மதியடைந்திருந்த அவன் மனைவிக்குதான் மனக்கஷ்டமாக இருந்தது. ஒப்பாரி பாடியவர்களுக்குக் கட்சி சார்பில் ஒரு ரூபாய் நோட்டு தரப்பட்டது.

மளிகைக் கடை ஜானகிராமனுக்குப் பிறகு போண்டா வடை முறுக்கு சுட்டு வாரச்சந்தைகளிலும் மணலூர் கைகாட்டியிலும் விற்கும் கந்தசாமி வாங்கியிருந்த தொலைக்காட்சிப் பெட்டியில் ஊரே எம்ஜியாரின் இறுதி ஊர்வலத்தை எட்டிஎட்டிப் பார்த்துக் கொண்டிருந்தது. கூட்ட நெரிசலில் சரியாகத் தெரியாததால் அலகரை ரோட்டுக்கு ஓடினான் மதி. ஜானகிராமன் வீட்டு வாசலில் நின்று பார்ப்பதில் ஒரே வாயடி சண்டையாக இருந்தது. “போங்கடா... காலையில் ராதா கடை பேப்பர்ல படிச்சுப் பாத்துக்கறேன்...’ என்று திரும்பிவிட்டான். கட்சிக்காரர்கள் தங்கள் சொந்தக் காசை ஆளாளுக்குப் போட்டு தலைவன் இறந்த துக்கத்தை ஊருக்கே தலைக்கு எண்ணெய் வாங்கிக் கொடுத்து சீயக்காய் தேய்த்து ஆற்றில் தலைமுழுகவைத்து ஆற்றிக்கொண்டது.

வீட்டுக்குக் குளித்த ஈரத்தோடு அழகேசன் கொல்லைப் பக்கமாக வந்தவன் வீட்டின் இடது பகுதியில் மறைவாய் தடுத்திருந்த கீற்றுத்தட்டி பக்கம் ஏதோ ஓடும் அரவம் கேட்டுத் தட்டியைத் தட்டினான். கீற்று இடைவெளியில் வாத்தியார் பெருமான் அவன் வீட்டின் பின்பக்கம் கட்டிலில் படுத்திருக்க அவன்மேல் ஏற்றிக் கட்டியிருந்த புடவையில் வெள்ளைக் கால்களின் கொலுசு சிணுங்கியது. கழுத்து அறுபட்டு ஆறியிருந்த பகுதியில் தனது உதடுகளால் அவன்மேல் படுத்திருந்த டைலர் சங்கரனின் மனைவி ஒத்தடம் கொடுத்துக் கொண்டிருந்தாள்.

தலைவனின் துக்கத்தை எப்படியெல்லாம் அனுசரிக்கிறார்கள் என்று நினைத்தபடி உடைகளை மாற்றிவிட்டு வீட்டுக்குள் நுழைந்தான். மதியும் மணிக்கொடியும் எம்ஜியார் குறித்த ரேடியோ செய்தியில் மூழ்கியிருந்தனர்.

★★★

7

1989

வீட்டுக்கு சமீபத்தில் திருமணமான உறவுக்கார இளஞ்சோடியை ஆக்கிப்போட்டு விருந்து வைப்பதற்காக அழகேசனும் மணிக்கொடியும் அழைத்திருந்தனர். கைகாட்டிக்குச் சென்று அம்மா லிஸ்ட் போட்டுக் கொடுத்திருந்தபடி மளிகைப் பொருட்கள், காய்கறி, வாழையிலை என்று மதி வாங்கி வந்திருந்தான். வரப்போகிற இளஞ்சோடியைப் பற்றி மதி அம்மாவிடம் விசாரித்தான்.

"விடியவிடிய டீவில படம் போட்டாங்கள்ல அந்தக் கல்யாண சோடிங்க..."

"ம்மா... பொம்முகுட்டி அம்மாவுக்கு, தெக்கத்தி கள்ளன்னு டக்கர் படங்கம்மா... நீயேம்மா படத்துக்குக் கூட்டிட்டுப் போமாட்டேன்ற?"

"அலகரை டென்ட் கொட்டகையில போன மாசம் படம் பாத்தமேடா..."

"போன்ன... மாசம்... ம்கூம். ஏம்மா மன்னாதி மன்னன்லாம் ஒரு படமாம்மா..."

"அதை உன் அப்பாகிட்டே கேளுடா குட்டி..."

"அய்யோ... ம்மா நேத்து ஓவராயில் பண்ண சைக்கிளுக்கு பில்லு எழுதச் சொன்னாங்க... நேராதான் எழுதுனேன்... என்னடா கோணிகிட்டு எழுதறன்னு பின்னந்தலைலயே அடிக்கிறாங்க... அதை வுடும்மா... அந்தக் கல்யாணத்துல சிவப்புச் சட்டை வேட்டியோட ஆம்பளைங்களும் சிவப்புப் புடவை கட்டிகிட்டவங்களுமா நிறைய பேத்தோட ஒரே புகையா இருந்துச்சும்மா..."

"அதுவா பொண்ணோட அம்மா மருவத்தூரு ஆதிபராசக்தியம்மனைக் கும்பிடறவங்க... அதான்..."

"அந்தச் சாமிக்கு யூனிஃபார்ம் போட்டாதான் புடிக்குமா?"

அந்த இளஞ்சோடி, "மத்தியானம் புறப்பட்டோமுங்க" என்றபடி சாயங்காலம் ஐந்து மணிக்கு அழகேசனின் வீட்டுக்கு வந்தனர். அவர்கள் லேட்டாக வந்ததால் விருந்து நாளைக்குதான்... சீக்கிரம் சாப்பிட்டுவிட்டு மதியழகன் வழக்கமாகப் படுக்கும் இடத்தில் பாயை விரித்துப் படுத்துவிட்டான்.

இரவு பனிரெண்டு தாண்டியிருக்கும். நைட் லேம்ப் ஆஃப் செய்யப்பட்டிருக்க, ஃபேன் கடகடத்து ஓடிக்கொண்டிருந்தது. முணுமுணு சத்தம் கேட்டது. அடுத்த அறையில் அம்மா லேசாக இருமும் சத்தம். கடைவாசலில் அப்பா கட்டிலை நகர்த்தும் ஒலி. தனது பக்கத்தில்தான் இளஞ்சோடி படுத்திருக்கின்றனர்... உஷ் உஷ் சப்தம்... 'அய்யோ அத்தை' எனும் பெண்ணின் முனகல் ஒலி. மதிக்கு வியர்த்தது. அசையாமல் படுத்திருந்தான். இடதுகையைத் தனது கன்னத்துக்கு அருகில் மடக்கி வைத்திருந்தான். நீட்டலாம் என்று நினைத்த விநாடி அவன் சுட்டுவிரல் மீது மென்மையான ஈர உதடு உரசியது. மதிக்கு இனம் புரியாத உணர்வு உடலெங்கும் பரவியது. ஈர உதடுகள் விரலை மென்மையாகக் கவ்வின.

உடையாகுளம்புதூர் அழகேசன் தோட்டத்துக்கு அருகிலிருந்த தோட்டத்துக்காரர் ஆறுமுகம் தோட்டத்தை விலை பேச வந்திருந்தார். ஆரம்பத்தில் வேண்டாம் என்றவரை செல்லப்பெருமாள்தான் அப்படியிப்படி பேசி சம்மதிக்க வைத்திருந்தான்.

“யாருக்கோ விக்கறதுக்கு நீங்களே வாங்கிப் போடுங்க... என்னால சரியா கவனிக்க முடியல... அம்மாவுக்கும் ஓடியாட முடியலை...” என்றான் அழகேசன்.

ரேட் படிந்து மூன்று தவணையாகப் பணம் தருவதாகவும் கடைசித் தவணையின்போது எழுதிக்கிட்டா போதும் என்று ஆறுமுகம் கிளம்பினார்.

நன்கு வளர்ந்திருந்த இருபது தென்னை மரங்கள், விளைந்துகொண்டிருந்த வெங்காயம், கம்பு, கடலைச் செடிகள்... அழகேசன் மனதுக்குள் ஒரு வலி மின்னலெனத் தோன்றி மறைந்தது. ராமாயி கொஞ்சம் அக்கறைபட்டு ஈடுபாடு காட்டியிருக்கலாம். எத்தனை காலத்திற்கு செல்லப்பெருமாளையே நம்பியிருக்க முடியும். அவனும் எவ்வளவு சுருட்டினானோ இத்தனை வருடங்களில். அலைந்த அலைச்சலுக்கு ஒன்றுமே மிஞ்சவில்லையே. அங்கேயிருக்கலாம் என்றால் இங்கே கொஞ்சநஞ்சம் கிடைக்கும் சைக்கிள் தொழில் வரும்படி, வட்டிப் பணப்புழக்கம், நல்ல ஆத்துத் தண்ணீர் இதைவிட்டு அந்த வர காட்டுக்கு புஞ்சை வருமானத்தை நம்பி மட்டும் போய்விட முடியுமா? எல்லாம் முடிந்தபிறகு இப்ப எதற்குக் கண்டதை யோசித்துக்கொண்டு என்று அப்படியே தூங்கிப்போனான் அழகேசன்.

மாவட்ட கபடி சங்கத் தலைவராக இருக்கும் மாறன், அழகேசனைப் பார்க்க வந்திருந்தான்.

ராயரின் மறைவுக்குப் பின் மணலூரில் திமுக மாறனின் செயல்பாட்டில் இயங்கியது. தலைவர் மறைவுக்குப் பிறகு அதிமுக இரண்டு கோஷ்டியாகப் பிரிந்து யார் யார் எந்தப் பக்கம் இருக்கிறார்கள் என்றே புரியாமல் இருந்தது. அழகேசன், ‘இனி ஜெயலலிதாதான் அதிமுக’ என்றான். பலர் சிரித்தனர். நாவலருக்குப் பிறகு பதவி ஏற்ற எம்ஜியார் மனைவி ஜானகி தலைமையில் நிறைய எம்எல்ஏக்கள் இருந்தனர். ஜெயலலிதாவை ஆதரித்த எம்எல்ஏக்கள் செய்த சட்டமன்ற கலாட்டாவினால் மாண்பு கெட்டுவிட்டதென்று ஜானகி

தலைமையிலான ஆட்சியை ஜனாதிபதி கலைத்துவிட்டார். கலைத்த போனவருடத்திலிருந்தே 'ஜெ'வா, 'ஜா'வா என்பதில் மணலூர் அதிமுக அல்லோலகல்லோலப் பட்டுக்கொண்டிருக்கிறது. 'எப்படியும் 'ஜெ' அணி அதிமுகதான் ஆட்சியைப் பிடிக்கப்போகுது. இப்பவே வந்துடு மாறா... பழம் தின்னு கொட்டை போட்ட எல்லாருமே மணலூருல ஜானகி அணியில கிடக்கானுங்க.... ஆங்ஞா மட்டும் இருந்திருந்தார்னா நா துணிச்சலா இறங்கிடுவேன்... பதினைஞ்சு வருசத்துக்கு முந்தி ராயர்கிட்ட நா பட்ட பாடு... இங்க சாதியைச் சுத்திதான் அரசியல் ஓட்டிட்டுக் கிடக்கு. மணலூர்ல நீயும் ராஜவேலுவும் வலுவா இறங்கினாதான் இங்க ஜெ அதிமுக வளரும்.' மாறன் திமுகவிலிருந்து விலகி தன் தென்னந்தோப்புக்கு அருகில் கட்சி ஆபிஸைக் கீற்றுக் கொட்டகையாகத் திறந்தான். உள்ளே ஆளுயர ஜெயலலிதாவின் உருவத்தை வரைந்து வைத்தான்.

அடுத்த நாள் கல்லுப்பட்டி ஆட்களை விட்டு பெருமான் வம்படி செய்தான். மாறனும் ஆட்களைத் தயார் செய்து நின்றான். சைக்கிள் கடைக்கு வந்த பெருமான், "என்னங்க இப்படிப் பண்ணீட்டிங்க... கல்லுப்பட்டி கலியமூர்த்தி சாத்தப்பன்லாம் இந்தப் பக்கம் நிக்கறாங்க. திமுகவில இருந்தவனைத் தூண்டிவிட்டு நடிகை பக்கம் போயி நிக்கறீங்க..."

"சார்... எலக்சன் வரட்டுமே?!"

"பக்கத்துல இருந்துகிட்டு என்னால எதுவும் சொல்ல முடியலே... உங்க சாதியையெல்லாம் இழுத்து கல்லுப்பட்டில பேசிக்கிட்டு இருக்காங்க... எதுக்கும் ஜாக்கிரதையா இருங்க..." என்றான் வாத்தியார் பெருமான்.

பெருமான் அக்கறைபட்டு சொன்னதாகவே அழகேசன் நினைத்தான். கழுத்தறுபட்டு விழுந்தவனைக் காப்பாற்றியதால் இந்த அக்கறை வந்திருக்கலாம். சிறிதுநேரத்தில் ராஜவேலு பைக்கில் வேகமாகக் கடைக்கு வந்தான். "அண்ணே எவனாவது எதாவது சொன்னானுங்கன்னா எங்ககிட்டே சொல்லுங்க. நாங்க பாத்துக்கிடறோம்" என்றான் அழகேசனிடம். ஆங்ஞாவிடம்

இருந்த அதே தோரணை அவனிடமும் இருந்தது. சாதி வோட்டு பிரிந்துவிடும் என்பதுதான் கல்லுப்பட்டி ஆட்களின் கவலை என்பது அழகேசனின் யூகம். தேர்தல் வந்தால் ஜா அணி சார்பாக கல்லுப்பட்டி கலியமூர்த்தி சீட் கேட்க இருப்பதாக ஊருக்குள் பேச்சு அடிபட்டிருந்தது.

மாறன் கூட்டம் போட பணம் வசூலிக்க கடைக்கு வந்தான்.

“யாரைக் கூப்பிடறதா யோசனை?”

“யோசனையெல்லாம் இல்லேண்ணே... முடிவுதான். எஸ்டியெஸ்ஸைக் கூப்பிடறோம்...”

அதைக் கேட்டு பலமாக சிரித்தான் அழகேசன். யாரைக் காரணம் காட்டி எம்ஜியார் இருக்கும்போதே வெளியே போனாரோ அவரே இப்ப ஜெயலலிதா பக்கம் தாவிவிட்டார். அவரை வைத்து மணலூர் ஜா அணியை உண்டு இல்லைனு பண்ணிடலாம்.

“அரசியல்ல நீ தேறிடுவே மாறா...”

ஒரு கிலோமீட்டருக்கு சாலையின் இருபக்க நெடுகிலும் டியூப்லைட்டுகளும் கொடி தோரணங்களுமாக மைக் செட் பாடல்களோடு மணலூரே அலறிக்கொண்டிருந்தது. எஸ்டிஎஸ்ஸே ‘எனக்கு அம்புட்டு வரவேற்பா’ என வாயடைத்துப் போனார். மாறனைக் கட்டித் தழுவினார். அழகேசன் மேடைக்குக் கீழே கையைக் கட்டிக்கொண்டு ஒடுங்கிப்போய் இருளும் வெளிச்சமும் கலந்திருந்த பகுதியில் நின்றிருந்தான்.

மாறன் இப்போது மாவட்ட கபாடி சங்கத் தலைவர் மட்டுமில்லை. ஜெ அணியின் முசுகுந்தபுரத்தின் ஒன்றியச் செயலாளர். தன்னை தற்போது பார்க்க வந்திருக்கும் மாறனைக் கண்டு ஓவராயிலுக்குப் பிரித்த சைக்கிள் வேலையை விட்டுவிட்டு அழகேசன் எழுந்தான்.

“முசுகுந்தபுரத் தொகுதிக்கு என்னையை கேண்டிடேட்டா

முடிவு பண்ணிட்டதா நியூஸ் கிடைச்சிருக்குண்ணே... அம்மா முறைப்படி லிஸ்டை சீக்கிரமா அறிவிப்பாங்க” என்றான் மாறன்.

சிமெண்ணெய் கையோடு மாறனைக் கட்டித் தழுவினான் அழகேசன்.

உடையாகுளம்புதூரிலிருந்து முதல் தவணை பணத்தை பொங்கலுக்கு அடுத்தநாள் வந்து தந்தார் ஆறுமுகம். அதில் குறிப்பிட்ட தொகைக்கு சைக்கிள் ஸ்பேர் பார்ட்ஸை வாங்கிப் போட்டான். ‘அம்மா’ அறிவித்த வேட்பாளர் பட்டியலில் மாறனின் பெயர் இருந்தது. அந்தச் செய்தி வந்திருந்த பேப்பரின் கீழ்ப் பகுதியில் இருந்த விளம்பரம் அழகேசனின் கண்ணில் பட்டது. ‘மாட்டு தீவன ஏஜன்ஸி’க்கான விண்ணப்பம் கேட்டு கோபிசெட்டிபாளையத்திலிருந்து வந்திருந்தது. கோபிக்குப் போய்விட்டு ஏஜன்ஸி எடுத்து வந்தான். தேர்தல் முடிவில் ஜெ அணி இருபது சொச்ச இடங்களில் மட்டுமே வெற்றி பெற்றிருந்தது. அதில் மாறனும் இருந்தான். ஜா அணி இரண்டு இடங்களில் வெற்றிபெற்று படுதோல்வியடைந்தது. இரண்டு அணிகளின் வோட்டுக்களைக் கூட்டினால் திமுக ஆட்சியைப் பிடித்திருக்க முடியாது என அரசியல் கணக்குகளைப் போட்டு இரண்டு அணிகளும் ஜெ தலைமையில் ஒன்றிணைய புறாவும் சேவலும் இரட்டை இலையை மீட்டது.

சட்டமன்ற கூட்டத்தொடரில் நடந்த கலாட்டா அரசியலில் ஜெ தலைவிரி கோலமாக மன்றத்தைவிட்டு வெளியே வந்த அன்றுதான் மாட்டுத் தீவன மூட்டைகள் அழகேசன் கடைக்கு வந்திறங்கியது. வாடகை சைக்கிள்கள் இருந்த இடத்தில் தீவனங்கள் அடுக்கி வைக்கப்பட்டிருந்தன. அடுத்தநாள் பேப்பரில் சட்டமன்ற கலாட்டா போட்டோக்கள் பக்கம் பக்கமாய் நிரம்பியிருந்ததில் மாறனின் வேட்டி உருவப்பட்டு ஜட்டியோடு வளாகத்தில் ஓடிவரும் போட்டோவும் இருந்தது.

தீவன மூட்டைகள் வைப்பதற்கு அங்கம்மாளின் வீட்டின் ஒரு பகுதியை வாடகைக்கு எடுத்தான். தீவனத்தை வாங்கியவர்கள்

மாடுகளுக்கான தும்பு மொகரை மூக்கணாங்கயிறுகளை வாங்கி வைக்கும்படி சொல்ல, ‘அழகு மாட்டுத்தீவனம் அண்ட் கயிறு கடை’ உருவானது. அலகரை டென்ட் சினிமா கொட்டகையில் இடைவேளையின்போது கயிறு கடையின் ஸ்லைடு விளம்பரம் வரும்படி செய்தான்.

இவ்வளவு நாள் தீவன வியாபாரத்தில் கவனம் வைக்காத ராதாசெட்டியார் திண்டுக்கல் பக்கம் இருந்து வேறொரு கம்பெனி தீவனத்தை வரவழைத்துப் போட்டியை உருவாக்கினார். அதுவரை காசிற்கு வாங்கியவர்கள் அழகேசனிடம் கடன் கேட்க ஆரம்பித்தனர். கடன் வாங்கிவிட்டு கொடுக்காத சிலரால் வம்படி சண்டையானது. எல்லா நெளிவு சுழிவுகளோடு வாழ்க்கை நகர்ந்து கொண்டிருந்தது. கடை வியாபாரத்தின் நுணுக்கம் பிடிபட்டு மணிக்கொடி உதவ ஆரம்பித்தாள்.

இரண்டாம் தவணைப் பணம் வந்த சமயத்தில் மதியுடன் படிக்கும் சிவகுமார் தனது அம்மாவுடன் வந்திருந்தான். நூல்பாவு வரத்து சுணக்கமாக இருப்பதால் நெசவுத்தொழில் தனது மூச்சை இழுத்துப் பிடித்துக்கொண்டிருந்தது. வட்டிப் பணத்தை எடுத்துக்கொண்டுதான் மீதிப்பணத்தைத் தருவான். ஆனால் சிவகுமார் அம்மாவிடம், “படிப்பு செலவுக்குன்னு கேக்கறீங்க... கடைசி மாசம் கட்டும்போது வட்டிப் பணத்தை சேத்துக் கொடும்மா...” என்றான் அழகேசன். விவசாயமும் நெசவும்தான் மனிதனை அடுத்த கட்டத்திற்கு அழைத்துச் செல்கிறது. ஆனால் அத்தொழிலைச் செய்யும் கீழ்நிலை வர்க்கம் கொஞ்சம்கூட சந்தோஷமாக இல்லை.

மூன்று சைக்கிள்கள் ஓவராயிலுக்கு வந்திருந்தது. பிரித்துக் கொடுக்க கொடுக்க மதி அவற்றை அழகேசன் சொன்ன இடத்தில் வைத்துக்கொண்டிருந்தான். அழகேசனுக்குப் பிடிக்காதபடி வேலையைச் செய்துவிட்டிருந்ததால், “எடுபட்ட தறுதலை தாயளி...” என்று திட்டினான். பற்களை நறநறத்தபடி திட்டும்போதே எங்கேயேனும் ஓடிப்போய்விடலாமா என்று மதி நடுங்கினான்.

கடை இருக்கும் மண் தரைப்பகுதியை செவ்வக வடிவிலான மூன்று இன்ச் உயரம் கொண்ட பாறை கற்களால் பதிக்கத் திட்டமிட்டான். அய்யாவு மேஸ்திரி துணையோடு தோகைமலை கல் குவாரிக்கு மணிக்கொடியையும் மதியையும் தனியே வீட்டில் விட்டுவிட்டுச் சென்றான். அம்மா ராமாயியை வரச்சொல்லி ஆள்விட்டிருந்தான். அவள் கெங்கவல்லிக்குப் போய்விட்டதாகப் போனவன் வந்து சொன்னான். 'திருந்தாத பிறவிய்யா...' என்றான் அழகேசன்.

இரவு மணிக்கொடி அழகேசன் வாசலில் படுத்திருப்பது போல் தலையணை போர்வை கொண்டு ஜோடித்து வைத்தாள். இத்தனை வருடங்களில் அழகேசன் அவளைத் தனித்துவிட்டுப் போனதேயில்லை. எங்கே சென்றாலும் இரவு எவ்வளவு நேரமானாலும் வீட்டுக்கு வந்துவிடுவான். பழனி கோவிலுக்குச் சென்றுவிட்டு வந்தாலும் அப்படித்தான். மதியழகன் அப்பா வாங்கிவரும் தினைமாவு பஞ்சாமிர்தம் கற்கண்டுகளை எதிர்பார்த்தபடி காத்திருந்து அப்படியே தூங்கிப்போய்விடுவான். காலையில் எழுந்து பார்க்கும்போது தலைப்பாகை கட்டிய ஏர் இந்தியா ப்ளூ கலர் பேக் ஸ்லாப் பலகையைத் தாங்கும் கட்டையில் மாட்டப்பட்டிருப்பது தெரியும். அம்மா சாமி கும்பிட்டுதான் மதியச் சாப்பாட்டில் அவற்றை வைப்பாள். கற்கண்டுகளை மட்டும் சட்டைப் பாக்கெட்டில் போட்டுக்கொள்வான்.

"ஏம்மா அப்பா கல்கண்டு புத்தகம் வாங்கறதை நிறுத்திட்டாங்க?"

"லைப்ரரிக்கு வருதான்னு தெரியலை. நாளைக்குப் போய் பாத்துட்டு படிச்சுட்டு வா..."

விடியற்காலையில் லாரியிலிருந்து பலகைக் கற்களைக் கடப்பாரைச் சத்தங்களோடு ஆட்கள் இறக்கிக் கொண்டிருந்தனர்.

மதியழகன் குளிக்கும் சாக்கில் ஆற்றுக்கு ஓடிவிட்டான். அழகேசன் ஏதாவது காரணம் வைத்துத் திட்டக்கூடும் என்று மதிக்கு மனச்சோர்வாக இருந்தது.

“என்னண்ணே... ஆயுசுக்கு ஸ்ட்ராங்கா இருக்கிற மாதிரி கல்லைப் பதிச்சுட்டே...” என்றான் தொப்பளான்.

பணம் கேட்டிருந்தான். அழகேசன் இன்றைக்கு வரச் சொல்லியிருந்தான். கொடுத்துவிட்டு, “இங்கிட்டும் வாங்கி ராமலிங்கத்துகிட்டேயும் வாங்கிக் கட்ட முடியாம சிக்கல் பண்ணக்கூடாது...” என்றான்.

“அவரு முன்ன மாதிரி வட்டிக்குத் தற்ரதில்லைண்ணே...”

கிளம்பும்போது விற்பனைக்காக வரிசையாக மாட்டியிருக்கும் மொகரை மூக்கணாங்கயிறுகளைப் பார்த்தவன், “ஏன்ணே... மாடுங்க மட்டும்தான் உங்களுக்குத் தெரியுமா... நெசவு சாமான்களையும் வாங்கி வைண்ணே...” என்றான்.

அவனைக் கூப்பிட்டுவைத்து அழகேசன் வெகுநேரம் பேசிக்கொண்டிருந்தான். அழகேசன் தன்னை சைக்கிள் செயினில் அடிக்க வந்ததைச் சொல்லி சிரித்தான்.

“அது ஒரு காலம்டா...”

“டவுசர் போட்டுட்டுத் திரிஞ்சான்... திமுகல இருந்தான். இப்ப கட்சி மாறி வந்தான். எம்மெல்லே ஆயிட்டான்... நீயுந்தாண்ணே கட்சில இருந்தே...”

“சாதியும் அரசியலும் கட்டிப் பிசைஞ்சு கிடக்குதுடா... ப்ச்ச்.”

“போகட்டும் அதை விடும்ணே... எங்காளுகள மட்டும் சேத்துக்கிட்டு சீட்டுப் பிடிண்ணே...”

“நெசவே ததங்கினத்தாம் போடுதாம்... சீட்டை எடுத்துக்கிட்டு கட்டலைனா நா ஓடியாடுணுமாடா...”

“ண்ணே... பீஸ்னு ஒரு ரகம் ஆர்டர் வருதாம். ரெண்டு மூனு மாசத்துல பாரு காசு எப்டி புழங்குதுன்னு...”

சில வாரங்கழித்து பெரம்பலூர் பக்கம் சென்று கைத்தறி நெசவு சாமான்களையும் மதுரையிலேர்ந்து பாவுக்குக் குறுக்கே

வைப்பதற்கான மெலிதான மூங்கில் கோல்களையும் பார்த்து வரவழைத்தான்.

“இந்த நாடாவை வாங்க அப்படி அலைஞ்சேன் அழகேசு… ஒரு ரெண்டு ரூபா அதிகமாவே வைய்யி. தப்பில்லே…”

“தொப்ளான்தான் சொன்னான். சீட்டு புடிக்கப் போறதா… புடிங்க… நா நாலு பேத்தைச் சேத்துடுறன். எல்லாம் கன் பார்ட்டிங்க… கரேக்ட்டா மாசமானா பணம் வந்திடும்…”

அமாவாசையன்று முதல் சீட்டு திட்டமாக, இருபதாயிரம் இருபது பேர் என சேர்த்து அழகேசன் பிடித்தான். சீட்டு ஏலத்தின்போது அழகேசன் வெட்கத்துடன் சிரித்து, “கம்பெனி ஏலம்” என்று ஆரம்பித்தான்.

அடுத்தநாள் விடியற்காலை ஊரே பரபரப்பும் திகில் வியப்புமாகக் கிடந்தது. ரோட்டின் மேற்கே யாரோ யாரையோ வெட்டிக் கொலை செய்துவிட்டதாகப் பேச்சு பரவி இருந்தது. ‘துண்டு துண்டா வெட்டி வீடு முழுக்க ரத்தம்யா’.

மதியழகன் எங்கேயோ யாருக்கோ என்றுதான் முதலில் நினைத்தான். நேரம் போகப்போக அப்படி வெட்டினது தன்னுடன் படிக்கும் சிவகுமார் என்று தெரிந்தபோது அதிர்ச்சியாக இருந்தது. ‘அந்தப் பையன் வெட்டியிருக்க முடியாது. அந்தம்மா செஞ்சுருக்கும்… பையன் அம்மாவைக் காப்பாத்த அப்படிச் சொல்லியிருக்கணும். இல்லையே போலீஸ்கிட்டே எப்படி செஞ்சேன்னு சொல்லி காட்டுனானாம்…’ விதவிதமான பேச்சுகள் பரவினாலும் சொந்த அப்பாவை வெட்டிப் போட்டு கொலை செய்வார்களா என்ன? மதிக்கு திகிலாக இருந்தது. அன்று முழுக்க வகுப்பில் இதைப்பற்றிதான் ஒரே பேச்சு. ‘அது அவன் சொந்த அப்பா இல்லைடா… சேலத்துலயே அவனுடைய சொந்த அப்பா உடம்பு சரியில்லாம செத்துப்போயிட்டாராம். நம்மூருக்கு பாவு பட்டறைக்கு அவன் அம்மா போகவர இருக்க பழக்கமானவருதான் இன்னைக்குக் கொலையானவரு…’ இவன்களுக்கு எப்படித்தான் இவ்வளவு விஷயம் தெரியுதோ என்று மதிக்கு ஆச்சரியமாக இருந்தது.

தீவன வியாபாரம் சுணக்கமாக இருந்தது. தோட்டத்தை விற்ற மூன்றாம் தவணை பணத்தைப் பெற்றுக்கொண்டு சட்டப்படி ஆறுமுகத்திற்கு எழுதிக் கொடுத்தான் அழகேசன். அந்தப் பணத்தில் கடைக்கு இருந்த கீற்றுக் கூரையை எடுத்துவிட்டு ஓடுகளை மாட்டினான். வீட்டின் ஒரு அறையின் பின்பக்கத்தை இடித்துக் கதவு வைத்தான். வீட்டின் பின்பக்கத்தைக் கருங்கற்களால் உயர்த்தி இரண்டு அறைகளைக் கட்டி சிமெண்ட்டால் பூசி புதிதாகக் கட்டினான். சாமான் செட்டு போடுவதற்காகக் கொல்லையில் சின்ன ரூமாகக் கட்டினான். மணிக்கொடி வைத்த செம்பருத்தி செடி கொடுக்காப்புளி மரம் முருங்கை மரம் என இவற்றோடு அழகேசன் வைத்த பனிரெண்டு தென்னங்கன்றுகளும் சற்று வளர்ந்து பசுமையை வீட்டுக்குப் பின்புறம் அள்ளித் தந்துகொண்டிருந்தது. இரண்டு வேப்ப மரம் அதுவாகவே வளர்ந்திருந்தது. போரிங் பைப்பையும் கூட்டோடு கூடாகப் போட்டான். மதி பள்ளி விட்டு வந்ததும், ‘டங் டங்’ என்று பைப்பை அடித்து வாளியில் தண்ணீர் பிடித்து அவற்றுக்குத் தண்ணீர் ஊற்றுவான்.

அங்கம்மாள், ‘வீட்டை விற்கப்போறேன். முதல்ல உன்ட்ட சொல்றேன்... நீ என்ன சொல்றேன்னு பாத்துட்டு வேற ஒருத்தர்ட்ட போலாம்முன்னு இருக்கேன்’ என்றாள். மிலிட்ரிகாரன் பொண்டாட்டி சந்து பிரச்சனையை உண்டு பண்ணி அங்கம்மாளிடம் அடிக்கடி அடாவடி செய்துகொண்டிருந்தாள். தான் வாங்கிக் கொள்வதாகவும் ராஜவேலுவை மத்தியஸ்தம் வைத்து கருங்கல் கம்பி வேலிபோட்டு சந்து பக்க சுவத்துக்கு சுண்ணாம்பு அடிச்சு வை என்று யோசனை சொன்னான் அழகேசன். அப்படியே அங்கம்மாள் செய்ய எந்த பிரச்சனையும் இல்லை என்று அறிந்துகொண்ட அழகேசன் வீட்டை வாங்கினான்.

“தொட்டியத்துலருந்து வறோம். அரிசி வியாபாரம். சரக்கை வாங்கிக்கிடுங்க. வாரம் ரெண்டுமுறை புதன் ஞாயிறு எங்காளுங்க வசூலுக்கு வருவாங்க... கொஞ்சம்கொஞ்சமா கொடுத்து கணக்கை முடிச்சா அடுத்தபடிக்கு சரக்கை கொள்முதல் செஞ்சுக்கிடலாம்” என்று தொட்டியம் எஸ்ஸெஸ்

மளிகைக் கடை ஓனர் கடைக்கு வந்து சொன்னார். அழகேசன் நான்கு ரக அரிசி மூட்டைகளும் பத்து சிப்ப மூட்டைகளையும் கடையில் அடுக்கி வைத்தான். சில வாரங்கழித்து பருப்பு புளி மிளகா கம்பு சோளம் எள்ளு பிண்ணாக்கு சர்க்கரை என அவர்களிடமே வாங்கி வைக்க மளிகைக் கடையாக அது தன்னையே மாற்றிக்கொண்டிருந்தது. கடையில் மாட்டுக்கு விவசாய வேலைக்கு எனத் தேவைப்படும் கயிறு வகைகளும் நெசவு சாமான்களாக நாடா தார்க்குச்சிகள் ராட்டினம் பட்டுக்கூடு கோல் பருவட்டம் தறிப்பலகை எனவும் விவசாய வேலைகளுக்கான மம்பட்டி களைவெட்டு, அரிவாள் பிடிகள் எனவும் இருந்து கடை வினோத தோற்றத்தைத் தந்தது. அழகேசனும் மணிக்கொடியும் கடையைக் கவனித்துக் கொண்டனர்.

சுத்தமாக சைக்கிள் ஓவராயில் வேலை செய்வதை விட்டான். முன்னர்போல் சைக்கிள்களும் வருவதில்லை. அழகேசனாலும் குனிந்து நிமிர்ந்து வேலை செய்யவும் இப்போதெல்லாம் முடியவில்லை.

சீட்டுத் திட்டங்களை நாலைந்து விதமாகப் பிடிக்க ஆரம்பித்தான். அமாவாசை பௌர்ணமி ஐந்தாம் தேதி இருபதாம் தேதி ஒன்றாம் தேதி...

இரண்டாவது மாத தண்டல் சீட்டுப் பணத்தை வியாபாரத்தில் போட்டான். சத்திரம் மார்க்கெட்டிற்குச் சென்று பெரிய வெங்காயம் தேங்காய்களை வாங்கி சரக்குகளை ஜோதிவிலாஸ் லாரில போட்டுவிடச் சொல்லி பணத்தைக் கொடுத்தான். மண்டி கடைக்காரர் அழகேசனை மார்க்கெட்டின் ஒதுக்குப்புறமாக அழைத்துச் சென்றார். புருவத்தை நெறித்தபடி அவர் பின்னே சென்றான்.

'நீ கொடுத்த நூறு ரூபாய்ங்கள்ல ஒண்ணு கள்ள நோட்டுய்யா?' என்றார்.

அழகேசனுக்கு திக்கென்று இருந்தது.

8

மதியழகன் பள்ளியின் காலை இடைவேளையின்போது வகுப்பறையை விட்டு வெளியே செல்ல சங்கடப்பட்டான். அரைக்கால் டவுசரின் இடது தொடைப்பகுதி விளிம்பை இழுத்துப் பிடித்து குனிந்துகொண்டே வகுப்பறை வாசலைத் தாண்ட வேண்டியிருக்கும். வாசல் பகுதியில்தான் பன்னிரண்டு பெண்கள் பெஞ்சில் உட்கார்ந்திருப்பர். ஒரே சிரிப்பும் கத்தலுமாக இருப்பர். அலகரை உயர் நிலைப்பள்ளி மணலூரிலிருந்து இரண்டு கிலோ மீட்டர் தொலைவில் இருந்தது. சுத்துப்பக்க ஊர்களைச் சேர்ந்த பெண்கள். கண்டிப்பாக தனது இடது தொடைப்பகுதியில் நிகழும் துள்ளலை 'க்ளுக்' எனும் சிரிப்பாணியுடன் பார்ப்பதாக மதி நினைத்தான். வெட்கம் பிடுங்கித் திங்கும். மற்ற பையன்களுக்கு மட்டும் அப்படியில்லையே. தினகரன்தான் அவனிடம் சொன்னான்... ஜட்டி வாங்கிப் போடுடா என்று. சில பெண்கள் நெஞ்சுப் பகுதி சட்டையை அடிக்கடி சுட்டுவிரலாலும் கட்டை விரலாலும் நுனியில் பிடித்து இழுத்து இழுத்து விட்டுக்கொள்கின்றனர். அடிக்கடி சாந்திதான் குனிந்தபடி வகுப்பறையில் இப்படிச் செய்வாள். அதைப் புரியாமல் பார்ப்பான்.

மணலூர் சிவானந்தா பள்ளியில் ஐந்தாவது படிக்கும்போது பெஞ்சில் உட்கார்ந்து கதையளந்தவாறு வலக்கையைப்

பின்னால் தூக்கிப் போட்டான். அப்போதுதான் வந்து நின்று குனிந்தபடி பேசிய லலிதா கழுத்தில் விழுந்தது. பாசிமணி கையில் படவும் திடுக்கிட்டு எடுத்தான் மதி. அவள் ஒன்றுமே சொல்லவில்லை. திடுக்கிடவும் இல்லை. கழுத்தின் மென்மையும் பாசி சரமும் இன்றும் மனதில் ஈரமாக படிந்திருக்கிறது. ஆறாம் வகுப்பில் மடத்தில் தங்கிப் படிப்பவர்கள் வந்து சேர்ந்திருந்தனர். உள்ளூர் நெசவு விவசாய வாரிசுகளைவிட இவர்கள் கலர் கலரான பாவாடை சட்டைகளில் பளிச்சென்று இருந்தனர். பெஞ்சிலிருந்த எதற்கோ ஸ்டைலாக ராஜாமணி குதித்தாள். முழங்காலிலிருந்து கெண்டைக்கால் வரையிலான வெள்ளைத்தோலும் அதே நேரத்தில் அவளின் சிரிப்பும் ஒரே நேரத்தில் மின்னி மறைந்தது. பள்ளி ஆண்டு விழாவில் கலையரசி இவனின் பேச்சைக் கவனித்து ரசித்து கன்னத்தில் குழிவிழ கண்களைக் குறுக்கி சிரித்தாள். அன்று முழுதும் மதியழகன் தூங்கவேயில்லை.

பள்ளிவிட்டு சைக்கிளைக் கடைசியாக எடுத்துக் கிளம்பியவன் தாவணியில் வரும் வசந்தா மரத்தின் மறைவில் நின்று தாவணியை உதறிக் கட்ட ஆரம்பித்தாள். அவளுடன் இருந்தவள், “அய்யோ பசங்கடி...” என்று பதற்றத்துடன் சொன்னாள். திரும்பி இவனைப் பார்த்தவள், “மதில்லாம் நம்ம வீட்டு ஆம்பளைங்க மாதிரிடி” என்று தாவணியை இழுத்து பாவாடையில் அவசரப்படாமல் சொருகினாள். அவளின் சிறிய வடிவிலான பெருத்த மார்பகம் இரண்டு வருடங்களுக்கு பிறகு தஞ்சாவூர் ஆஸ்பத்திரியில் பார்த்த பெண்ணின் மார்பக தளுக்கலை நினைவில் மோதவிட்டது.

தலையைக் குனிந்தபடி வசந்தாவின் ஜாக்கெட்டுக்குள் குலுங்கிய மார்பகத்தை நினைத்தபடி வீடு வந்து சேர்ந்தான். அன்றிலிருந்து அவனுக்கு அறிமுகமில்லாத பெண்களின் மார்பகங்களைத் தனித்த ருசியுடன் கவனிக்க ஆரம்பித்தான். கூச்சமில்லாமல் பார்க்க வேண்டும் என்றால் ஆற்றுக்குச் செல்வதுதான் எளிதானது என்று நினைத்தபோது மதியழகனுக்கு மீசை அரும்ப ஆரம்பித்தது. கரையிலிருந்து இறங்கினால் ஆறு. இடது

பக்கம் தெரிந்தவர் தெரியாதவர் என மணலூரின் விதவிதமான பெண்கள். மெலிதான சேலை கலர் கலரான பாவாடைகளின் ஈரத் துணிகளுக்குள்ளே மறைந்திருக்கும் பல்வேறு வடிவிலான ஈரத்தில் சொட்டும் மார்பகங்கள். சட்டென்று துணியை விலக்கி தொடைகளுக்கு சோப்பு போடும் கரங்கள். நெஞ்சுப் பகுதியில் இறுக்கிக் கட்டியிருந்த பாவாடையைத் தளர்த்தி நீர்பட்ட மினுமினுப்போடு சோப்போடு மின்னி பாவாடைக்குள் மறையும் கறுப்பு முனை கொண்ட பருத்த சிறுத்த மார்பகங்கள். மதியழகனுக்கு வேறொரு உலகத்துக்குள் நுழைந்தது போலிருந்தது.

மேல்நிலைப் படிப்புக்கு முசுகுந்தபுரத்துக்கு பஸ் ஏறிச் சென்றான். ஆரம்பத்தில் விலகி விலகிச் சென்றவனைக் கூட்ட நெரிசல் பிடித்து ஒருபக்கமாகத் தள்ளியது. முதிர்ந்த பெண்கள். ஒருமுறை பேலன்ஸ் செய்வதற்காகக் கூட்ட நெரிசலில் பின்னால் நின்றிருந்த பெண் இவன் வயிற்றில் கைவைத்து தன்னோடு சேர்த்து அணைத்துப் பிடித்தாள். அவளின் கீழ் வயிற்று மேடு அவன் முதுகில் அழுந்தியது. நெஞ்சு படபடப்போடு பஸ்ஸைவிட்டு இறங்கியவன் திரும்பிப் பார்க்காமல் தலை குனிந்தபடியே பள்ளிக்குள் நுழைந்தான். வகுப்பில் கவனமே செல்லவில்லை. முகத்தையாவது பார்த்திருக்கலாம் என்று நினைத்தான். அக்கவுன்ட்ஸ் எடுக்கவந்த ராஜன் சார், “எல்லாம் தெரிஞ்சுக்கணும்டே.... அப்புறம் கல்யாணம் ஆகி பொண்டாட்டிகிட்டே கைகட்டி நிப்பியாடே....” என்று பாடத்துக்கு இடையில் சம்பந்தமில்லாத சம்பந்தத்தோடு சொல்ல வகுப்பே சிரித்தது. ‘ச்சே பெண்கள் இல்லாத ஆண்கள் பள்ளி’. வெறுப்பாக இருந்தது.

பள்ளியின் காம்பவுண்ட் சுவரை ஏறிக்குதித்தால் ஸ்ரீராம் தியேட்டர். அதில் காலைக்காட்சிக்கான போஸ்டர்களில் அரைகுறை ஆடைகளுடன் பெண்கள் படுத்துக்கொண்டும் குளித்துக்கொண்டும் இருந்தனர். ஒரு படத்தையாவது போய் பார்த்தால்தான் என்ன? அரும்பும் மீசையைக் கண்டு தியேட்டர்காரன் உள்ளே விட்டுவிடுவானா? படிக்கிற

பசங்களுக்கு அனுமதியில்லை போடா என்று துரத்திவிடுவானா? ஓரிரு வாரங்களுக்குப் பிறகு, 'பாவாடைக்காரி' போஸ்டரைப் பார்த்ததும் ஆற்றில் பாவாடை ஏற்றிக் கட்டி குளிக்கும் பெண்கள் அவன் நினைவில் மோதித் தள்ளிவிட்டனர். தியேட்டர் இருந்த வீதிக்குச் சென்றுவிட்டான். தியேட்டர் வாசல் நடமாட்டமே இல்லாமல் வெறிச்சென்றிருந்தது. உள்ளே செல்ல பயம். தூரத்தில் பள்ளி வகுப்பறை சத்தங்களோடான அமைதியில் இருந்தது. கட் அடித்து விட்டதை யாராவது பார்த்திருப்பார்களா? வாசலைக் கடந்து அடுத்த வீதிக்குள் நுழைந்து இலக்கில்லாமல் சென்று கொண்டிருந்தான். சத்தமேயில்லாத வீடுகளடங்கிய வீதி. அவ்வப்போது வீட்டுக்குள்ளிருந்தும் வீதியிலிருந்தும் தென்பட்டு நகரும் வாளிப்பான பெண்கள். ஒரு சுவரில் ஒட்டப்பட்டிருந்த பாவாடைக்காரி போஸ்டர் சட்டென்று மதியழகனைத் திரும்ப வைத்தது. ஒரு வேகத்தில் டிக்கெட் கொடுக்கும் இருளடர்ந்த பாதைக்குள் நுழைந்தான். பள்ளி யூனிஃபார்ம் மஞ்சள் துணி பையில் இருக்கும் புத்தக நோட்டுகளோடு சின்ன டிபன்பாக்ஸில் அம்மா கட்டிக் கொடுத்த தயிர்சாதம் ஆகிய மூன்றும் பெரும் சங்கடத்தை அவனுக்குத் தந்துகொண்டிருந்தது. முதல் ஆளாக டிக்கெட்டை வாங்கிக்கொண்டு உள்ளே தியேட்டர் சேருக்குள் பதுங்கினான். சிறிது நேரத்தில் பள்ளி யூனிஃபார்மோடு பலர் பதுங்கிக் கொண்டிருப்பது தெரிந்தது. மதிக்கு இப்போது கொஞ்சம் துணிச்சல் வந்ததுபோல் உணர்ந்தான். பாவாடைக்காரி தலைப்புக்கும் ஓடுகிற படத்துக்கும் சம்பந்தமே இல்லாமல் இருந்தது. படமும் கீறல் கீறலாகத் தேய்ந்து தேய்ந்து புரியாத மொழியில் இருந்தது. "கண்டாரோலி... பிட்டை போடுறா" என்று யாரோ இருட்டுக்குள் கத்துவதைக் கேட்டு பயந்தான். இடைவேளையே விடாமல் படம் முடிந்துவிட்டதற்கான பெல் அடிக்கப்பட்டது. "ஏமாத்திப்போட்டான்டா... தாயளி" எவனோ தியேட்டருக்குள்ளேயே காறித் துப்பினான். மதி சிட்டாக வெளியேறி இதுவரை நுழைந்திராத வீதியில் பெருமூச்சு விட்டபடி நடக்க ஆரம்பித்தான். ஆற்றில் பார்க்கக் கிடைக்கும் இன்பம்கூட இல்லை. பஸ்ஸில் எதிர்பாராது கிடைக்கும்

சிலிர்ப்பும் இல்லை.

வீட்டுக்கு உடனே சென்றுவிட வேண்டும் போலிருந்தது. பஸ் நிலையத்திற்கு வந்தான். விதவிதமான பளீர் மார்பகங்களோடு உதடுகளைக் கடித்தபடியும் சுழித்தபடியும் அட்டைப்படங்களில் தொங்கிக் கொண்டிருக்கும் லைப்ரரியில் இதுவரை பார்த்திராத புத்தகங்களை வாங்கினான். அசால்ட்டாக பஸ் நிலையத்தில் புரட்டுவதைக் கவனித்த சிகரெட்டை புகைத்துக் கொண்டிருந்த கண்டக்டர், “டேய்... யாருக்கும் தெரியாம படிடா...” என்றார் கிண்டலாகச் சிரித்து. பையில் புத்தகத்தைத் திணித்தவன் இன்னும் புறப்படாத டவுன்பஸ்ஸில் ஏறி கடைசி சீட்டின் மூலையில் உட்கார்ந்தான். பத்து வயது மதிக்கத்தக்க பையன் ஸ்கூல் பேக்கோடு அவனருகே வந்து இடித்துத் தள்ளியபடி பஸ் ஜன்னலுக்கு அருகே வந்து உட்கார்ந்தான். முகத்தை உம்மென்று வைத்திருந்தான். சிறிது நேரத்தில் பஸ்ஸில் பச்சைதாவணி வெள்ளை ஜாக்கெட்டோடு கருத்த மாணவி அந்தப் பையனைத் தேடி வந்தாள். மதியைச் சிறிதும் சட்டை செய்யாமல் அவனருகே நெருக்கமாக நின்று குனிந்தவாறு அந்தப் பையனை சமாதானப்படுத்தும்விதமாக ஏதோ சொன்னாள். உட்கார்ந்திருந்தவனின் முகத்துக்கருகே மிக நெருக்கமாக அவளின் பருத்த மார்பகங்கள் இழுத்துக் கட்டப்பட்ட தாவணிக்குள் வடிவமாக மோதும் நிலையில் இருந்தது. எச்சிலை விழுங்கினான். ஒரு கட்டத்தில் அந்தப் பையன் எவ்வி எவ்வி அடிக்க இவளும் அடிக்க மதி மேலும் அவளின் உரசல். எழுந்துசென்று விடலாமா? இறுக்கமான தாவணி தளர வெள்ளை ஜாக்கெட்டில் மார்புகளிரண்டும் திமிறிக்கொண்டிருந்தன. வீடு வரும்வரை ‘தொட்டிருக்கலாமோ’ என்று ஏக்கத்துடன் நினைத்துக்கொண்டே வந்தான்.

எந்த நேரமும் ஏதோ காரணம் சொல்லி கத்தும் அப்பா அழகேசனால் மனச்சோர்வு தோன்றி மதியைப் பிடித்தாட்டியது. புதிதாக ஆரம்பத்திருந்த தீவனக்கடையும் கயிறுக்கடையும் பொங்கலன்று வாடிக்கையாளர்களால் நிரம்பியிருந்தது. அன்று அழகேசனின் திட்டலுக்குப் பயந்து ஆற்றுக்குக் காலையிலேயே

குளிக்க ஓடினான். தண்ணீர் தளுவுசாக அலையடித்து ஓடியது. கிழக்கே வழக்கமாகச் செல்லும் தனித்த பகுதியை நோக்கி கால்களால் தண்ணீரில் நீந்தி தண்ணீர் போக்கிற்கு நடந்து சென்றான். வெள்ளை வேட்டியில் யாரோ அடித்துத் துணி துவைப்பது தெரிந்தது. இடுப்புயர சலசலக்கும் தண்ணீர் ஓட்டத்துக்கு அருகே புல் மேடு இருந்தது. அதில் சோப்பு டப்பாவை வைத்தான், ஈரிழைத் துண்டை எடுத்து டவுசரைக் கழற்றியபடி இடுப்பில் கட்டினான். டவுசரைக் கல்லில் கும்மிவிட்டு எதேச்சையாகத் திரும்பியவன், ‘அய்யோ... வேட்டி ஆணில்லையா... முதிர்ந்த பருத்த பெண்ணா?’ அவளை அம்மன் கோவில் பக்கம் பார்த்திருக்கிறான். கூச்சமின்றி வேட்டியை விலக்கி மார்புகளை சோப்பு நுரையுடன் தேய்த்துக் கொண்டிருந்தாள். தொலைவில் குளித்துக் கொண்டிருக்கும் ஆண்களும் பெண்களும் தன்னையும் அவளையும் பார்ப்பார்களே... சீக்கிரம் குளித்துவிட்டுக் கிளம்பிவிட நினைத்தான். அவளோ இப்போது துவைக்கும் கல்லில் காலைத் தூக்கிவைத்து இவன் திசை பக்கமாகத் திரும்பி தொடைக்கு சோப்பு போட ஆரம்பித்தாள். வேட்டி நெஞ்சுப் பகுதியில் நழுவி விலகியிருந்தது. குளித்து விட்டிருந்த மார்புகளிரண்டும் நீர்த் திவலைகளோடு வெயில் பட்டு பளிச்சென்று தெரிந்தது. மதிக்குக் கட்டியிருந்த துண்டின் கீழ்புறம் விலகியது. அவள் அவனைப் பார்த்துவிட்டாள். இவனுக்குக் கூச்சம் பிடுங்கித் தின்றது. துண்டை அழுந்தப் பிடித்துக்கொண்டு தண்ணீரின் ஆழத்தில் இறங்கினான்.

கடையில் அப்பா அழகேசனும் அம்மா மணிக்கொடியும் கூட்டத்தைச் சமாளித்து வியாபாரம் செய்து கொண்டிருந்தனர். அவ்வப்போது டென்சனில் அழகேசன், மணிக்கொடியைத் திட்டிக்கொண்டிருந்தான். அவ்வளவு பேருக்கு முன் திட்டுவதால் மணிக்கொடி முகம் சுண்டியிருந்தது. மதி பழைய சோறைக் கரைத்துக் குடித்துவிட்டு கடைக்குப் போனான்.

“வற்றான் பாருய்யா இவன்லாம் உருப்படறது” அழகேசன் கத்தினான்.

“ஏம்பா... அப்பாவுக்கு உதவியா இருக்க வேணாமா?”

மதிக்கு ஆற்றில் தரிசனம் தந்த, ‘வேட்டிப் பெண்’ மின்னலெனத் தோன்றித் தோன்றி மறைந்து கொண்டிருந்தாள்.

ஸ்ரீராம் தியேட்டரில் ரதி என்கிற படம் நல்ல பிரின்ட்டில் பளிச்னு இருப்பதாக பள்ளியில் கிசுகிசுவெனப் பேச்சு பரவியது. எப்படியாவது பார்த்துவிடவேண்டும் என்று கல்லாப்பெட்டியில் நாணயங்களைத் திருடி அடுத்தநாள் ஜட்டி பிராவோடு ரொம்ப நேரம் குளித்த ‘ரதி’யைத் திரைக்கு அருகில் இருந்து வாய்பிளந்து பார்த்தான்.

“அது அழகேசன் பையன் மாதிரில்லேருக்கு...”

“அவனேதான். புத்தகப் பையோடவே வந்துருக்கான்யா...”

“அழகேசனுக்குத் தெரிஞ்சா மூக்கணாங்கயிறாலேயே விளாசல் கிடைக்கும்டா...” நக்கல் சிரிப்புடன் பின்னாலிருந்து யாரோ பேசுவது கேட்டது. யார்? பேசாமல் எழுந்து போய்விடலாமா? ஓடும் ஃபேன் காற்றையும் மீறி குப்பென்று மதிக்கு வியர்க்க ஆரம்பித்தது.

காலைக்காட்சி மட்டுமல்லாமல் மதியம் இரண்டு மணி ஷோவிலும் அவனுக்குப் பிடித்த படங்களை கட் அடித்துவிட்டு பார்க்க ஆரம்பித்தான்.

பாலியல் விரச புத்தகங்களை வாங்குவதோடு இல்லாமல் வார மாத இதழ்களையும் வாங்கி புத்தகம் நோட்டுகளில் மறைத்துவைத்துப் படிக்க ஆரம்பித்தான். அழகேசனுக்குக் கதைப் புத்தகங்கள் படித்தாலே ஆகாது. திட்டுவான். சின்ன வயதில் லைப்ரரிக்குச் செல்வதே அழகேசனுக்குத் தெரியாமல்தான். இந்த லட்சணத்தில் பாலியல் விரச கதைகளை எங்கே போய் படிப்பது? வாழையைக் கட்டும் கயிறுக் கட்டுகளை அடுக்கியிருக்கும் கொல்லைப்புற ரூமிலும் தீவன மூட்டைகளை அடுக்கிய வாடகை ரூமிலும் சென்று படித்து புரியாத புதிர் பாதைகளின் வழியே பீடுநடை போட்டான் மதி. எவருக்கும் தெரியாததைத்தான் தெரிந்துகொண்டதான பாவனை.

பஸ் பயணத்தில் கூட்டம் நிரம்பி வழியும் வண்டிகளையே தேர்ந்தெடுத்தான். பல நைலக்ஸ் புடவைகளுக்குள்ளிருந்த தொடைகளைக் கூட்ட நெருக்கடியில் தடவினான். கிள்ளினான். முதுகில் சாய்ந்து ஷாம்பில் குளித்த தலைமுடிகளை முகர்ந்தான். ஒருமுறை நீண்ட தூர தனித்த பஸ் பயணத்தில் அந்தத் தடித்த பெண், 'கொஞ்சம் தள்ளி நில்லுப்பா' என்ற போது மனம் கூனிக் குறுகி விலகினான். இதுநாள்வரை செய்த செய்கைகளை இப்படி யாரும் வெறுப்புக் குரலில் உதாசீனப்படுத்தியதில்லை. எப்போது பயணம் முடிந்து இறங்குவோம் என்று படபடப்போடு இருந்தான் மதியழகன்.

பிளஸ்டூவில் இரண்டு பாடங்களில் மூன்று மார்க் ஐந்து மார்க் என பாஸ் மார்க்கைவிட குறைந்து தோல்வியடைந்தான். அழகேசன் ஒன்றும் சொல்லவில்லை. அக்டோபரில் எழுதி தேறினான். பத்தாவது மார்க்கை வைத்து தொலைதூரத்தில் இருந்த பாலிடெக்னிக்கில் அழகேசன் சேர்த்துவிட்டான். 'கஷ்டப்பட்டு படிச்சு நல்ல வேலைக்குப் போய் நிறைய சம்பாதிக்கப் பாருடா குட்டி... வியாபாரம்லாம் சரியாயில்லே...' அழகேசனின் குரல் கம்மியது. அப்பா இப்படி என்றைக்கும் பேசியது இல்லை. மதியழகனுக்குக் கண்ணைக் கட்டி காட்டில் விட்டதுபோல் இருந்தது. சூழலைப் புரிந்துகொள்ளும் பக்குவமே இல்லாமல் திக்பிரமையில் இருந்தான். வீட்டை விட்டு அம்மாவைப் பிரிந்து இருக்கும் சோகமும் உடலுக்குள் கொதித்துக்கொண்டிருக்கும் காமமும் கலந்த இரு வேறு உணர்வுகளால் ரணக்கீறல்களுடன் கிடந்து தவித்தான்.

வாரம் எப்போது முடியும் வீட்டுக்கு எப்போது போகலாம் என்று காத்திருந்தான். அவன் தங்கிப் படித்த ஊரிலிருந்து இருபது கிலோமீட்டர் தூரத்தில் பெரிய நகரம் இருந்தது. அங்கு பிரமாண்டமான திரையரங்கங்களைத் தேடி விசாரித்தான். வெள்ளி மாலையே வகுப்பை கட் அடித்துப் படம் பார்த்துவிட்டு வீடு போனான். அம்மாவைக் கண்டவுடன் அழுதான். 'படிச்சு பெரியாளாக வேணாமாடா குட்டி...' என்றாள். அவளுக்கும் அழுகை வந்தது. அழகேசன் ஆட்டுக்கறி வாங்கிவந்தான்.

மிளகுக் கறி வறுவலாக வறுத்து தனியே குழம்பும் வைத்தாள்.

திங்கள் காலை பாலிடெக்னிற்கு குறுக்கு வழியில் செல்லும் பேருந்தை விட்டுவிட்டான். பெரிய நகரம் வழியாகச் செல்ல முடிவெடுத்தான். அங்கிருந்து செல்லும் பேருந்தை வேண்டுமென்றே தவறவிட்டான். அவனுக்குப் பிடித்த அரசியல் வார இதழையும் பல்சுவை கொண்ட பிரபல வார இதழ்களையும் வாங்கினான். எங்கேயும் பார்க்கத் தூண்டும்படியான தமிழ் படங்களோ ஆங்கிலப் படங்களோ இல்லாததை உணர்ந்து நகரத்திலிருந்து வெகு தொலைவு நடந்து, 'அர்த்த ராத்திரிக'ளுக்குப் போனான். திகட்டத் திகட்ட பிட்டுகளையும் கிளுகிளுப்பு நிர்வாணத் தழுவல்களையும் தியேட்டர்காரன் காட்டிவிட்டு ஒருமணி நேரத்திலேயே காட்சியை முடித்து அனுப்பிவிட்டான். ஈரமாகியிருந்த இடது இடுப்பு பக்க பேன்ட்டை பேக்கால் மறைத்துக்கொண்டு 'படம் பாக்க வரணும்னா இங்கதான் வரணும்' என்று வேகமாக நடந்தான்.

ரோட்டுக்கு எதிர்முனையில் தரையில் மாத நாவல்கள் வார இதழ்கள் எனப் பழைய புத்தகங்கள் பரப்பி வைக்கப்படிருந்தன. எல்லாம் பாதி விலை. இதுநாள்வரை பார்த்திராத புத்தம் புதிய நிலையில் பழைய புத்தகங்களாக இருந்தவற்றைப் புரட்டிப் பார்த்த ஒரு பார்வையில் மனசுக்குப் பிடித்திருந்தது. “எல்லாமே எலக்கிய பொஸ்தகம் சார்...” என்றான் புத்தகம் விற்பவன். அவனை ஒரு கணம் ஏறிட்டுப் பார்த்தான் மதியழகன்.

அன்று அறைக்கு வந்தவன் மதிய வகுப்பிற்குப் போகவில்லை. பாலிடெக்னிக்கில் ஹாஸ்டல் வசதி இல்லை. சுற்றுப்பகுதி வீடுகளில்தான் வாடகைக்கு ரூம் எடுத்து வெகு தூரத்திலிருந்து வருபவர்கள் தங்கிப் படித்தனர். அவன் தங்கியிருந்த பகுதியில் அந்த நேரத்தில் அமைதி ராட்சசனாக சூழ்ந்திருந்தது. மாடியிலிருந்து கீழே வந்து பெட்டிக் கடையில் சிப்ஸ் பாக்கெட்டை வாங்கிக்கொண்டு அறைக்கு வந்து அம்மா கட்டிக் கொடுத்திருந்த டிபன்பாக்ஸைத் திறந்தான். தக்காளி சாப்பாட்டின் வாசம் மூக்கை துளைத்தது. சாத்தப்பட்டிருந்த

ஜன்னலைத் திறக்க முயன்றான். லேசாகக் கிறீச்சிட்டுத் திறக்க பார்வைக்குப் பட்ட காட்சி மதியை நிலைகுலைய வைத்தது. கீழே திறந்த குளியலறையில் வாடகைக்குக் குடியிருக்கும் ஸ்வீட் கடைக்காரனின் மனைவி வெள்ளை நிற பிறந்த மேனியுடன் தலைக்குத் தண்ணீர் ஊற்றிக்கொண்டிருந்தாள். முதன்முதலில் முழு நிர்வாண தரிசனம். ஜன்னல் திறந்த சத்தத்தைக் கேட்டிருப்பாளோ? கேட்டிருந்தால் மேல்நோக்கிப் பார்வையைத் திருப்பியிருக்க வேண்டுமே.

இன்னும் பழக்கமாகாத அறை நண்பனிடம் தயக்கத்துடனான கிளுகிளுப்பு மொழியில் சொன்னான்.

“நீயும் பாத்திட்டியா?” என்று சொல்லி சிரித்தான். அப்படியென்றால்..?

“கூப்பிடறான்னு போயிடாதேடா... இந்த மாவட்டத்துலதான் எய்ட்ஸ் அதிகம்.”

அந்த அளவுக்குத் தன்னிடம் தைரியம் இருக்கிறதா என்று கேட்டுக்கொண்டான் மதியழகன்.

படித்த புத்தகங்கள் வழி ஏதேனும் எழுதிப் பார்க்கலாமே என்று மனதுக்குள் உந்துதல் எட்டிப்பார்த்தது. அறை நண்பன் “நல்லாருக்குடா” என்றான். வாரக்கடைசியில் வீட்டுக்குச் செல்லும்போது அம்மா மணிக்கொடியிடம் ஆசையுடன் எழுதியவற்றைக் காட்டினான்.

“நீயாடா குட்டி எழுதுனே?” என்றாள்.

“என்னம்மா இப்படிக் கேட்டுட்டே...”

மதியழகன் சொல்லிக்கொண்டிருக்கும்போதே அழகேசன் வந்துவிட்டான்.

“படிப்புல கவனம் வைக்கச் சொல்லுடி... எழுதறேன் கிளுதறேன்னு கிறுக்குப்பயலா ஆயிடப்போறான்?” என்று சத்தம் போட்டான்.

9

1996

காலையில் எழுந்ததும் கடையைத் திறந்தான். கடைக்குள்ளேயிருந்த கயிறு வகைகளை வெளியே எடுத்து வைப்பதும் சிலவற்றைக் கம்பியால் மாட்டுவதுமாக இருந்தான் மதியழகன். மாட்டை விளாசி ஓட்ட மூன்றுவிதமான சாட்டை குச்சி கட்டுகளைப் பார்வைக்குப் படும்படி வைத்தான். கன்றுக்குட்டிகளுக்கான வாய்ப் பூட்டுகளை சரமாகத் தொங்கவிட்டான். தட்டுக்கூடைகளில் இருந்த அரிவாள் பிடி ரகங்கள், தகர உண்டியல்களை அப்படியே தூக்கி வெளியில் பார்வைக்கு வைத்தான். பிளாஸ்டிக் கேன் ரகங்கள் போக்ஸ் கம்பிகளால் முறுக்கப்பட்டு மேலே நிரந்தரமாக மாட்டப்பட்டிருந்த கட்டில் சட்டத்தில் இடைவெளிவிட்டு மாட்டினான்.

அழகேசன், “ரிசல்ட் எப்ப வரும்?” என்று கேட்டான்.

“ஒரு மாசத்துல வந்துடும்?”

காலையில் பதினொரு மணிபோல் இருக்கும்.

“இதுவரை என்ன வித்திருக்குன்னு கவனிச்சியா?”

மதிக்கு திக்கென்றது. நூறு கிராமுக்கு பருப்பு, கால் கிலோ புளி, அரிசி ஐந்து கிலோ, மூக்கணாங்கயிறு இரண்டு, எள்ளு பிண்ணாக்கு இரண்டு கிலோ. அவ்வளவுதான்.

“அஞ்சு மணி நேரம் ஆச்சு... இப்படித்தான் தினமும்...”

ராதா செட்டியார் பையன்களில் ஒருவன் குடும்பத்தில் சண்டையிட்டுக் கோபித்துக்கொண்டு அழகேசனின் கடைக்கு எதிர்திசையில் சற்றுத் தள்ளி பெரிய கடையாக வைத்துவிட்டான். கடந்த மூன்று வருடமாகவே வியாபாரம் சொல்லும்படி இல்லை என்பதும் சீட்டுப் பணம்தான் கடைக்குள் சுழன்றுகொண்டிருக்கிறது என்பதுமாக அழகேசன் உணர ஆரம்பித்தான்.

சீட்டுப் பண வசூலுக்குச் சென்றுவிட்டு களைப்பாக அழகேசன் சைக்கிளை விட்டு இறங்கினான்.

மதி ஆற்றுக்குக் குளிக்கப்போனான். அவ்வளவு அகன்ற ஆற்றில் நீர் சிறுசிறு ஓடைகளாகத் தள்ளித் தள்ளி ஓடிக்கொண்டிருந்தது. நான்கு லாரிகள் ஆற்றுக்குள் கண்ணுக்கெட்டிய தூரத்தில் வெவ்வேறு திசைகளில் ஆட்களை வைத்து மணலை அள்ளிக்கொண்டிருந்தன. நெசவுத்தொழில் சுணக்கமான பிறகு மணலை அள்ளிக்கொட்டும் வேலை அவர்களில் சிலருக்கு ஆக்கப்பாடாக இருந்தது. ஆற்றுநீருக்குள் வெகு நேரம் கிடந்தான்.

முதல் வகுப்பில் தேர்ச்சி பெற்றதாகச் சொன்னபோது அழகேசன் முகத்தில் மலர்ச்சி. அன்று இரவு சற்று போதையுடன் வந்த அழகேசன், “ஃபர்ஸ்ட் கிளாஸ் பாஸ் பண்ணிட்டான்னு சொன்னா நம்ப மாட்டேங்கறான்...” என்றான்.

“யாரு?”

பெயரைச் சொன்னபோது மதிக்கு திக்கென்றுதான் இருந்தது. பல திரையரங்கு வளாகங்களில் இடைவேளையின்போது அந்த நபரைப் பார்த்த ஞாபகம் மனசுக்குக் குறுக்கே வந்தது.

“அவரு நம்பலைன்னா நமக்கு என்ன?” என்றான் மதி.

குளித்தலை தினேஷ் ஏஜென்ஸியினர் குலுக்கல் சீட்டைப் பிடிப்பதாக மணலூரில் ஆட்டோவில் ரேடியோ கட்டி மைக்கில் கத்திக்கொண்டிருந்தனர். வேண்டாவெறுப்பாக வந்தவன் கட்டாயப்படுத்தியதால் அழகேசன் குலுக்கல் சீட்டில் சேர்ந்தான். இரண்டாம் மாதமே டிவியெஸ் பிஃப்டி இருசக்கர வாகனம் பரிசாகக் கிடைத்தது. அழகேசனுக்கு ஓட்டத் தெரியாததால் ஓட்டிப் பழகுவதற்காக பரமசிவத்தின் பையன் ராஜனைக் கூட்டிச்சென்றான்.

மணலூர் கைகாட்டியில் மூன்று சிறிய மூட்டைகளுடன் தளர்ந்த நடையில் பஸ்ஸை விட்டு இறங்கினாள். இறங்கிய நொடியிலிருந்து, “எலே சின்னப்பயலே... எலே சின்னப்பயலே...” என்று கூவியபடி மூட்டைகளுடன் நடக்க முடியாமல் நடந்து வந்துகொண்டிருந்தாள். யோசனையுடன் கடைக்கு வெளியே வந்த மதி, அப்பாயி ராமாயியைப் பார்த்துவிட்டான். ‘கிழவி என்னத்த சுமந்துட்டு வருது?’ ஓடிப்போய் மூட்டைகளை வாங்கியவன், ‘எதுக்கப்பாயி இப்படி சுமந்துட்டு வரவ?’ என்றான்.

“காட்டு வேலைக்குப் போனேன்டா சின்னப்பயலே... கடலைக்கா, அது வெங்காயம், இது கம்பு...”

“சின்ன அப்பாயியும் காட்டு வேலைக்கு வருமா?”

“அவ சோம்பேறி பயபுள்ளே... மவன் துரத்திப்புட்டான்... அப்பப்ப ஊருக்கு வந்து காசு தருவானாட்டுக்கும்...”

சாப்பிட்டுவிட்டு கடைக்கு வந்தாள். அழகேசன் இருக்கிறானா என்று எட்டிப்பார்த்தாள்.

“என்னப்பாயி?”

“இருக்கானா?”

“அப்பா சீட்டுக்காசு வசூல் பண்ணப் போயிருக்கு...”

“குளிக்கிற சோப்பு குடுடா சின்னப்பயலே...”

சிரித்துக்கொண்டே ஏழு ரூபா சோப்பைக் கொடுத்தான். வாங்கியவள் மோந்து பார்த்துவிட்டு, “வாசமேல்லேடா சின்னப் பயலே...” என்றாள். எலுமிச்சை வாசமடிக்கும் சோப்பையும் மைசூர் சாண்டல் சோப்பையும் தந்தான்.

“ரெண்டு தர்ரீயா... அவன்ட்ட சொல்லிப்புடாதே...” அரிய பொருளை ரகசியமாகப் பாதுகாப்பதுபோல் இடுப்பு முந்தியில் முடிந்து இறுக்கி சொருகிக்கொண்டாள்.

“உனக்கு பொம்பளைப் பிள்ளையா பொறக்கும்...” என்று சிரிக்காமல் சொல்லிப்போனாள்.

அன்று மாலை அவனை ரகசியமாகக் கூப்பிட்டுப் பணம் தந்தாள். “கூட்றவு சொசைட்டில போட்டு வெச்சிருந்தேன்... பேங்க்ல போட்டு வச்சிக்க... அவன்ட்ட குடுக்காத... கடையில கிடையில போட்டு கரைச்சிப் புடுவானாக்கும்...” பத்து நூறு ரூபாய் நோட்டுகளை எச்சில் தடவி எண்ணி எண்ணித் தந்தாள்.

மதிக்கு சீனியராக இருந்த பிரபு என்பவர் மூலம் மூன்றாயிரம் லஞ்சத்தில் பொதுப்பணித்துறையில் ஒரு வருட பயிற்சியாளனாக நீர்ப் பாசனத்துறையில் சேர்ந்தான். அங்கு போனபிறகுதான் அது காலத்தைக் கொல்லும் கலை என்பது புரிந்தது. சும்மா உட்கார்ந்திருப்பதுதான் பயிற்சி போலிருக்கிறது. மாதம் ஸ்டைஃபண்டாக வந்த பணத்தை அழகேசனிடம் தந்தான்.

“இதை வச்சு என்ன பண்றதுடா... பஸ்ஸுக்கு காவாசி போயிடுது... வேற எதுனா பண்ணுடா...”

மதிக்கு என்ன பண்ணுவது என்று புரியவில்லை. தன்னுடன் படித்தவர்கள் சின்னதாக கன்ஸ்ட்ரக்சன் பிஸினஸ் ஆரம்பித்துவிட்டதாகச் சிலர் சொன்னார்கள். ரோடு கான்ட்ராக்டர்களிடம் சென்றால் நல்ல சம்பளம் தருவார்கள் என்று வேறு சிலர் சொன்னார்கள். ‘ஆனா உன் உடம்பு தாங்காதுடா மதி.’

“அப்ரண்டிஸ் டிரெய்னிங் முடிஞ்சதும் இன்ஜினியர் நாகப்பனைப்

பாருடா” என்றான் மணிவண்ணன். கூலிப்பட்டியில் செங்கல் சூளை வைத்திருந்தான்.

அன்றிரவு வீட்டு ஓட்டின் மேல் சிறு சிறு கல் விழுந்தன. திடுக்கிட்டு விழித்தான்.

“அம்மா... வீட்டு ஓட்டு மேலே யாரோ கல்லுவிட்டு எறியறாங்கம்மா...”

“மிலிட்டரிக்காரன் பொண்டாட்டிதான்... பைத்தியக்காரி. பொங்கலுக்கு முன்னாடி சந்துப்பக்கம் சுண்ணாம்பு அடிக்கப் போனப்ப சந்தே கிடையாதுன்னு வம்பு பண்ணீனா... மத்திஸ்தம் பண்ண வந்தவங்களையும் எதிர்த்து எடுத்தெறிஞ்சு பேசிட்டா...”

“அப்பா எதுவும் சொல்லலையா..?”

“அன்னிக்கு ஒரே சத்தம்தான்... நீ வீட்டுக்கு வந்தா சொல்ல வேணாம்னு சொல்லிட்டார்...”

கதவைத் திறந்து வெளியே வந்தான். கடை இரும்பு ஷட்டரால் இரண்டு பகுதிகளாக சாத்திப் பூட்டப்பட்டிருந்தது. கயிறுகளை மாட்டும் கடைக்கு முன் இருந்த சிறிய நீண்ட பகுதியில் ஆஸ்பெஸ்டாஸ் கூரைக்குக் கீழ் கட்டிலில் படுக்காமல் குனிந்தபடி யோசனையாக இருளில் உட்கார்ந்திருந்தான் அழகேசன். இருளைக் கிழித்து மதி கத்தினான்.

“எவன்டாது... கல்லை உட்டு எறியறது தறுதலை நாயே...”

“அவளுக்கெல்லாம் உரைக்காது... போய் படுங்க... சின்னச் சின்ன கல்லை உட்டெறிஞ்சு ஓடுங்க உடையப்போகுதா... ஆண்டவன்னு ஒருத்தன் இருந்தா கேட்கட்டும்...”

மணிக்கொடியும் மதியழகனும் உள்ளே வந்தனர்.

சிறிது நேரங்கழித்து அழகேசன் கட்டிலை எடுத்துக்கொண்டு சமீபத்தில் கட்டிய அறைக்கு வந்து அவர்களுக்கு அருகில் போட்டுப் படுத்தான். மணிக்கொடிக்கு ஆச்சரியமாக இருந்தது.

ஓட்டில் கல் விழுவது நின்றிருந்தது. இத்தனை வருடங்களில் உள்ளே வந்து அழகேசன் படுத்ததில்லை. சில வருடங்களுக்கு முன் வந்திருந்த உறவுக்கார பெண்மணி 'என்ன மணி... வெளியே படுக்க உடறே... இதெல்லாம் ரூட்டு மாறிப்போயி நமக்கே வினையாயிடும்டி...' என்றாள். கல்யாணத்துக்கு முன்னர் சொர்ணத்திடம் சென்று வந்ததைச் சொன்ன மனிதன் தன்னைவிட்டு இதுவரை யாரிடமும் சென்றிருக்க வாய்ப்பில்லை என்றுதான் நம்பினாள். அப்படியே சென்றான் என்றால் தடுக்க முடியுமா? தன் பேச்சைத்தான் கேட்பானா? இன்று உள்ளே வந்தான் என்றால் ஊரின் சூழ்நிலை மாறிப்போயிருந்த குரூரம்தான் காரணம்.

எதிர்த்த பக்கம் டீக்கடை வைத்திருந்த பரமசிவம் பண்டாரம் தான் வாழ்ந்த காலத்தை மூன்று வருடங்களுக்கு முன் இயற்கையாக முடித்துக்கொண்டார். அவரின் ஒரே மகன் ராஜன் டைலரிங் வருமானம் சரியாக இல்லை என்று இட்லிக் கடை வைத்தான். அதிக வட்டிக்கு மணலூர் கை காட்டி பக்கம் யாரிடமோ பணம் வாங்கியிருந்தான். கட்ட முடியவில்லை. வட்டி குட்டிக்கு மேல் குட்டி போட்டு வீட்டை எழுதி வாங்குவதில் வந்து முடிந்தது. வக்கீல் ஒருவரிடம் வேலைக்கு இருக்கும் நபருக்கு வாழ்க்கைப்பட்டுப் போன பரமசிவத்தின் ஒரே மகள் வேணி, 'எங்க அண்ணனை அடித்து எழுதி வாங்கிவிட்டார்கள்' என்று வக்கீல் நோட்டீஸ் விட்டாள். எழுதி வாங்கியவர்கள் கறுவிக்கொண்டிருந்தார்கள். 'களுத முண்டே ஊருக்குள்ளே நுழையட்டும்.' ராஜன் ஊரைவிட்டுப் போன சில மாதங்களுக்குப் பிறகு வேணி மணலூருக்கு வந்தாள். என்ன நடந்து என்று யாருக்குமே தெரியவில்லை. அலறியடித்துக்கொண்டு ரோட்டில் ஓடிவந்தாள். "யாராவது காப்பாத்துங்களேன்" வீட்டை ராஜனிடம் எழுதி வாங்கியிருந்தவன், அவளைத் துரத்தியடித்து கத்தியபடி மாந்தோப்பு வீதியில் வந்துகொண்டிருந்தான். கரன்ட் வேறு நின்றிருக்க இருள் பரவியிருந்தது. கடைவாசலில் நின்றிருந்த அழகேசனைக் கண்ட வேணி, "துரத்தறாங்க மாமா" என்றழுதாள். இங்கே வந்த புதிதில் பாவாடை சட்டையில்

சிட்டாக வந்து அவனிடம் தைரியமாகப் பேசுவாள். இப்போது புடவையில் கண்ணீரோடு நிற்கிறாள். வீட்டுக்குள் நுழைய முயன்றவளை என்ன நினைத்தானோ, "இங்க வராதே போயிடு..." என்றான். குறுக்கே கையை நீட்டித் தடுத்தான். அவள் பேச்சற்று அதிர்ச்சியோடு அழகேசனைப் பார்த்தாள். அதே வேகத்தில் திரும்பினாள்.

துரத்தினவர்கள் அழகேசனின் வீட்டுக்குள் புகுந்தனர். 'இங்கே வரவில்லை' என்று சொல்லியதையும் மீறித் தேடினார்கள்.

அடுத்தநாள் வேணியைக் கண்டுபிடித்து முடியைப் பிடித்து தரதரவெனப் பலர் பார்க்க ரோட்டில் இழுத்துச் சென்றனர். "எவன் வந்து கேக்கறான்னு பாக்கறேண்டி" அவள் வலி தாங்காது கத்தினாள். யாரும் தடுக்கவரவில்லை. ஏன் என்று கேட்கவுமில்லை.

"நான் மட்டும் உள்ளே வுட்ருந்தேன் என்னைக் கல்லாலயே அடிச்சுக் கொன்னிருப்பானுங்க..." என்றான் அழகேசன்.

"நான் அர்ச்சுணன் ஜவுளிக்கடை போனிலிருந்து நூறுக்கு போன் அடிச்சேன். போலீஸ் வந்த திரியே தெரீலயே..." என்றான் தொப்பளான்.

"அடிச்சு இழுத்துட்டுப் போனவன் கல்லுப்பட்டிகாரன். லோக்கல் போலீஸ் மணலூரு மத்தியஸ்தம் பேசுறவங்ககிட்ட என்னன்னு பாக்கச் சொல்லியிருக்கும். ஒரே சாதி... என்னத்த எதிர்பார்க்க முடியும்... இருக்கிற எடம் தெரியாம நாமதான் இருந்துக்கிடணும்..." சொல்லிவிட்டு அழகேசன் உதட்டைப் பிதுக்கினான்.

மணிக்கொடி நடந்து முடிந்த பல விஷயங்களை மதிக்குச் சொன்னாள். வாரம் ஒருமுறை வந்துபோவதால், "அவன்ட்ட இதெல்லாம் சொல்லிக்கிட்டிருக்காதே... படிப்புல கவனமா இருக்கசொல்லு..." என்று அழகேசன் அவளிடம் சொல்லியிருந்ததை இப்போது கேட்ட மதிக்கு ஊரே தற்போது வித்தியாசமாகப் பட்டது.

மாறன் இரண்டாவது முறை எம்எல்யேவாகி விளையாட்டுத் துறை அமைச்சராகியிருந்தான். அவன் கட்சியை விட்டுவிட்டு தன்னை வளர்த்துக்கொள்வதில் முனைப்பாக இருந்தான். அரசியல் புலனாய்வு இதழ்கள் அவன் மீதான ஏகப்பட்ட ஊழல் செய்திகளைப் பக்கம்பக்கமாக வெளியிட்டுக் கொண்டிருந்தது. ஜெயலலிதா தன் தோழியோடு தான் மக்களுக்கான முதலமைச்சர் என்பதை மறந்து தழைய தழைய தங்கங்களை அணிந்து வந்ததை கட்சிக்காரர்களே ரசிக்கவில்லை. தன் கட்சித் தலைமையை விட்டுக்கொடுக்காமல் பேசினாலும் உள்ளுக்குள் அழகேசன் புழுங்கிப்போயிருந்தான்.

பல சீட்டுத் திட்டங்களின் சுழலில் தான் மாட்டியிருப்பதாக உணர்ந்தான். வியாபாரம் நன்கு நடக்கவேண்டும் இல்லைன்னா மதி நல்ல வேலைக்குச் சென்று சம்பாதித்துப் பணத்தைத் திருப்பிவிட வேண்டும். இரண்டு மூன்று பேராவது, ‘சீட்டு முடியும்போது வாங்கிக்கிறேன்’ என்று ஒவ்வொரு சீட்டுத் திட்டத்திலும் யாராவது சொல்லி விடுகின்றனர். பணத்தை வியாபாரத்தில் போட அதை மீட்டு எடுப்பதற்குள் இடியாப்பச் சிக்கலாகி விடுகிறது. வட்டிக்கு விட்ட அழகேசன் சீட்டுத் திட்டத்தில் நல்ல பேரை எடுப்பதற்காக பெருமான் வாத்தியார் கல்லுப்பட்டி கலியமூர்த்தி என பசையுள்ளவர்களிடம் சற்றுப் பெரிய தொகையாக வட்டிக்கு வாங்கினான். இப்போது வட்டி கட்டுவதற்கும் சேர்த்து வருமானத்தை எதிர்பார்க்க வேண்டியிருந்தது.

வாழை மரங்களை மூங்கிலோடு சேர்த்துக் கட்டுவதற்கான கயிறுக் கட்டுகளை கயிற்றுக்காரர் கண்ணையன் ஒவ்வொரு கட்டிலும் ஐம்பது சுருணை கொண்ட ஆறு கட்டுகளை அகலமான கேரியரில் கட்டி முசுகுந்தபுரத்தின் பைபாஸ் ரோட்டிலிருந்து சைக்கிளிலேயே வழக்கம்போல கொண்டுவந்தார்.

“கடையில இவ்வளவு சாமானுங்க இருக்கிறதுக்கு எந்நேரமும் நாலு பேர் வாங்கறதுக்கு நின்னுகிட்டே இருக்க வேணாமா?” என்ற கண்ணையன், அழகேசனிடம் வெகுநேரம் பேசிக்கொண்டிருந்தார்.

மாறனிடம் சென்று குறைந்தவட்டிக்கு ஒரு பெரிய தொகையைத் தந்து உதவும்படி கேட்டான். ஒரு அமைச்சர் என்கிற ஈகோ அவன் முகத்தில் தாண்டவமாடியது. வட்டிக்குத் தான் பணம் விடுவது இல்லை என்றும் பத்திரிகைச் செய்திகளைப் பார்த்து தன்னிடம் பணம் குமிந்து கிடப்பதாக நினைத்துக்கொள்ள வேண்டாம் என்றும் அழகேசனிடம் சொன்னான்.

ஆட்சிக்காலம் முடிந்து நடந்த சட்டமன்றத் தேர்தலில் ஜெயலலிதாவோடு சேர்த்து அதிமுகவே படு தோல்வியைச் சந்தித்திருந்தது.

ஒரு மாதங்கழித்து முந்தைய ஆட்சியில் ஊழல் குற்றச்சாட்டுக்கு ஆளான பலர் ஒவ்வொருவராகக் கைதாகினர். மாறனும் வருமானத்துக்கு அதிகமாகச் சொத்து சேர்த்ததாகக் கைதானான்.

10

1999

“காலையிலேயே எங்கேயோ போறான்... பத்து மணிக்கு மேலே வர்றான்... தின்னுட்டுத் தூங்கிடறான்... என்னடி நினைச்சுட்டு கிடக்கான்...” அழகேசன், மணிக்கொடியிடம் கத்திக்கொண்டிருந்தான். சத்தம் கேட்டு மெல்ல கண் திறந்து விடுக்கென்று எழுந்து உட்கார்ந்தான். தலை சுத்துவது போன்று மயக்கம் வந்தது.

நாகப்பன் இஞ்சினியரைப் போய் பார்த்தான்.

“சொசைட்டில லோன் வாங்கறதுக்காக கட்டிட டிராயிங் கேட்டு வருவாங்க... ஆனா உங்ளுக்குச் சம்பளம் அதிகம் வராதுங்களே...”

அழகேசனிடமிருந்து சொல் பேச்சிலிருந்து தப்பித்தால் போதும் என்றிருந்தது. தினமும் மணிக்கொடி விதவிதமான சாப்பாட்டோடு டிபன் கட்டிக்கொடுத்தாள். காலை ஒன்பதரைக்குச் சென்றால் இரவு ஏழுவரை கட்டிட டிராயிங் நாகப்பன் கொடுத்திருக்கும் குறிப்புகளோடு வரைந்துவிட்டு அவர் வீட்டுக்கு நடந்துசென்று ப்ளூ பிரின்ட் எடுத்து வருவான். அவர் வீட்டுக்கு முன்னால் இருக்கும் வீட்டைத் தாண்டிச்

செல்லும்போது அந்த வீட்டில் இருக்கும் பெண் இவனைப் பார்த்து லேசாக விசிலடிப்பதுபோல் தோன்றியது.

மாலையானதும் வயிறு கபகபன்னு பசியெடுக்க ஆரம்பித்தது பஸ் நிலையத்தின் தள்ளுவண்டிக் கடையில் மீன் வறுவல் பீஃப் வறுவல் சூப் சுண்டல் வேர்க்கடலை என எதையாவது வாங்கித் தின்று வருவான்.

முடிந்த மாதத்திற்கான சிறு தொகையை நாகப்பன் சம்பளமாகத் தந்தார். அதை அழகேசனிடம் தந்தான்.

“பஸ்ஸுக்கு வாங்கித் தின்னதுபோக இதுல என்ன வரும்னு நினைக்கிறே?” பற்களைக் கடித்தபடி கேட்டான். மதி, முக இறுக்கத்துடன் அமைதியாக நின்றான்.

மூன்று டியூப்லைட்டுகள் பளிச்னு எரிந்துகொண்டிருந்தன. கடையில் சாமான்கள் மௌனமாகப் பிரதிபலித்துக் கிடந்தன. அழகேசன் மட்டும் தனித்து உட்கார்ந்திருந்தான். சீட்டுப் போட்டிருக்கும் இருபது முப்பது பேரில் பாதிப் பேராவது வந்து ஏதாவது வாங்கலாம். ‘நாலைஞ்சு கடையைத் தாண்டி இங்கே வரது சரிப்படாது அழகேசா.’

பெருமானுக்கும் கலியமூர்த்திக்கும் வட்டி கட்டியே மாளலே. இரவு எட்டரையானதும் வெளியே வைத்த சாமான்களை உள்ளே எடுத்து வைப்பது ஒரு சடங்காகத் தினமும் நடந்துகொண்டிருந்தது.

பஸ்ஸில் கூட்டம். தன் வீட்டைத் தாண்டித்தான் பஸ் போகும். படிக்கட்டில் தொங்கிச் செல்வதைக் கண்டால் அதை ஒரு சாக்காக வைத்து அழகேசன் திட்டக்கூடும். முண்டியடித்து சைடில் நின்றுகொண்டிருந்த பெண்களின் இடுப்பு மார்பு எனக் கரங்களால் கூட்டநசநசப்பில் தடவியும் பிடித்தும் தடுமாறி மதியழகன் சென்றுகொண்டிருந்தபோது பஸ் நின்றுவிட்டது. மூன்று நிமிடம்கூட ஆகியிருக்காது. ரோட்டில் கூட்டம் கூடியிருந்தது. குனிந்து பார்த்தான். நம்ம வீடல்லவா... அப்பா அழகேசன் கட்டில் சட்ட தடியோடு இருக்க

அவரின் பனியனைப் பிடித்து இழுத்துக் கொண்டிருந்தாள் மிலிட்ரிக்காரன் மாடசாமியின் பொண்டாட்டி. மணிக்கொடி சண்டையைத் தடுக்கத் தடுமாறிக் கொண்டிருந்தாள். “பஸ்ஸை எடுத்திறாதீங்க... நா இறங்கிக்கிறேன்...” தடுமாறி இறங்கி ஓடினான் மதி.

“கடைக்கு முன்னாடி நின்னுகிட்டிருந்தேன்டா... அவ பாட்டுக்கு வந்து பனியனைப் பிடிச்சு இழுக்கிறா... போலீஸுக்கு உடனே போடா...” அழகேசனின் குரல் கம்மியிருந்தது, அப்பாவின் உடைந்த குரலை அன்றுதான் கேட்டான். எல்லோரும் வேடிக்கை பார்க்க மட்டுமே செய்தனர். மதி, சிவானந்தா பள்ளி நாதன் சாரின் வீட்டைப் பார்த்து ஓடினான். அவர் அவன் வரும் கோலத்தைப் பார்த்து ஊர் மத்தியஸ்தம் பேசும் சிலரின் பேரைச் சொல்லி அங்கு போகச்சொன்னார். பயப்படுகிறாரா? தவிர்க்கிறாரா? அவர் கூறியவர்கள் மிலிட்ரிக்காரன் பொண்டாட்டி சாதியைச் சேர்ந்தவர்கள். அவர்களிடம் நியாயத்தை எதிர்பார்க்க முடியுமா? கைகாட்டிக்கு வந்து போலீஸ் ஸ்டேசனுக்கு நேராகவே போய்விடலாம் என்று பஸ் ஏறினான்.

ஸ்டேசன் உள்ளே நுழைந்து சம்பவத்தைச் சுருக்கமாகச் சொல்லி முடிப்பதற்கு முன்னேயே கேட்ட போலீஸ்காரர் “என்னய்யா சின்னப்பிள்ளைங்க சண்டை மாதிரி... வெட்டிக் குத்திட்டு வாங்கடா...” என்று நக்கலடித்தார். “போய் பேப்பர் பால்பாயின்ட் பேனா வாங்கிட்டு வா... நீ என்ன பண்றே?” சொன்னான். “பாத்துக்கலாம்யா... வாங்கிட்டு வா...”

அழகேசன் மணலூரில் போலீஸ் விவகாரங்களுக்கு புரோக்கர் வேலை பார்க்கும் அண்ணாசாமியுடன் வந்தான். மதியை வீட்டுக்குப் போகச் சொன்னான். அம்மா அழுதுகொண்டிருந்தாள்.

“அவர் பாட்டுக்கு நின்னுட்டுருந்தாருடா... திடீர்னு வந்து பிடிச்சு இழுக்கிறாடா... நீ மட்டும் வரலை, அவளை அடிச்சே கோவத்துல அப்பா என்ன வேணா செஞ்சுருப்பாங்க...”

"வூட்டு சந்துப் பிரச்சனைக்கு இப்படிப் பண்ணுவாளா..."

"உன்னய அடிச்சா கேக்க ஒரு நாதி இருக்காடா அப்படினு இந்தச் சண்டைல கேட்டா... குறும்ப கவுண்டன்டா நீ உனக்கு இந்த ஊருல என்ன வேலைடான்றா..."

மணலூரில் அழகேசனை சிலர் முத்தரையர் என்றும் சீட்டுப் போட்டிருக்கும் சாலியர் அவனை நாட்டுக்கோட்டை செட்டி என்றும் முத்தரையர்களோ சாலியர் என்றோ குறும்ப கவுண்டர் என்றோ பேசிக்கொண்டனர். கல்லுப்பட்டி ஆட்களோ அவனை 'பிள்ளை' என்று கூப்பிட்டுதான் பேசவே செய்வர். பள்ளி இறுதிவகுப்பில் அம்மா மணிக்கொடியிடம் தெளிவாக கேட்டுப்போய் நாதன் சாரிடம் செங்குந்தர் என்றதற்கு 'சலுகை கிடைக்காதுடா' கைக்கோளர் என்று எழுதினார். வியேவும் அப்படியே எழுதினார்.

"நாமெல்லாம் யாரும்மா..."

"மனுசங்கதான்... கீறினா எல்லாருக்கும் ரத்தம் சிவப்பாத்தான்டா குட்டி வரும்..." என்று சொல்லி விரக்தியுடன் சிரித்தாள் மணிக்கொடி.

போலீஸ் ஸ்டேஷனிலிருந்து ஒப்புக்காகக்கூட வந்து விசாரிக்கவில்லை. அடுத்தநாள் இரவுபோல் வந்து இருட்டில் வீட்டு சந்தினை பேட்டரி வெளிச்சத்தில் பார்த்துவிட்டு புரோக்கரும் வந்த போலீஸும் கிசுகிசுப்பாகப் பேசிவிட்டு அழகேசனிடம் ஒன்றும் கூறாது சென்றுவிட்டனர்.

போலீஸ் விவகாரத்திற்கு ஆன செலவுகளைக் கணக்கிட்டு எழுதிய பேப்பரைக் கசக்கி வெறுப்பாக எறிந்தான்.

ஊர் மத்தியஸ்தம் பேசுபவர்கள், "ஊருல ஒரு தினுசாத்தான் உங்க மேல இருக்கானுங்க... எதுக்கும் ஜாக்கிரதையா இருந்துக்கங்க..." என்றனர். ஒருகாலத்தில் டவுசர் போட்டுத் திரிந்தவர்கள், சாதி ஆதிக்கம் மத்தியஸ்தம் பேச முன்னிலைப்படுத்தியிருக்கிறது.

"அவ பனியனைப் பிடிச்சு இழுக்கும்போது பெருமான் வாத்தி

பாத்துட்டுதான்டா போனான். அவனும் தடுக்க வரலை... ராமலிங்கத்துக்குச் சொல்லிவுட்டேன். ஒரு ஆறுதலுக்குக்கூட இதுவரை வரல...” சொல்லிக்கொண்டிருக்கும்போதே மனம் உடைந்து அழகேசனின் கண்களில் நீர் தாரைதாரையாக வழிந்தது. மணிக்கொடி அவனைக் கட்டிப்பிடித்து அழுதபடி ஆறுதல்படுத்தினாள். மதியழகன் திக்பிரமை பிடித்து முகம் இறுகிக் கிடந்தான்.

நாகப்பன் அன்று மாலை வழக்கமான நேரத்துக்கு முன்னரே வந்துவிட்டார். மதி பழைய கணையாழி இதழில் மூழ்கியிருந்தான்.

“வேலையை முடிச்சிட்டீங்களா... கதைப் புஸ்தகம் படிச்சிட்டுருக்கீங்க?” எரிச்சலுடன் கேட்டபடி சேரில் அமர்ந்தார். முகத்தில் சலிப்பு அண்டிக்கிடந்தது.

மீதி வேலையை முடித்துவிட்டு நிமிர்ந்தான். அஸ்திவாரம் பறிக்கும் மேஸ்திரி தனது பழசான சைக்கிளில் வந்திறங்கினான்.

“மதி நீங்க சேலம் ரோட்டுல எம்ஜியெம் தியேட்டர் பக்கத்து சந்துல கன்ஸ்ட்ரக்ஷன் ஒர்க்கை ஆரம்பிச்சு வச்சுருக்கேன். அங்க போயி...” என்று நாகப்பன் விபரங்கள் சொல்ல ஆரம்பித்தார். இரண்டுகிலோ மீட்டர் தூரம் இருக்கும்.

“இவர் சைக்கிளை எடுத்துட்டுப் போங்க...”

மதிக்கு குப்பென்று வியர்த்தது. இங்கிருந்து கிளம்பிச் செல்லும் பாதையெங்கும் இந்த மாலை நேரம் பயங்கர டிராஃபிக்காக இருக்கும். டிராஃபிக்கில் எங்குமே இதுவரை சைக்கிளை ஓட்டியதில்லை. மனசுக்குள் எதுவோ தடுமாறியது. ஒன்பது பத்து படிக்கும்போது சின்ன லேடீஸ் சைக்கிளில் தடுமாற்றத்துடன் ஓட்டிச்செல்வான். அவனை முந்திக்கொண்டு ஸ்டைலாக பெரிய சைக்கிளில் பெண்கள் நீல தாவணி பறக்கச் செல்வர். அவனுக்கு வெட்கம் பிடுங்கித் திங்கும். அதற்குப் பிறகு முசுகுந்தபுரத்தில் படிக்கும்போது ஓரிருமுறைதான் மனதில் பயம் அள்ள கரன்ட் பில் கட்ட அழகேசனை மணலூர் கை காட்டியில் விட்டுவர என்று அகன்ற கேரியர் வைத்த

பெரிய சைக்கிளை ஓட்டியிருக்கிறான். காலம் அவனை இப்படியே நகர்த்திக்கொண்டு வந்துவிட்டது. பெடலை உந்தி ஏறி சைக்கிள் பழகாததால் சைக்கிளை சாய்த்து வலக்காலை தூக்கிப்போட்டான். இடதுகாலை தரையிலிருந்து உந்தி ஏறி மிதித்தான். எல்லோரும் தன்னையே பார்த்துக் கொண்டிருப்பதாக மனசில் பட்டது. ஓட்டுவதில் ஒருவிதத் தடுமாற்றம் வந்தது. எதிரும் புதிருமாக சைக்கிள்களும் பைக்குகளும் கார்களும் லாரிகளும் பஸ்களும் சத்தங்களுடன் விரைந்து கொண்டிருந்தன. ஆஞ்சநேயர் கோவிலுக்கு அருகே ஒரே கூட்ட நெரிசல். போலீஸ் தலைகள். கலெக்டர் சாமி தரிசனத்திற்கு வந்திருப்பதால் கெடுபிடியாக இருந்தது. இறங்கி சைக்கிளைத் தள்ளிக்கொண்டு போனான். மனதுக்கு நிம்மதியாக இருப்பதாக உணர்ந்தான். இருட்ட ஆரம்பித்திருந்தது. எதிரே மொபெட்டில் அவன் வயதுப் பெண் வேகமாக வந்து பின் ஸ்லோவாகக் கடந்துபோனாள். கன்ஸ்ட்ரக்ஷன் சைட்டுக்கருகே இளம் பெண்கள் இருப்பார்களோ? தான் சைக்கிள் ஓட்டும் லட்சணத்தைக் கண்டால் என்ன நினைப்பார்கள். நான்கு ரோடு சந்திக்கும் சேலம் ரோட்டை நெருங்கியிருந்தான். இங்கே எப்படி லாவகமாக சைக்கிளை ஓட்டிச்செல்வது. மேலுதட்டில் வியர்வை அரும்பியது. குழப்பத்தில் சைக்கிளைவிட்டு இறங்கவும் டமார் என்ற சத்தத்தோடு கரன்ட், நகர் முழுக்க கட்டாகி இருள் சூழ்ந்தது. வாகனங்களின் வெளிச்சப்புள்ளி சத்தங்களோடு சைக்கிளை மனசு நிறைந்த சந்தோசத்தோடு தள்ளிப்போனான். நகரே அலறியடித்துக்கொண்டிருப்பது அதற்குப் பின்தான் தெரிந்தது. ஆஞ்சநேயர் கோவிலுக்கு அருகே ரோட்டில் இருக்கும் டிரான்ஸ்ஃபார்ம் வெடித்துச் சென்றுகொண்டிருந்த டவுன் பஸ்ஸில் தெறித்து பஸ்ஸில் இருந்த இருவர் ஸ்பாட்டிலேயே அவுட் என்று. திரும்பிவரும்போது இருளில் சைக்கிளை ஜாலியாகத் தள்ளிக்கொண்டு லேசான மனதாக நடந்து வந்தான்.

வீடு புத்தம் புதிதான தோற்றத்தோடு இருந்தது. காலிங்பெல்லை அழுத்தினான். கைலியோடு காதோர நரைமுடி பளிச்சிட வந்தவர், “யாரு?” என்றார். “சத்தியமூர்த்தி சாரைப் பாக்கணும்”

என்றான் மதியழகன். அவர் அவனை உள்ளே அழைத்தார்.

நாகப்பனிடமிருந்து விடுபடுவதுதான் அலைச்சலிலிருந்து தப்பிக்க முடியும். அலைச்சல் இல்லாத ஒரே இடத்தில் வேலை செய்துவிட்டுத் திரும்புவது போன்ற வேலையை மதியின் மனம் விரும்பியது.

“புது பில்டிங் கான்ட்ராக்ட் ஓர்க் ஏதும் எடுக்கலப்பா... ஆல்ட்ரேசன் ஓர்க்கா கருப்பூர் இன்ஜினியரிங் காலேஜ்ல நடக்குது... அங்க போறீயா?”

அவர் எழுதிக்கொடுத்த துண்டுச்சீட்டை வாங்கிக்கொண்டு கருப்பூர் இன்ஜினியரிங் காலேஜ் பில்டிங் வேலை நடக்கும் இடத்தை விசாரித்துச் சென்றான். சைட் இன்ஜினியர் சீட்டை வாங்கிப் பார்த்துவிட்டு, “மேனேஜர் பத்து மணிபோல வருவார்... பேக்கை உள்ளே வச்சுட்டு வாங்க. ஓனருக்குத் தெரிஞ்சவரா?” என்றான். மதியழகன், “இல்லை சார்... ஓனர் யாரு?” என்று கேட்டான். “இந்தச் சீட்டை எழுதிக் கொடுத்தவர்தான்.”

மதிக்கு மனதுக்கு நெருக்கமாக அவர் நேற்று பேசியது நினைவுக்கு வந்தது. அதிகம் படிக்கவில்லை. அரசியல் தொடர்புகளால் மூன்று வருடத்தில் ஏகப்பட்ட கான்ட்ராக்ட்டுகள் எடுத்து பல லட்சங்களில் இன்றைக்கு புரள்கிறார் என்றான் சைட் இன்ஜினியர் சிவநேசன். “மேனேஜர் ஓனரோட மச்சான். தமிழே படிக்க வராது. ஈரோட்டு பஸ் ஸ்டாண்டுல ரவுடியா திரிஞ்சவுரு...”

லேடிஸ் ஹாஸ்டலில்தான் பராமரிப்பு பணியும் மேல்தளம் விரிவாக்கக் கட்டடப் பணியும் நடந்தது. விதவிதமான வண்ண உடைகளில் கீழே நடைபாதையில் புத்தகமும் கையுமாக நடமாடிக் கொண்டிருந்தனர் பல தினுசான பெண்கள்.

சைட்டில் மேனேஜர் சில நாட்கள் தங்க இருப்பதாகச் சொல்லப்பட்டது. தற்காலிகமாகக் கட்டப்பட்ட தென்னங்கீற்றுகளால் வேய்ந்த அறை. சைட் இன்ஜினியர் சிவநேசன் பத்து கிலோமீட்டர் தூரத்தில் இருக்கும் ஊரிலிருந்து

வருவதால் கிளம்பிவிட்டார். அக்கவுண்டன்ட் சந்திரமோகனும் மேனேஜரும் வெளியே எங்கோ சென்றுவிட்டனர். சுற்றிலும் இருட்டு. சற்றுத் தொலைவில் கட்டிட வேலை செய்பவர்கள் தங்கியிருக்கும் தற்காலிகக் குடிசைகள். எரிந்துகொண்டிருந்த டியூப்லைட்டைச் சுற்றிப் பூச்சிகள் பறந்துகொண்டிருந்தன. வீட்டு நினைவு மதிக்குத் தலைதூக்கியது. அம்மா என்ன செய்து கொண்டிருப்பாள். இந்த நேரத்தில் அப்பா யாராவது ஓரிருவர் வந்து வாங்கியது போக பளீரிடும் டியூப்லைட் வெளிச்சங்களுக்கு மத்தியில் அரிசி பிண்ணாக்கு மூட்டைகளுக்கு மத்தியில் தனித்து வெறுமையுடன் உட்கார்ந்திருப்பார். அந்தக் காட்சியே மனதை அறுத்தது. இரவானால் கற்கள் வீட்டு ஓடுகளில் விழுமா? போலீஸ் ஸ்டேஷன் சென்ற நாளுக்குப் பிறகான நாட்களில் நேற்றுவரை பிரச்சனைகள் இல்லை. இன்றோ இனிமேலோ எதுவும் நடக்காது என்று சொல்லிவிட முடியுமா? அப்பாவுக்கு அங்கு துணையாக மணலூரில் யாரிருக்கா? வெறும் பழக்கத்துக்கு உள்ளானவர்கள் மட்டும்தான். ஏதேனும் பாதிப்பு நேர்ந்தால் கூடவே உடனிருப்பவர்கள் என்று யாருமில்லை. யாருமேயில்லை. நினைக்கும்போதே கண்களில் நீர் முட்டிக்கொண்டு வந்து நின்றது.

“சார்.. புரோட்டாவும் சால்னாவும் இர்க்கு... சாப்பிட்டுப் படுக்கச் சொன்னாரு மேனேசரு... அவங்க முன்னபின்ன வருவாங்க...” சித்தாள் பெண் கொடுத்துவிட்டுச் சென்றுவிட்டாள்.

சாப்பிட்டு உட்கார்ந்துவிட்டவன் மனக்கண்ணில் சற்றுமுன் வந்துவிட்டுப் போன சித்தாள் பெண்ணின் உடலசைவுகள் மின்னலெனத் தெறித்தது. இரண்டாகத் தடுத்திருந்த தடுப்புக்குள் சென்றான். அங்கு பிளாஸ்டிக் மடக்குக் கட்டிலோடு தடுப்பு அடக்கமாக இருந்தது. பேக்கில் வரும்போது வாங்கி வந்த அரசியல் வார இதழின் நடுப்பக்க நடிகையின் புடைத்த பிரமாண்ட மார்பகங்களை விரித்தான். ஓரிரு நிமிடங்களுக்குப் பிறகு பெரும் சுமையைக் குறைத்தவனாகக் கண்களை மூடி மெல்ல மூச்சு வாங்கினான். வெளியே தற்காலிக டாய்லெட்டில் புகுந்து கைகளைக் கழுவினான். வானத்தில் பிறைநிலா

மெல்ல ஊர்ந்து வந்தது. ஏனோ அவனுக்கு அழ வேண்டும் போலிருந்தது. இன்று புதன். வரும் சனி சிவநேசன் சார் செல்லும் நேரத்துக்குப் புறப்பட்டு வீட்டுக்குச் சென்று வந்துவிட வேண்டும். நைந்த பாயை விரித்துப் படுத்தான். அசதியில் தூக்கம் மதியை அமுக்கியது.

காலையில் வெயில் சுள்ளென்று அடிக்கும்போதுதான் ரொம்ப நேரம் தூங்கிக்கொண்டிருப்பது உறைத்தது. எழுந்திருக்க முடியவில்லை. வலதுகால் மரத்துப்போனது போலிருந்தது. தரையில் ஊன்றவே முடியவில்லை. கண்கள் ஜிவுஜிவு என்று எரிந்தன. மெல்ல டாய்லெட்டை நோக்கி காலை இழுத்தபடி நகர்ந்தான். எல்லோரும் தூரத்தில் இருந்தபடி தன்னையே பார்ப்பதாகத் தோன்றியது.

மேலேயும் கீழேயும் இடதும் வலதும் நடந்தும் ஓடியும் அன்றைய பொழுது கழிந்தது. மாலை மேனேஜர் சிவநேசனிடம், "மாமா டிராயிங் கொடுத்திருக்காருங்க... கம்ப்யூட்டர் செக்சன் பில்டிங்காம்... ரெண்டு மாடி பனிரெண்டாயிரம் சதுரடி...." என்று கூறி ஃபைலைத் தந்தார். டிராயிங்கை விரித்து மதியும் சிவநேசனும் சில விளக்கங்களை மேனேஜருக்குச் சொல்லிக் கொண்டிருந்தனர்.

"இந்தப் பழைய படத்துல வில்லன் ஒரு மேப்பை வச்சுகிட்டு... டேய் முனியான்னு பிளான் பண்ற மாதிரி இருக்கு... இடத்துல மார்க் பண்ணுங்க. அதுக்குப் பிறகு விளக்கம் சொல்லுங்க..." என்றார் மேனேஜர். மதியும் சிவநேசனும் ஒருவரை ஒருவர் பார்த்துக்கொண்டனர்.

காலையில் சீக்கிரமே எழுந்துவிட்டான். அம்மாவின் நினைவும் அப்பாவின் முகமும் மனசுக்குள் எழுந்தது. மேஸ்திரி மேனேஜரிடம் என்னவோ சொல்லிக்கொண்டிருந்தான்.

"இன்னும் சிவநேசன் வரலீயா... மதியழகன் ஸ்கூட்டிய எடுத்துக்கிட்டு நால்ரோடு சந்திப்புல ஆளுங்களைக் கூட்டிட்டு வா..."

இவனுக்குக் குப்பென்று வியர்த்தது. ஓட்டத்தெரியாது என்று இத்தனை பேருக்கு முன் எப்படிச் சொல்வது? வீட்டில் இருந்த டிவியெஸ்ஸை ஒருமுறைகூட ஓட்டக் கத்துத்தரேன்னு அழகேசன் சொன்னதில்லை. அழகேசனே குத்துமதிப்பாகத்தான் ஓட்டிக்கொண்டிருந்தான். நினைத்துக்கொண்டிருக்கும்போதே சிவநேசன் வந்துவிட்டான். ஸ்கூட்டியை ஸ்டார்ட் செய்து மதியுடன் வேலைக்கு ஆட்களைத் தேடிப்போனான்.

“கொஞ்சம் லேட்டாயிடுச்சு… நேத்து சாமான்லாம் வாங்கிட்டு வீட்டுக்குப் போனதே லேட்டு…”

“என்ன சாமான் சார்…”

“சின்னதா மளிகைக்கடை வச்சிருக்கேன். வீட்ல பாத்துக்கறாங்க… ரெண்டு குழந்தைங்க… இந்தச் சம்பளத்தை வச்சுக்கிட்டு சமாளிக்க முடியல…” என்றான் சிவநேசன்.

“கல்யாணம் ஆயிடுச்சா?” என்று மதியிடம் கேட்டார்.

“இல்லை சார்?”

“அப்புறம் நைட்டு அவனுங்க வெளியே போயிட்டு வரோம்னு கிளம்புவானுங்க… கீத்துக்கொட்டகை ஓட்டை வழியா உள்ள இருக்கவன நோட்டம் விடுவானுங்க… கொஞ்சம் பாத்து எச்சரிக்கையா இருந்துக்குங்க…”

பயங்கர டிராஃபிக்கில் ஸ்கூட்டி புகுந்துகொண்டிருந்தது.

“சிவநேசன் சார்… எனக்கு ஸ்கூட்டி ஓட்டத் தெரியாது.” என்றான் தயக்கத்தோடு.

“மொபட்டுக்கும் இதுக்கும் சின்ன வித்தியாசம்தான்… ஒரு நாள்ல கத்துக்கிடலாம்…”

ஆனால் தனக்கு மொபட்டும் ஓட்டத் தெரியாது… சைக்கிளும் தகராறு என்பதை எப்படிச் சொல்வது?

சேலத்து அண்ணன் வீட்டுக்குச் சென்று வருவதாகக் கூறிவிட்டு

அடுத்தடுத்த பஸ்ஸைப் பிடித்து வீட்டுக்குப் போனதும் அம்மாவைப் பார்த்து அழுதான்.

"எங்கே வேலை பாத்தாலும் வேலை முடிஞ்சு வீட்டுக்கு வந்துடணும் போலிருக்குமா? அப்படி ஒரு வேலை நல்ல சம்பளத்துல கிடைச்சா நல்லாருக்கும்மா... இல்லைன்னா அலைச்சல் இல்லாம ஒரு ரூமுக்குள்ளே வேலை பாத்துட்டு இருக்கிற மாதிரி இருந்தாகூட நல்லாயிருக்கும்மா..."

"ஏன்டா குட்டி.... அங்க வேலை கஷ்டமா?" மணிக்கொடிக்கு அவனைக் குறித்து கவலையாக இருந்தது.

"எப்படிச் சொல்றதுன்னு தெரியலைம்மா?" அவள் கைகளைப் பிடித்துக்கொண்டான்.

ஞாயிறு வாழைக்கயிறு கட்டுகளைக் கொண்டுவந்த கண்ணையன் பாலிதின் பையில் கோழிக்கறியைத் தனியே கட்டிக் கொண்டு வந்திருந்தார்.

"பண்ணைல வளக்குற கறிக்கோழி... எங்கண்ண கடை வச்சுருக்காப்புடி. சாப்புட்டுப் பாருங்க. நல்ல டேஸ்டியா இருக்கும்..."

நல்ல கொழுப்புச்சுவையோடு கறிக்கோழி வறுவல் இருந்தது.

அடுத்தநாள் காலை நாலுமணிக்கே புறப்பட்டு கைகாட்டிக்கு வந்தான். ஆற்றுக்குள் மணல் அள்ள அப்போதே லாரிகள் வெளிச்ச இரைச்சல்களோடு இறங்கிக்கொண்டிருந்தன. வாரச்சந்தைக்குச் செல்ல பலசரக்குகளை வேனில் ஏற்றிக்கொண்டிருந்தவர்களைச் சத்தமிடும் ராதாசெட்டியாரைப் பார்த்தான். இப்பொழுது டயர் வண்டி இல்லை. வியாபாரம் சிலருக்குதான் தகையுமா? அடுத்தடுத்து பஸ்ஸைப் பிடித்து சைட்டிற்குச் சென்றபோது மணி எட்டாகியிருந்தது. மில்கா பிரட்டை வெறும் வாயிலேயே திணித்து தண்ணீர் குடித்தான். அந்த வாரம் எதிர்வரும் சனிக்கிழமைக்காகக் காத்திருந்து பணிகளை இருமனதாகச் செய்தான். கிடைத்த மாலை

நேரத்தில் யாருமில்லாத நேரமாகப் பார்த்து சிவநேசன் ஸ்கூட்டி ஓட்டக் கற்றுக்கொடுத்தான். சுட்டுப் போட்டும் மதிக்கு ஓட்ட கைவரவில்லை. ஸ்கூட்டியோடு விழுந்து காயம் பட்டதுதான் மிச்சம்.

அந்த வார முடிவில் வார சம்பளக் கணக்கில் பணத்தைத் தந்தனர். வாங்கும்போதே தொடர்ந்து வேலைக்கு வரவேண்டும் என்ற மனநிலையில் பஸ் நிலையம் வந்தான். ஃபேன்ஸி ஸ்டோரில் இருளடர்ந்த மின் வெளிச்சத்தில் வெள்ளைத் தொப்பியை வாங்கினான். பஸ் நிலைய வாசலில் இருள் நிறைந்த பகுதியினைத் தேடி நின்றான். மனதுக்குள் திடீரெனப் பொத்தல் விழுந்தது போலிருந்தது. பணம் பெற்று பஸ் நிலையம் வரும்வரை இருந்த உற்சாகம் வடிந்திருந்தது. மூன்று லாட்டரி சீட்டுகளை வாங்கினான். ஏதேனும் அதிர்ஷ்டமிருந்தால் இருபது லட்சம் கிடைக்கட்டுமே. அப்பாவும் திட்டமாட்டார். தானும் அலைபாய தேவையில்லை. அப்பாவின் பணச்சிக்கல் தீர்ந்துவிட்டால் திட்டமிட்டுக் கடையை விரிவுபடுத்திவிடலாம். விரைந்தோடும் பயணத்தில் குழப்ப ரேகைகள் சூழ ஆரம்பித்தன.

வீட்டுக்கு வந்த அடுத்தநாள் முசுகுந்தபுரத்தின் ஆற்றுக்குச் சென்றான். மணலூர் ஆற்றை விட்டு ஐந்துகிலோ மீட்டர் தள்ளி இவ்வளவு தூரம் நடந்து இந்த ஆற்றுக்கு வருவதை யாரேனும் பார்த்துக் கேள்வி கேட்பார்களோ என்று பயந்தான். ஆற்றின் நடுப்பகுதியில் தண்ணீர் சற்று ஆழத்தோடு சலசலத்து ஓடியது. அங்கு எல்லா வயதிலும் பெண்கள் கலர் கலர் உடைகளின் ஈரத்தில் வெயில் பளீரிட நீராடினர். மதியின் மனதில் ஆயிரம் பட்டாம்பூச்சிகள் படபடத்தன. இடுப்புயர ஆழப்பகுதிக்குச் சென்றான். அவனை நோக்கி ஈரப்புடைப்போடு ஏற்றிக்கட்டிய ஆரஞ்சு நிறப் பாவாடையோடு ஒருத்தி வந்தாள். வாயில் நிரப்பிய தண்ணீரை அவனைப் பார்த்தபடிக்கு வேறு பக்கம் பீய்ச்சியடித்தாள். கைக்கு எட்டும் தூரத்தில் தண்ணீரில் நின்று பாவாடையைத் தளர்த்தி பின் இறுக்கி அவள் பாட்டிற்குக் குளிக்க ஆரம்பித்தாள். எல்லோரும் பார்க்கிறார்களே என்று மதிக்கு தண்ணீருக்குள்ளேயே வியர்க்கத் தொடங்கியது.

அழகான வடிவம். அவன் கை இடுப்புக்குக் கீழ் தண்ணீருக்குள் ஊர்ந்து தனக்குள் முகிழ்த்ததைத் தானே அழித்தான். தண்ணீர் இழுத்த இழுப்புக்கு அவளே அறியாமல் அவன் பக்கம் நெருங்கியிருந்தாள். கண்பார்வைக்கு மிக நெருக்கத்தில் முன்பின் பார்த்திராத வாளிப்பான உடல்வாகு. மூச்சுவாங்கலோடு தண்ணீருக்குள் மூழ்கினான். ஆரஞ்சு நிறப் பாவாடை விலகி அவளின் வெண்மைத் தொடைகள் நீருக்குள் அலைந்தன.

மாலை இருட்டிருந்தது. ஏலச்சீட்டில் பங்கெடுக்க நிறைய பேர் கடைவாசலில் நின்றிருந்தனர். அவர்களைக் கடந்து வீட்டுக்குள் நுழைந்தான். அவனிடமிருந்து வெளிப்பட்ட குளித்த சோப்பின் மணம் அவர்களின் நாசியில் நுழைந்தது. ஏதோ ஒரு குற்ற உணர்வு மதியின் தேகத்தைச் சுழல்சுழலாக சுற்றி இறுக்க ஆரம்பித்தது.

11

2002

சத்திரத்திற்குச் சென்று கயிறு வகைகள் பிளாஸ்டிக் சாமான்கள் எழுதிய லிஸ்டை ரஹ்மான் ஸ்டோரில் கொடுத்தான். வெங்காய மண்டியில் பெரிய வெங்காயம் ஒரு சிப்பம் தேங்காய்கள் முந்நூறு ஆர்டர் செய்துவிட்டு கிழங்குமாவு பத்து மூட்டை மக்காச்சோள மாவு ஒரு மூட்டைக்குப் பணத்தை தீவனக்கடையில் எண்ணித் தந்துவிட்டு பஸ் நிலையம் வந்தான் மதியழகன். பசித்தது. ஒரு டீயும் ஒரு உளுந்தவடை பஜ்ஜி சாப்பிட்டான். கடையில் தொங்கிய இலக்கிய இதழ்கள் மூன்றையும் நடிகைகள் போட்டோவே இல்லாத தீவிர அரசியல் இதழையும் வாங்கிக்கொண்டு பஸ் ஏறினான். அப்பாவிடம் மீதி பணத்தை எப்படி மிச்சம் பிடித்துத் தருவது என்று கணக்குப் போட்டான். அழகேசன் பெரும்பாலும் கணக்கு கேட்பதில்லை. தான் போனால் மது ஹோட்டல் சாப்பாடு சிகரெட் என ஆகும் செலவைவிட மதி சென்றால் குறைவாகதான் ஆகிறது. இவனுக்கு சீக்கிரம் ஒரு கல்யாணம் செய்து வைக்கவேண்டும்.

"எங்கேயும் வேலைக்குப் போக மாட்டேங்கிறான்... போனாலும் போன சூட்டில் திரும்பிவிடுகிறான்... என்னதான் நினைச்சுக்கிட்டிருக்கான்...?"

மணிக்கொடியிடம் சத்தம்போட்டுக்கொண்டிருந்தபோது கடைக்கு வந்த யாரோ கூப்பிட வெளியே வந்தான் அழகேசன்.

“மாறண்ணே உங்களைக் கூப்பிட்டு வரச்சொன்னார்...”

தேடிவந்த காலம் போய்விட்டது. அதிகாரம் சாதி பலம்தான் எல்லாவற்றையும் முடிவு செய்கிறது. மீண்டும் தான் சார்ந்த கட்சி ஜெயித்து ஆட்சிக்கு வந்தாலும் அழகேசனுக்கு எந்தச் சிலிர்ப்பும் ஏற்படவில்லை. தன் பொருளாதார நிலை சீட்டுத் திட்ட சுழலில்தான் நகர்ந்துகொண்டிருக்கிறது. பிரச்சனைகளைப் பணம்தான் தீர்த்துவைக்கிறது. பழக்கவழக்கமோ அரசியல் தொடர்போ எதுவானாலும் சாதியைப் பணத்தை எதிர்பார்க்கிறது. இருபது மாத சீட்டுத் திட்டங்களில் எது ஒன்று முடிந்தாலும் உடனே அதே திட்டத்தைப் புதிதாகத் தொடரவேண்டும். முன்னர் போலவே நாலைந்து பேராவது கடைசியில் எடுத்துக்கொள்கிறோம் என்று சொல்லிவிட வேண்டும். முடியும்போது ஏற்படும் பண முடையை பெருமான் வாத்தியாரிடம் வட்டிக்கு வாங்கிக் கொடுத்து சீட்டுப் போட்டவர்களிடம் நல்ல பெயரை வாங்கினான் அழகேசன். வாத்தியாருக்கு அசலைக் கொடுக்க கல்லுப்பட்டி கலியமூர்த்தியிடம் மீண்டும் வாங்கினான். வியாபாரம் ஆமை வேகத்தில்தான் சென்றது. முதலீட்டுக்குத் தொட்டியம் எஸ்ஸெஸ்ஸுும் தண்டல் சீட்டுப் பணமும் கைதூக்கி விடுகிறது. ஆமை வேக வியாபார லாபத்தை வட்டியும் கரன்ட் பில்லும் மூன்றுபேருக்கான குடும்பச் செலவினங்களுக்கும் கரைந்துவிடுகிறது. மாறனின் அழைப்புக்கூட கட்சிக்கான நிதி வசூலுக்காகத்தான் இருக்கும். சொத்து சேர்த்த வழக்கு மாறன் மீது இன்னும் நடந்துகொண்டிருக்கிறது. அதிலிருந்து மீள கட்சியில் தன்னை ஒரு ஆளாக அவன் காட்டிக்கொள்ள வேண்டும். அதற்கு பலியாடுகள் அழகேசன் போன்றவர்கள்.

சுற்றுவட்டார வாழைத்தார்களை ரேட் பேசி ஓரிடத்தில் சேர்த்துப் பின் அவற்றை வேனில் சத்திரம் காந்தி மார்கெட்டுக்குக் கொண்டுசென்று வாழைத்தார் மண்டியில் ஏலத்தில் மூன்றுமுறை வியாபாரம் செய்து பார்த்தான். இருக்கிற

கஷ்டத்தில் இது நம்மை விழுங்கிவிடும் என்று அதன் சூட்சும நயவஞ்சக மொத்த வியாபாரிகளிடம் இருந்து தப்பித்தான் அழகேசன்.

உடையாகுளம்புதூர் தலைமலை அடிவாரத்தின் ஓரிடத்தில் கல் தூண்கள் நட்டு கம்பி வேலியிட்டுக் கொல்லிமலை துணையோடு நாட்டுப் பன்றிக்குட்டிகளை வாங்கி வளர்க்க ஆரம்பித்தான். டிவியெஸ் வாகனம் இருந்ததால் அழகேசனுக்கு ஏதோ ஒரு பிடிப்பு வந்து பன்றி வளர்ப்பில் ஈடுபாடாக இருந்தான். பன்றிகளுக்குத் தீவனமாக மக்காச் சோள மாவை வாங்கிப் போட்டான். பத்தாதற்கு கொல்லிமலையும் மதியும் மரவள்ளிக் கிழங்குகளின் கழிவு கச்சடாக்கள் வாங்க கிழங்கு தோட்டங்களைத் தேடிப் போனார்கள். அப்போதுதான் மதி டிவியெஸ்ஸை ஓட்டிப் பழக கொல்லிமலை சொல்லிக் கொடுத்தான். 'பொம்பளை பிள்ளைக என்னமா ஓட்டுதுன்றேன்' என்று அவன் சொன்னபோதே மதிக்கு முகம் சுண்டியது. வரும்போது மதிதான் மெல்ல ஓட்டி வந்தான். அதில் குறை என்ன என்று அவனுக்கு விளங்கவில்லை. அழகேசன், "இவன் எங்கயாவது வுட்டு ஏதாச்சும் ஆகிடப்போகுதுடா... எனக்கே இன்னும் தடுமாத்தமாத்தான் இருக்கு..." என்றான்.

தீவனம் தின்று தினவெடுத்த பன்றிகளை முதன்முறை விற்றதில் செய்த செலவினங்களுக்கு ஈடுகட்ட முடிந்தது. சில பன்றிகள் கம்பி வேலிகளை முட்டி மோதி சாய்த்து தலைமலை வனப்பகுதியில் ஓடி அழகேசனைத் தலைநிமிராமல் செய்துவிட்டது. அத்தோடு அதையும் விட்டொழித்தான்.

பால்காரர் மணியம் மூலம் சென்னை நகைக்கடைக்கு மதியைப் புத்தியாகச் சொல்லி அனுப்பி வைத்தான். கடை ஓனர் வீட்டில் தினமும் மீன் மட்டன் சிக்கன் முட்டை கருவாடு என உணவு வகைகள் பரிமாறப்பட்டன. பெரிய குடும்பம். வீட்டில் தங்கி கடை சேல்ஸ்மேனாக வேலை செய்தவர்கள் மதியுடன் நான்கு பேர் இருந்தனர். எப்போதோ டெபாஸிட் கட்டி விண்ணப்பித்ததற்கு போன் கனெக்சன் வீட்டிற்கு அப்போதுதான் தந்திருந்தனர். மதி தினமும் மாலை

பப்ளிக் டெலிபோன் பூத்திலிருந்து அம்மாவிடம் பேசினான். அவளுக்கும் நல்ல வழி மதிக்குக் கிடைத்துவிட்டதாக எண்ணிப் பூரிப்பானாள்.

நகைக்கடைக்கு நடுத்தர வர்க்கத்தின் வாளிப்பான பெண்களின் வருகையும் அவர்களின் சென்ட் மணமும் மிக நெருக்கமான முக தரிசனமும் வடிவான நெஞ்சுப்பகுதியின் மேடும் பள்ளமும் இரவு படுக்கையின் போர்வைக்குள் முகங்களை வரவழைத்து மேடு பள்ளங்களை நிலைநிறுத்தி உணர்வுகளை வடித்துக்கொண்டான்.

அடுத்தநாள் இரவுச் சாப்பாட்டின்போது கடை ஓனரின் பத்தாவது படிக்கும் பையன் நக்கலாகப் பேசிச் சிரிப்பது தன்னைக் குறித்துதான் என்பது தாமதமாகத்தான் புரிந்தது. சாத்தப்பட்ட கதவின் இருளுக்குள் நடந்ததை எப்படி பார்த்திருக்க முடியும். இலைமறை காயாக அவன் பேசினாலும் கூனிக் குறுகிப்போனான். அன்று அறைக்குள்ளே ஆராய்ந்தான். கண்டிப்பாக கேமரா இருக்கிறது. முசுகுந்தபுரத்தில் ஒரு டாக்டரிடம் கன்சல்டிங்கிற்குப் போனால் காலடி மேசைக்குக் கீழேயே அவர் அடிக்கடி பார்த்துக்கொண்டிருப்பார். டி.வி பார்க்கிறார் என்றுதான் மதி நினைத்தான். ஆஸ்பத்திரியின் குறிப்பிட்ட இடங்களில் கேமராக்களை ரகசியமாக வைத்திருக்கிறார் என்றும் அதைத்தான் பார்க்கிறார் என்றும் வேணிக்கா சொன்னாள். இந்த அறையில் கேமரா இருப்பதை அறிந்தான். இங்கிருந்து ஒரு பொய்யைச் சொல்லி கிளம்புவதுதான் சரி. அந்தப் பொய்யை அப்பா அழகேசனை வைத்தே போனில் சொல்லச் செய்தான். அழகேசனுக்கும் அவனை விட்டு இருக்க முடியவில்லையா? “பையனுக்கு ஒரு இன்டர்வியூ கார்டு வந்திருக்குங்க...”

லாட்டரி சீட்டிற்கு அரசாங்கம் தடைவிதித்திருந்தது. அவ்வப்போது வாங்கி குறுக்குவழியில் பணத்தைத் தொட முயன்றதுகூட அவனைப் பார்த்துச் சிரிப்பதாக மதி நினைத்தான். சொன்ன பொய்யைச் சரிக்கட்ட பிரபலமான கன்ஸ்ட்ரக்ஸனின் அலுவலகத்திற்குச் சென்றான். வாசலில் பெரிய இருசக்கர

வாகனங்கள் அணிவகுத்து நின்றன. 'வந்திருப்பவர்களுடையதா?'

"இல்லை... கம்பெனிது சார்... வெவ்வேறு இடத்துல வேலை நடக்கிற சைட்டுக்கு சைட்டு இன்ஜினியரு போக வரதுக்கு... நீங்க வேலை கேட்டு வந்துருக்கீங்களா?"

மதி அங்கிருந்து உடனே கிளம்பினான். பெரிய வண்டியைத் தள்ளக்கூட தன்னிடம் சக்தி இருப்பதாகத் தெரியவில்லை. டீயும் போண்டாவும் சாப்பிட்டான். நல்ல பிரின்ட்டில் ஆங்கில எழுத்து 'ஏ'வைச் சுற்றி வட்டமிட்ட போஸ்டர் அவனைச் சுண்டியிழுத்தது. தியேட்டர் பெயர் பாரதி என்றிருந்தது வினோதமாகப் பட்டது மதிக்கு. பாரதியில் பாலியல் படம். க்யூவில் நிற்கும்போதே தடியால் ஓங்கித் தட்டியபடி, "வரிசல நில்லுங்கறா" போதையுடன் தியேட்டரில் பணி செய்தவன் கத்தினான். கூட்டம் முண்டியடித்துக் கொண்டிருந்தது.

படம் முடிந்து பஜ்ஜி போண்டா சாப்பிட்டுவிட்டு வந்திருந்த மாலை பேப்பரை டீ குடித்தபடி புரட்டினான். மூன்றாம் பக்கத்தில் பெரிய எழுத்தில், 'இன்ஜினியர் கைது... மனைவி இரு குழந்தைகளைக் கழுத்து நெரித்துக் கொலை... ஆட்டையாம்பாளையத்தைச் சேர்ந்த இன்ஜினியர் சிவநேசன் மனைவி மீது ஏற்பட்ட சந்தேகத்தால்..." இன்னாரென்று மனம் உணர்ந்ததும் பாதி குடித்திருந்த டீ கிளாஸ் தவறி பேப்பரில் விழுந்தது. பதறி எழுந்தான் மதியழகன்.

பயணக்களைப்பில் வீட்டுக்கு வந்தான். கயிற்றுக்கட்டு கண்ணையன் அப்பாவிடம் பேசிக்கொண்டிருந்தார்.

"குட்டி.... டேய்..." அப்பா அழகேசனின் குரலில் அன்பும் அக்கறையும் தெறித்தது. எல்லா நேரமும் அவர் இப்படி இருந்திருந்தால்தான் வேறுமாதிரி ஆகியிருப்பேனா என்று நினைத்தான். மனசுவிட்டு அழவேண்டும் போலிருந்தது.

"முசுகுந்தபுர பைபாஸ் ரோட்டுல கடை ஒண்ணு கட்டி வாடகைக்கு விட இருக்காங்க... அத அப்பாகிட்டே சொன்னேன்... டெவலப்பு ஆகிட்டுருக்கிற ஏரியா... பெரிய

பஸ் ஸ்டாண்டு கட்டிக்கிட்டுருக்காங்க. கடை வச்சா நல்லா போகும்ங்க...” என்றார் கண்ணையன் இவனைப் பார்த்து.

“வச்சுத் தர்றேன்... பாத்துக்கிடுறீயாடா?”

என்ன சொல்வது என்று தெரியவில்லை. அவன் தலை அசைந்தது.

பைபாஸ் ஏரியா வெறிச்சென்றிருந்தது. பக்கத்துப் பள்ளத்தில் கண்ணையனின் சொந்தபந்தங்கள் தேங்காய் நார் பண்டல்களிலிருந்து கயிறுகளை உருவாக்கி முறுக்கிக் கொண்டிருந்தனர்.

“சீக்கிரம் டெவலப் ஆகிடும்ங்க...” என்றார். அவர்மூலம் நாலைந்து மாத வியாபாரம் அமைந்தது.

பைபாஸில் மதிக்குக் கடை வைத்தபிறகு மணலூர் கடையை மணிக்கொடியைப் பார்க்கச் சொல்லிவிட்டு டூ வீலரில் மளிகைச் சாமான்களை எடுத்துக்கொண்டு குக்கிராமங்களின் வழியே விற்கச் சென்றான் அழகேசன்.

“நாச்சியார்பாளையத்துல காலனி பக்கம் கடை வச்சுப் பாருங்களேன்...” என்று சிலர் சொன்ன யோசனைப்படி கீற்றுக் கொட்டகை கட்டி அரிசியைத் தவிர மற்ற மளிகைகளை வைத்து விற்றான். பாதி கடனுக்குதான் போயிற்று. “வார சம்பளம் வந்ததும் தந்துடுவோம் செட்டியாரே...”

ஒரு வாரத்தில் அம்மா ராமாயி கீழே விழுந்து காலை முறித்துக்கொண்டதாக உடையாகுளம்புதூரிலிருந்து ஆள் வந்துவிட்டது. மனம் பதறியடிக்க அழகேசன் சென்றான்.

ராமாயி கிழவியால் நடக்க முடியவில்லை, மெலிந்து போயிருந்தாள். எண்ணெய் கட்டு கட்டுபவனை அழைத்து வந்தான். அவன் கட்டிவிட்டு, “வயசாயிடுச்சி. எலும்பு ஒண்ணு சேருனா ஆச்சரியந்தான்...” என்றான்.

செல்லப்பெருமாளிடம், “மாசமானா காசு வாங்கிக்க...

சரியாவுறவரை கவனிச்சுக்குடா” என்றான். அவனிடம் தன் சூழலைப் பற்றிச் சொல்ல வேண்டியவற்றை மட்டும் பதமாகச் சொன்னான். அழகேசனின் குரல் உடைந்திருப்பதை உணர்ந்தான். அவன் சரியென்றான். செல்லப்பெருமாள் தன்னைத் தொட்டு தூக்கி உணவை ஊட்டி கவனித்துக்கொள்வதைக்கூட ராமாயியால் சீரணிக்க முடியவில்லை. கூரை விட்டத்தை வெறித்தாள்.

மணிக்கொடி, “இங்கே கூட்டிட்டு வாங்க. நா கவனிச்சுக்கறேன்...” என்றழுதாள்.

“உன்னால தூக்கிப் பிடிக்க முடியாது... நானும் குட்டியும் வெவ்வேற பக்கம் காலையிலேயே போயிடுவோம்... கடையைப் பாத்துக்கிட்டு எப்படி சமாளிப்பே... சரியாவுறவரை செல்லப்பெருமா பாத்துக்கறேன்னா... அப்புறம் கூட்டியாந்துக்கலாம்...”

பைபாஸ் கடையில் வியாபாரமில்லாத நேரங்களில் இலக்கிய புத்தகங்களுக்குள் மூழ்கியிருந்தான் மதியழகன். சில சமயங்களில் ஏதாவது கதை கவிதை என்று கிறுக்கி அதைக் கடையில் விற்க வைத்திருக்கும் பால் பேப்பரில் நிறுத்தி நிதானமாக எழுதி போஸ்ட் செய்துவிட்டு வருவான்.

“ஏம்பா... இப்படி வெளியே நாலுபேருகிட்ட பேச புடிக்க இருந்தாதான ஜனங்க வாங்கவரும்... கடைக்குள்ளயை இருந்தா எனக்கு வாடகையை சம்பாதிச்சு எப்படி தர்றது?” கடையை வாடகைக்கு விட்ட பெரியவர் திடுமென வந்து கேட்டார்.

“என்ன பெரிசு செட்டியாரைத் திட்டிகிட்டு கிடக்கே...” சிகரெட் வாங்கவந்த ஆறுமுகம் ஆசாரி கேட்டார்.

“அவங்க செட்டியாருல்லையா... முதலி...” என்ற பெரியவர் நடையைக் கட்டினார்.

அன்று அம்மா கட்டிக்கொடுத்த டிபன்பாக்ஸோடு கடையைத் திறக்காமல் நேரே சத்திரத்துக்குக் கிளம்பினான். ரயில்வே

ஸ்டேஷன் மரத்தடியில் உட்கார்ந்தான். ஒரு கிலோ மீட்டருக்கு அப்பால்தான் வீரப்ப தாத்தாவும் வெள்ளச்சி அம்மாச்சியும் இருக்கிறார்கள். அம்மாவும் வந்து பார்த்துப் போவதுபோல் தெரியவில்லை. அவர்களும் வயதாகிவிட்டதால் வந்துபோக முடிவதில்லை. அம்மா தக்காளிச் சாப்பாடும் முட்டையை வறுத்தும் வைத்திருந்தாள். மரத்தடியில் சாப்பிட்டான்.

மரங்களடர்ந்த பகுதியில் பங்களாக்களுக்கு மத்தியில் இருந்த தியேட்டரில் நுழைந்தான்.

மூன்று மணிபோல் பைபாஸ் கடைக்கு வந்தபோது கடை திறந்திருந்தது. மதிக்கு திக்கென்று இருந்தது. மற்றொரு சாவியை வைத்துத் திறந்து அழகேசன் ஏக்கமான பார்வையுடன் கடையில் உட்கார்ந்திருந்தான்.

"என்ட்ட சொல்லிட்டுப் போயிருந்தா நா வந்து காலைல திறந்திருப்பேன்ல..." அழகேசனின் குரல் கம்மியிருந்தது. பரிதாபத்தின் மிச்ச ஒலியாக இருந்தது.

மதியழகன் மனதில் தூக்கிக் கட்டிய பாவாடையுடன் ஓடைநீரில் குளிக்கும் நடிகையின் பிம்பங்கள் ஒவ்வொன்றாக உடைந்து விழுந்தன.

மதியின் தந்தை அவனிடம் வந்திருந்த தபால் தந்தியைத் தந்தான். 'சுய விவரக்குறிப்பை அனுப்பவும்' என்று குறிப்பிட்டு பிரபல செய்தித்தாளின் வார இணைப்பு புத்தக அலுவலகத்தின் முகவரி அதில் இருந்தது. போட்டியில் வெற்றியா? முதல் பரிசுத்தொகை மறந்துவிட்டது. சற்று நல்ல தொகையாகத்தான் இருக்கும். அடுத்த வார இணைப்பில் வந்த முடிவுகளில் அவனுக்கு ஆறுதல் பரிசு கிடைத்தது. சில வாரங்களுக்குப் பிறகு கதை பிரசுரமானதும் மணலூரில் பூகம்பம் வெடித்தது. எல்லா டீ கடைகளிலும் அந்த இணைப்பு புத்தகம் கிடந்தது.

"ஆத்துக்குள்ளே வரட்டும்... அவனை வெட்டணும்டா?!" என்று மதியழகன் காதுபடவே மணலூர் கைகாட்டியில் பேசினர்.

ஆற்றுமணல் கொள்ளையையும் சாதி ஆதிக்கத்தையும் கலந்துகட்டி அழகேசனுக்கு நிகழ்ந்த வீட்டுச்சந்தின் வம்படியையும் போலீஸ் கண்டுகொள்ளாத சாதி ஆதிக்கத் திமிரையும் கலந்துகட்டி இரண்டையும் இணைகோடுகளாக ஒப்பிட்டு எழுதியிருந்தான்.

அழகேசன் மதிக்கு ஒரு பால்பாயின்ட் பேனாவைத் தந்து, “நிறைய எழுது...” என்றபோது குரலுடைந்து கமறியது. துண்டால் கண்களைத் துடைத்துக்கொண்டான். மதி பேனாவையே பார்த்துக்கொண்டிருந்தான்.

12

2005

எப்போது வேண்டுமானாலும் பிரச்சனை வெடிக்கலாம். எல்லாம் கைமீறிப் போய்விட்டது. காசு பணச்சுழல் எப்படி இழுத்து மூழ்கவைக்கிறது என்று புரிந்துகொள்ளவே முடியவில்லை. இருபதாம் தேதி சீட்டு அடுத்த மாதம் முடிகிறது. ஆறு பேர் கடைசியில் வாங்கிக்கொள்வதாகச் சொன்னவர்கள் வந்து நிற்பர். வசூலாவதில் கொடுத்து ஒருவரை நீக்கினால் ஐந்து பேருக்கு இருபதாயிரம் சீட்டில் கிட்டத்தட்ட ஒரு லட்சம் ரெடி செய்தே ஆகவேண்டும். பெருமான் வாத்தியாரிடம் கேட்க முடியாது. அசலைத் தந்து முன்னர் வாங்கிய கணக்கை முடித்தால் மீண்டும் அவரிடம் வாங்கலாம். அதுவே நாற்பதாயிரம் வருகிறது. முடியவே முடியாது. கல்லுப்பட்டி கலியமூர்த்தியிடம் போன மாதம்தான் வாங்கி பௌர்ணமி சீட்டு முடிவுக்கு செட்டில்மென்ட் செய்யமுடிந்தது. பெருமானுக்கு அடுத்தமாத வட்டிக்கு ஒன்றாம்தேதி சீட்டு ஏலத்தை யாரும் எடுக்காமல் கடைசியாக வாங்கிக்கொள்வதாகச் சொன்னால் அதைக் கொடுத்து சரிக்கட்டலாம். பைபாஸ் கடை வருமானம் சொல்லிக்கொள்ளும்படி இல்லை. பெற்ற பிள்ளை வியாபாரத்தில் அக்கறைபடுவதாகத் தெரியவில்லை. நிறைய சாமான் வாங்கிப்போடாமல் வியாபாரத்தில் என்ன எதிர்பார்க்க முடியும்?

“எஸ்ஸெஸ்ஸுக்கு வேலை செய்யிற மாதிரிதான். கடை வாடகை கரன்ட்பில் நம்ம தெண்டம். பணத்தைப் பொருளாக்கி கடையில இறைச்சுக்கிட்டே இருக்கணும்பா” என்றான் மதி, அழகேசனிடம்.

வரும்பணம் வட்டி கட்டவும் எஸ்ஸெஸ் மளிகைக்கும் கரன்ட்பில் போன் பில் பைபாஸ் கடை வாடகை போக்குவரத்துச் செலவு நாச்சியார்பாளையத்திற்குச் செல்ல வண்டியின் பெட்ரோல் செலவு மூன்று பேருக்கான சாப்பாட்டுச் செலவு என எல்லாவற்றிலும் விழுந்து ஆமைவேக வியாபாரத்தில் சிக்கிச் சுழன்று அழகேசனைத் தூக்கிப்போட்டு மிதித்துக்கொண்டிருந்தது.

காலனி வழியாகச் செல்லும் கிராமத்துச்சாலை பிற்பகல் வெயிலில் அரவமற்று வெறிச்சென்றிருந்தது. அழகேசன் கடை பாக்கி தரவேண்டிய காலனி ஆட்களை நினைவுக்குக் கொண்டுவந்து தொகையை மனசுக்குள் கூட்டினான். சொற்பத் தொகை. மனம் ஆயாசப்பட்டது.

உடையாகுளம்புதுரிலிருந்து செல்லப்பெருமாள் சைக்கிளில் வேர்க்கவேர்க்க அழகேசனைத் தேடி நாச்சியார்பாளையத்துக்கே வந்திறங்கினான்.

“ராமாயியை மணலூருக்கே கொண்டுவந்து வச்சிக்கிறதுதான் சரிப்படும்...” என்றான். அவனுக்கு கலர் சோடாவை உடைத்துக் குடிக்கக்கொடுத்தவன், அடுத்த வாரம் வருவதாக நயமாகச் சொல்லி அனுப்பி வைத்தான். போகும்போது செல்லப்பெருமாள் சொன்னது மனதை அறுத்தது.

“பீ மூத்திரத்தை எத்தனை நாளைக்குத்தான் நாங்களே சுத்தமாக்குறது அழகேசு?”

பைபாஸ் கடைக்கு அழகேசன் சென்றான். அரிசியை எடைபோட்டுக் கடைக்குவந்த வாடிக்கையாளரின் பையில் கொட்டினான் மதி. அப்பாவைக் கண்டதும் மனதில் எதுவோ உடைந்தது.

“பணம் இருக்குமா குட்டி?”

எஸ்ஸெஸ் கடைக்குக் கொடுப்பதற்காக ஒதுக்கிய பணத்திலிருந்து ஐந்நூறு ரூபாயை அப்பாவிடம் கொடுத்தான்.

“மிட்டாய் கடைல சாமான் வாங்கிட்டுப் போலாம்னு வந்தேன்...” குனிந்தபடியே வண்டியை ஸ்டார்ட் செய்து கிளம்பினான் அழகேசன். இந்த வாரம் கையில் இருப்புப்பணம் சிறிது இருந்தால்தான் சரியாக இருக்கும் என்ற யோசனையாகவே மதி இருந்தான். ஒரு இரண்டாயிரம் இருந்தால் ரொட்டேசனுக்கு வசதிப்படும் எனக் கருதினான். அந்த நொடியில் சைக்கிளில் வேகமாகச் சென்ற சிவகுமாரை அவனையும் அறியாமல் கூப்பிட்டான். தன் அம்மா தொடர்பு வைத்திருந்த நபரின் சகிக்கமுடியாத தொல்லையால் கண்டந்துண்டமாக வெட்டியவன் சிவகுமார். தண்டனை முடிந்து நன்னடத்தை காரணமாக விடுதலை ஆனவன். ஒரு தொண்டு நிறுவனத்தில் தற்போது இருப்பதாகச் சொன்னான். தனது அரைபவுன் மோதிரத்தை அடகுவைத்துப் பணம் புரட்டித் தந்தான்.

“கொஞ்சம் கொஞ்சமா கொடுத்து கழிச்சுக்க மதி. நான் சீட்டுப் புடிக்கிறேன். சீட்டுப் போடு... முத சீட்டை எடு. ரொட்டேசன்ல கடையில அதைப்போடு...” என்றான் சிவக்குமார்.

கோழிக்கடையிலிருந்து மணலூரிலிருந்து உங்கம்மா பேசுவதாக வந்து கூப்பிட்டார் கண்ணையன். தனியாக பிராய்லர் கோழிக்கடை வைத்துவிட்டார்.

அம்மா மணிக்கொடியின் குரலில் பயம் பிசிறு தட்டியது.

“குட்டி... இதுவரை பத்துப் பேத்துக்குமேல முடிஞ்சுபோன சீட்டுக்குப் பணம் கேட்டு வந்துட்டாங்கடா... இத்தனை பேத்துக்குப் பணம் தரணும்னா என்னய்யா நடக்குதுன்னு அவங்களுக்குள்ளே பேசிக்கிட்டு போயிருக்காங்க... அப்பாவும் நீயும் நைட்டுதானே வருவீங்க..?” என்றவள் கட்டுப்படுத்த முடியாது தேம்பினாள்.

“ரெண்டு ஷட்டரையும் இழுத்து சாத்திப் பூட்டிட்டு வீட்டுக்குள்ளேயே இரும்மா...” என்றான் மெதுவாக.

“என்னடா குட்டி அப்பா இப்படிப் பண்ணிட்டாங்க...” மணிக்கொடி அழுதாள்.

கடைக்கு வந்தான். அவனைமீறி அழுகை திமிறிக்கொண்டு வந்தது.

“ஏண்ணே அழுதீங்களா?” கண்ணையனின் உறவுக்காரப் பையன் கேட்டான். விஷயத்தை அவனிடம் பட்டும்படாமல் கூறினான்.

“பயப்படாதேண்ணே... நா மணலூருக்குப் போறேன். வீட்டுக்கு முன்னே இங்கிட்டும் அங்கிட்டுமா ரவுண்ட்ஸ் அடிச்சுப் பாத்துக்கறேன் அப்பாவும் நீங்களும் வரும்வரை. சாப்பாட நா பாத்துக்கறேன். நீங்க தைரியமா இருங்க...” என்றான் அவன்.

அடுத்தநாள் கடைக்குக் கிளம்பி வீட்டு வாசலுக்கு வந்தான் மதி. அப்பாவைச் சுற்றி பத்திருபது பேர் இருந்தனர். அவனிடம் ஏதாவது கேட்டால் என்ன சொல்வது? ஆனால் அவர்கள் எதுவும் அவனிடம் கேட்கவில்லை. மணிக்கொடிதான் நேற்றிரவு புலம்பி அழுதாள்.

“உன்னட்டதாம்மா மாசமானா நிறைய தடவை பணத்தைக் கொடுத்தோம்...”

“கொடுத்ததை நோட்டுல எழுதி அவர்ட்ட கொடுத்திடுவேங்க...”

வந்தவர்களில் சிலர் அவளைத் திட்டிவிட்டு எச்சரித்துச் சென்றனர். அழகேசன் கடையைத் திறக்க வேண்டாம் என்றான் மணிக்கொடியிடம். மூன்று பேருக்குமே அன்றிரவு சாப்பிடவே தோன்றவில்லை.

பதினேழு வயதில் அழகேசனே உலகம் என்று வந்தவள். அவன் அவளை எங்குமே அழைத்துச் சென்றதில்லை சில கோயில் ஸ்தலங்களைத் தவிர. அத்தி பூத்தாற்போல்

தொலைதூர உறவுகளின் வீட்டுக்கு நல்லது கெட்டதுக்கு கூட்டிச் சென்றிருக்கிறான். உறவுகளுக்கு மத்தியில் மதியையும் அவளையும் இளக்காரப்படுத்திதான் பேசியிருக்கிறான்.

"சைக்கிளு ஓட்டிப் பழகுடான்னு நடுங்கி சாவுறான்..."

"இவ ஒழுங்குமானிக்கு கவனிச்சிருந்தா, தோட்டம் கைநழுவி போயிருக்காது..."

கோழிக்கடை போனிலிருந்து அம்மா, "இரும்பு ஷட்டர் கதவுமேல யாரோ பெரிய கல்லா உட்டு எறியுறாங்கடா குட்டி.. ரோட்டுலர்ந்து நிறைய பேரு கத்துற மாதிரி தெரியுது?!" என்றாள் குரல் நடுங்க.

அம்மாவை வீட்டில் விட்டுவிட்டு அப்பா பாட்டுக்கு நாச்சியார்பாளையத்துக்குச் சென்றுவிடுகிறார். மதிக்குக் கோபம் கோபமாக வந்தது. பின் தன்மேலேயே தன்னிரக்கத்தின் இயலாமையில் மனம் குமைந்தது. வழியில் கல்லுப்பட்டி கலியமூர்த்தி தென்பட அவரிடம் தயங்கி பண உதவி கேட்டான்.

"ஏன்டா.. ஏற்கனவே வாங்கனது ரெண்டுலட்சத்துக்குக் கிட்டே வருது... உன் அப்பனுக்கும் உனக்கும் புத்தியே இல்லையாடா... மீண்டும் கேக்கறீங்க... ஊருக்குள்ளே தரவேண்டிய சீட்டுப்பணமே ஏழு லட்சத்துக்கு மேல வரும் போலிருக்கே..."

அந்த இடத்தைவிட்டு உடனே கிளம்பிவிட வேண்டும் போலிருந்தது. பஸ் ஏறி பைபாஸ் கடைக்கு வரும்வரை கால்களிரண்டும் மதிக்கு நடுங்கிக் கொண்டேயிருந்தன.

சாயங்காலம் போலிருக்கும். மணலூரிலிருந்து வந்த ஒருவன் சைக்கிளை அப்படியே போட்டுவிட்டு வந்த வேகத்தில் அழகேசனின் தலைமுடியைப் பற்றி வெளியே இழுத்தான்.

"பணத்தை இன்னைக்குத் தாரேன் நாளைக்குத் தாரேன்னு இழுத்தடிக்கறதுல்லாம இங்க வந்து பொட்டிக்கடை மாதிரி போட்டு உட்கார்ந்துட்டே.... எப்படி எப்பய்யா பணத்தைத் தருவே?"

கடையின் தடுப்புப்பலகை அழகேசனை இழுத்த இழுப்பில் எகிறி விழுந்து சத்தமெழுப்பியது. காலனி ஆட்கள் ஓடி வந்தனர்.

"மனுசனுக்கு ஒரு கஷ்டம் வந்துடுச்சுன்னு இப்படியாய்யா அவமானப்படுத்துவீங்க. எவ்வளவுய்யா தரணும்... எல்லாம் தந்துடுவாரு போய்யா..."

தனித்திருக்கும்போது காலனியாளிடம், "தரவே முடியாது. எல்லாம் கைமீறிப் போயிடுச்சு..." என்று சொல்லி அழுதான் அழகேசன்.

"போவட்டும் வுடும்ணே... முசுகுந்தபரத்துல ஆனந்தா சவுளிக்கடை எவ்வளவு பளபளப்பா இருக்குது... ஆனா அது கோடி ரூவால கடன்ல இருக்கு. மகேசன் பாத்தரக்கடை.... அதுவும் அப்படித்தான். எல்லமீறி போச்சுன்னா மணலூரை விட்டு காலனிக்கு வந்துடு. நாங்கருக்கோம்... என்ன சாதி பாப்பீயா?"

"அவருட்ட அதுல்லாம் இல்லே... அழகண்ணே இங்க வந்துடறதுன்னா சொல்லு.. 'சீதாமுத்து மணல்' சீனி பிள்ளை பொறந்த வீடு கண்டுக்காம கிடக்கு. அதுல குடிவந்துக்கலாம்... அவர்ட்ட பேசிப் பார்ப்போம்..."

"செட்டியாரே... எத்துக்கும்மே பயப்பிடாதே. நாங்கர்க்கோம்..." சில மாதங்களாக மட்டுமே தெரிந்த கிழவி வெத்தலையை மென்றபடி சொன்னாள்.

அழகேசனுக்கு ஒன்றும் புரியவில்லை. இனி மேற்கொண்டு என்ன நடக்கும்? அம்மா ராமாயிவேறு படுத்த படுக்கையாகக் கிடக்கிறாள்.

தினமும் ஒருவரோ பலரோ பணம்கேட்டு விடியற்காலையிலேயே வந்து நின்றார்கள். 'நீ பாட்டுக்கு மயிராச்சுன்னு காலையில போயிடுறே... நடுராத்திரி வரே. பணத்தை எடுத்து வையுய்யா..."

"ஓரிடத்தில கேட்டுருக்கேன்... கிடச்சுடும். சீக்கிரம் கொஞ்சம்கொஞ்சமா கொடுத்திடறேன்..."

"கொஞ்சகொஞ்சமாவா?"

ராஜவேலுவைக் கூட்டிக்கொண்டு கீழத்தெரு கருப்பணன் வந்திருந்தான். அழகேசனுக்கு திக்'கென்றது. ஆங்ஞாவே வந்து நிற்பது போலிருந்தது.

"பாண்டு பத்திரத்தில எழுதிக்கொடுய்யா..." கருப்பணன் வெற்று பத்திரத்தை மேசையில் வைத்தான். ராஜவேலு வந்ததில் இருந்தே அமைதியாக இருந்தான்.

மணிக்கொடி வீட்டுக் கதவைத் திறந்து கடைக்குள் வந்தாள்.

"இந்தம்மாகிட்டேதான் பல மாச சீட்டுப் பணத்தைக் கட்டுனேன். ராஜவேலு பேசி வாங்கிக் கொடு..."

அழகேசன் பாண்டு பேப்பரில் கையெழுத்தைப் போட்டான். ராஜவேலு பிரச்சனையைப் பற்றிக் கேட்டான்.

"வச்சிக்கிட்டு இல்லைன்னு சொல்லலைப்பா..." என்ற மணிக்கொடி தன்னையுமறியாமல் வார்த்தைகளில் தேம்பியவள், "கல்யாணம் ஆகி முத சாப்பாடு உங்க வீட்லதான் தம்பி சாப்பிட்டேன்..." என்றாள்.

"கஷ்டத்துல மனதைரியத்தை விட்றாதீங்க. எனக்கு ஆறு சின்னம்மா நீங்க ஏழாவது சின்னம்மா..." என்ற ராஜவேலு மணிக்கொடி கரங்களை ஆதரவுடன் பிடித்தான். பாண்டு பேப்பரை அழகேசனிடமே திருப்பிக் கொடுத்தான்.

"என்ன ராஜூ... வாங்கிக் கொடுப்பீன்னு நினைச்சா..."

"பணம் வந்ததும் தந்துடுவாரு... வாடா..." என்று கருப்பணனிடம் கூறி அழைத்துச் சென்றான்.

அவர்கள் சென்ற சிறிதுநேரத்தில் மதியுடன் படித்த தனபாலன் ஒரு பூட்டை எடுத்துவந்து அங்கம்மாளிடம் வாங்கிய வீட்டைப் பூட்டினான். 'காசு தந்துட்டா வூடு உன்னுதுய்யா...'

மதி பைபாஸ் கடைக்கும் அழகேசன் நாச்சியார்பாளையத்துக்கும்

சென்றுவிட்ட சிலமணி நேரங்கழித்து முற்பகல் தனிமை மணிக்கொடியை வாட்டியது. திடீரென்று வாழ்க்கை புரட்டிவிட்ட தினுசை நினைத்துக் கண்களில் நீர் கட்டியது. சாப்பிடவே தோன்றவில்லை. ஆறுதலாக வந்து பேச ஒரு ஜீவனும் இல்லை. சாப்பாட்டைக் கரைத்துக் குடிப்போம் என்று எழுந்தாள். பூட்டப்பட்ட இரும்பு ஷட்டர் கதவை யாரோ கைகளால் தட்டுவது கேட்டது. ஒருவரல்ல பலர். இன்றுமா? அவளுக்கு திக்கென்றது. சில விநாடிகளுக்குப் பின் சந்துப்புறம் நிறைய பெண்களின் குரல் ஒலிகள். பின் கதவை சட்டென்று சாத்தித் தாழிட்டவள் சாமிப்படம் முன்வந்து கண்களில் நீர்வழிய நின்றாள்.

“தென்னை மரங்க... கொடுக்காப் புளிமரம், ஆத்துத் தண்ணீ பைப்பு... ம்ம்... பின்னாடி எவ்வளவு தூரத்துக்கு இடமிருக்கு?”

“தரவேண்டிய பணத்துக்கு இதெல்லாம் ஈடாகும்ன்றே...?”

பலப்பல பேச்சு சத்தங்கள் கொஞ்ச நேரத்துக்குப் பின் குறைந்தன.

மெல்ல பின்கதவைத் திறந்தாள். ஒரு கணம் அதிர்ந்தாள். சந்தில் ஒரே ஒரு ஆண் முதுகைக் காட்டியபடி நின்றிருந்தான். கதவு திறக்கும் சத்தம் கேட்டுத் திரும்பினான்.

“பயப்படாதேம்மா... நா தொப்பளான். தப்பான முடிவுக்கு ஏதும் போயிடாதீங்கம்மா... அண்ணே எனக்கும்தான் பணம் தர வேண்டிருக்கு... பணம் கொடுக்க முடியலைன்னாலும் பரவாயில்லை. தப்பா ஏதும் பண்ணிக்கிடாதீங்க...” அவன் கையெடுத்துக் கும்பிட்டான்.

மணிக்கொடிக்கு கண்களில் நீர் தாரைதாரையாக வழிந்தது.

அடுத்தநாள் நிலைமை கைமீறிப்போனது. மதியழகன் கடைக்குச் சென்றுவிட்டான். அழகேசனிடம் வாக்குவாதம் செய்தவர்கள் திடீரென்று கைகளால் தாக்க ஆரம்பிக்க திமிறி விடுபட்டு ஊர் மத்தியஸ்தர்களைப் பார்க்க வண்டியில் கிளம்பினான்.

அவர்களின் காலில் விழுந்தான். அதிர்ந்தார்கள்.

வீடு நிலத்தை எழுதிக்கொடுத்து பிரச்சனைகளின் சிக்கல்களிலிருந்து விடுபட்டான். அடுத்த சில நாட்களில் இரவோடு இரவாக நாச்சியார்பாளையத்துக்கு மூன்று பீரோக்களும் வீட்டு சாமான் செட்டுகளும் நாச்சியார்பாளையத்து காலனி ஆட்களின் துணையோடு பெரிய லாரியில் கொண்டு செல்லப்பட்டன. வீடு, கடை சாவிகளை ஊர் மத்தியஸ்தர்கள் முன்னிலையில் அனைவர் சார்பாக பொறுப்பு எடுத்துக்கொண்ட நால்வர் வசம் ஒப்படைத்தான்.

மணலூரின் வாசம் அந்தக் கணத்தில் முடிவுக்கு வந்தது. ஆறுதல் பேச தூரத்தில் இருக்கும் உறவுகளும் வரவில்லை. பெருமான், மாறன், ராமலிங்கம் என்று ஒருவரும் வரவில்லை.

நாச்சியார்பாளையத்து ஊர் வழியே செல்வது இரண்டே இரண்டு மினிபஸ்தான். மினிபஸ்ஸில் கூட்டம் நெருக்கியடித்தது. முண்டியடித்து மதி ஏறிய விநாடியில் யாரோ பேசிய பேச்சின் தொடர்ச்சியாகவோ என்னவோ, ‘அப்பறம் ஊரை ஏமாத்திட்டு இப்புடி ஒதுங்கியிருக்கற ஊரா பாத்து வந்துட வேண்டியதுதான்...’ என்ற பேச்சொலி காதில் விழுந்தது. அனலாக மனம் கொதித்தது. குனிந்த தலை நிமிராது கூட்டத்துக்கு மத்தியில் நெருக்கியடித்து பயணித்தான் மதி.

உடையாகுளம்புதூரிலிருந்து ராமாயியை மினிடோர் வண்டியில் தூக்கிவைத்துக்கொண்டு வந்திருந்தான் அழகேசன். குடி வந்திருந்த வாடகை வீட்டின் பின்புறம்தான் கைகால் அலம்பும் இடம் இருந்தது. அழகேசன் மெலிந்து சுருங்கியிருந்த அவளை ஒருகையால் பிடித்துத் தரதரவென்று வீட்டு உள் அறை வழியே பற்களைக் கடித்து மெல்ல திட்டிக்கொண்டே பின்பக்கமாக இழுத்துச் சென்றான். ராமாயி வலி தாளாமல் அரற்றினாள். ‘சின்னப் பயல்லே.. ச்சின்னப்பய்யல்லே...’ அவளின் குழறல் மதியழகனை அறுத்தது. இயற்கை உபாதைகளின் துர்நாற்றம் வீட்டில் பரவியது. இயலாமையின் பிடிக்குள் மணிக்கொடியும் மதியும் சிக்கியிருந்தனர். அவர்களால் சமாளிக்க முடியாது என

அவர்களை அழகேசன், ராமாயியிடம் நெருங்கவே விடவில்லை.

அன்று இரவு காலனி கடைக்கு அருகேயே தன் அம்மாவைக் கீற்றுக்கொட்டகை போட்டுவைத்து கவனித்துக் கொண்டான் அழகேசன். சாப்பிட மட்டும்தான் வீட்டுக்கு வந்தான். ராமாயிக்கு சாப்பாட்டைக் கரைத்து மணிக்கொடி எடுத்துச் சென்றால், "நீ வராதடி.... போ." என்று திட்டித் துரத்தினான். எல்லோரும் பார்க்கவே தலைகுனிந்தபடியே வந்துவிட்டாள்.

பைபாஸ் கடைக்கு மணிக்கொடி வந்தபோது கண்கள் கலங்கியிருந்தன.

"குழம்பு வைக்கும்போது கொதிக்கிற நீர் கண்ணுல தெறிச்சுடுச்சுடா குட்டி.... அப்பாட்ட ஆஸபத்திரிக்குப் பணம் கேட்டேன் திட்டுறாங்கடா..." என்றவள் தேம்ப ஆரம்பித்தாள்.

பணத்தை எரிச்சலோடுதான் மதியும் எடுத்து அம்மாவிடம் நீட்டினான்.

"என்னடா குட்டி நீயும் கோவமா தரே?"

"முன்ன மாதிரி நாம இல்லிம்மா... நீ முதல்ல கண்ணைப் போயி பாரு..."

வாரமானால் எஸ்ஸெஸ் கடைக்கு ஒரு தொகை, வீட்டு வாடகை, கடை வாடகை, பஸ் செலவு, அப்பா வண்டிக்கு பெட்ரோல் செலவு, சாப்பாட்டு செலவு, கடை சாமானுங்க தினமும் வாங்கிப்போட பணம் இவற்றை எல்லாம் இந்தக் கடை வருமானம் காலனி கடை வருமானத்தை வைத்து எத்தனை நாளுக்கு சமாளிக்க முடியும் என்று தெரியவில்லை.

மாலை இருளுக்குள் நுழைந்திருந்தது. கரன்ட் கட் ஆகிவிட மெழுகுத்திரியைப் பற்றவைத்தான். இருசக்கர வாகனத்தின் சத்தம் கேட்டு யாரென்று பார்த்தான். அப்பா அழகேசன்.

"குட்டி.. அப்பாயி செத்துப்போயிடுச்சுடா..."

மதிக்கு குபுக்கென்று கண்கள் குளமாகின.

“வாடகை வீட்டுக்கு உயிரோட இருக்கிற மாதிரி எடுத்து வந்துட்டேன். காலனி ஆளுங்களுக்கு வாங்கிக் கொடுக்கணும்டா... எவ்வளவு வச்சிருக்கே...”

இருப்பதை எடுத்துக் கொடுத்தான். டாஸ்மாக்கில் கைகொள்ளாத சரக்குகளை வாங்கினான் அழகேசன்.

வீட்டுவாசலின் இடதுபுற முன்பகுதியில் அப்பாயி கிடத்தப்பட்டிருந்தாள். காலையில்தான் அவளின் இறப்பு ஊருக்குத் தெரியும். சோழியர் அதிகம் வசிக்கும் சிறிய ஊர். இங்கேயும் அழகேசன், ‘செட்டியாரே’ என்றே அழைக்கப்பட்டான். இதுவரை எவரும் அவ்வளவாகப் பழகியிருக்கவே இல்லை. ஊரே அமைதியாக இருளில் மூழ்கியிருந்தது. நடு இரவுக்குப் பின் வெகு தூரத்திலிருந்து வந்திருந்த அரசுப் பணியிலிருக்கும் உறவினன் சிறு மாலையிட்டு அஞ்சலி செலுத்தினான். அவனிடம் மதியைப் பற்றி அழகேசன் புகார் வாசித்தான். எல்லாவற்றையும் கேட்டபடி அப்பாயியை நினைத்தபடி படுத்திருந்தான் மதி. வந்த உறவினனும் ஏதோ காரணம் சொல்லிக் கிளம்பிவிட அழகேசன் தனித்து உட்கார்ந்திருந்தான். ராமாயியின் தலைமாட்டில் அகல்விளக்கைப் பொருத்தினாள் மணிக்கொடி. காலனியிலிருந்து இரு வயதான ஆட்கள் அழகேசன் தனியே இருப்பதைப் பார்த்து ஆறுதலுக்காகப் பேச வந்திருந்தனர்.

“நாங்களும் சுத்தபத்தமாத்தான் இருக்கோம். என்னவோ இந்தப் பக்கத்து மக்களுக்கு எங்களைக் கண்டா ஆவுறதில்லை...”

அவர்கள் ஏதேதோ அழகேசனிடம் பேசிக்கொண்டிருக்க காதில் வாங்கியபடி மதி அப்படியே தூங்கிப்போனான்.

“இவங்ககூட ரெட்டைப் பிறவியா பிறந்த எங்க சின்னாயி உயிரோட இருக்கறதால மேளதாளம் கிடையாதுய்யா... எரிக்கிற வழக்கம்தான். அவங்க இருக்கிறதால அதுவும் கிடையாது...” என்றான் அழகேசன்.

காலையில் வெளிச்சம் பரவியிருக்க அப்பாயியின் தலைமாட்டுக்கு அருகே எறும்புகளின் ஊர்வலத்தைக் கண்டு மதி தள்ளிவிட்டான். அப்போது வந்த அழகேசன் கம்மிய குரலில், "எங்கம்மா ரொம்ப நல்லவங்கடா..." என்றவன் அவள் தலைமுடியைப் பதவிசாக ஒதுக்கி நீவிவிட்டான். கன்னத்தைத் தடவி நெற்றியில் தனது உள்ளங்கையை வைத்தான் அழகேசன். இரண்டு சொட்டுக் கண்ணீர் அவள் மீது விழுந்தன.

13

2008

காலனி கடை வியாபாரம் சரியில்லை என்று மணிக்கொடியிடம் புலம்பல் தொனியில் சொல்ல ஆரம்பித்தான். விவசாய வேலைகள் குறைந்துவிட்டது என்று காலனி ஆட்களில் பலர் குடும்பம் சகிதமாக திருப்பூரை நோக்கியும் கேரளாவைப் பார்த்தும் செல்ல ஆரம்பித்தனர். ஒரு மூவாயிரம் ரூபாய் காலனி பக்கமிருந்து வரவேண்டியிருந்தது.

பைபாஸ் கடையைச் சாத்திவிட்டுக் கிளம்பலாம் என்றிருந்த சமயத்தில் ஓங்குதாங்கான உயரத்தில் இருந்த அந்தப் பெண்மணி அரிசி சிப்பம் கேட்டு வந்தாள். உள்ளே சென்று சிப்பங்களைப் புரட்டி முன்னே கொண்டு வருவதற்குள் அந்தப் பெண் உள்ளே வந்து மதியின் மீது மூச்சுக்காற்று படும் நெருக்கத்தில் நின்றாள். குறிப்பிட்ட சிப்பத்தைத் தூக்கிவர உதவினாள். இழுத்துப் போர்த்தப்பட்ட அவளின் சேலை தளர்ந்தது. ஜாக்கெட் அணியாத வெண் பளிங்கு மார்புகளின் பிதுங்கல் கண்களில் டாலடித்தது. அவள் கண்டும் காணாத தினுசில் தன் பார்வையை வைத்துக்கொண்டாள். சேலை மேலும் தளர்ந்தது. அவள் பாதி கடனுக்கு அரிசி கேட்டாள். மதிக்கு மன உளைச்சலாக இருந்தது.

“சின்னக் கடைங்க... கடன்லாம் தரதில்லீங்களே...” என்று கூறிவிட்டு கடை ஷட்டரை இழுத்துவிட்டான். காமத்தின் கிளுகிளுப்பைத் தேடி அலைந்த மனதிற்கு நெருங்கும் பல சந்தர்ப்பங்கள் அபத்த நாடகமாகவே முடிந்துவிடுகிறது. பைபாஸ் ரோட்டில் கட்டப்பட்டு திறக்கப்படாமல் இருக்கிறது புதிய பேருந்து நிலையம். இவன் ஊருக்குச் செல்ல குறுக்குப்பாதையில் பழைய பேருந்து நிலையத்திற்கு நடந்து செல்வான். பல வேளைகளில் இருளான பாதையாகவே இருக்கும். சந்தனச் சேலையில் வெள்ளை நிறத் தோலைக் கொண்ட பெண்ணொருத்தி பாதையின் நடுப்பகுதியில் கால்களை விரித்துவைத்து நின்றிருப்பாள். மதி ஒதுங்கி ஏதோ யோசனையாக நகர்ந்து நடப்பான்.

பத்து வருடங்களுக்கு முன் சில பஸ் நிலையங்களின் இரவுகளின் இருளில் யாரையோ தேடியிருக்கிறான். அவன் பாக்கெட்டில் காண்டம் இருக்கும். அதைப் பயன்படுத்தும் சந்தர்ப்பம் வாய்க்கவேயில்லை. அல்லது மதிக்கு துணிச்சல் வரவில்லை. சத்திரம் பிரமாண்டமான பஸ் நிலையத்தின் பகல் நேரத்தில் அடர்ந்த மஞ்சள் பூசிய முகங்களைக் கண்டிருக்கிறான். நடை உடை பாவனைகளின் பிசிறல்களைக் கண்டு முகம் சுளித்து விலகி, விலை அதிகமான இலக்கிய புத்தகங்களை வாங்கிக்கொண்டு திரும்பியிருக்கிறான். எந்த ஒரு பெண்ணின் தேக ஸ்பரிசமும் அவனுக்கு வாய்க்கவில்லை. பஸ்ஸின் கூட்டமான நெருக்கியடிக்கும் பயணத்தில் சில தேகங்களை ரகசியமாக வருடியிருக்கிறான். வாளிப்பான உடல்களை மனக்கண்ணில் நிறுத்தி சம்போகம் செய்தே காமத்தின் வாசலைக் கடக்க ஆரம்பித்தான். பிம்ப அசைவுகளாக கடைக்கு வந்த ஜாக்கெட் அணியாத பெண் அன்றிரவின் தனித்த அவனின் பொழுதைக் களவாண்டாள்.

கண்ணையன், மதியிடம் வந்து அந்த வரிசையில் பத்துப் பதினைந்து கடை தள்ளியிருக்கும் சைக்கிள் ஸ்பேர் பார்ட்ஸ் விற்கும் கடை வாசலில் அழகேசன் சைக்கிள் வேலை செய்கிறார் என்று சொன்னார். அப்போதுதான் அழகேசன் காலனி

கடையை எடுத்துவிட்ட விஷயமே அவனுக்குத் தெரிந்தது. வாழ்க்கை செல்லும் திசை மதிக்கு பயத்தையும் திகைப்பையும் உண்டுபண்ணியது.

சில வாரங்கழித்து மதியின் கடைக்கு வந்த அழகேசன், " குட்டி இங்க கடை வாசல்ல சைக்கிள் ரிப்பேர் பஞ்சர் ஒட்டறதுன்னு செஞ்சுகிட்டுமாடா..?" என்று கேட்டான். தணிந்த குரலில் கேட்கும் அப்பாவைக் கண்டு துணுக்குற்றான்.

உப்பு சிப்பங்கள் அடுக்கிவைக்கப்பட்டிருந்த பகுதியைச் சரிசெய்து கொடுத்தான். ஒன்றிரண்டு வேலைகள் தினமும் வர அழகேசனின் முகத்தில் மலர்ச்சி தென்பட்டது.

கடை வைத்த இந்த ஏழெட்டு வருடத்தில் அங்கொன்றும் இங்கொன்றுமாக விதவிதமான கடைகள் தோன்ற ஆரம்பித்தன. புதிய பேருந்து நிலையம் திறந்து பஸ் போக்குவரத்து ஆரம்பித்துவிட்டால் வியாபாரம் நன்றாக இருக்கும் என்று நம்பிக்கையோடு கடைவைத்தவர்கள் இருந்தனர்.

"சொந்த இடத்துல கடை வச்சிருக்கவங்களுக்கு வாழ்க்கைய்யா... வாடகைக்கு இருக்கவங்க பொழைப்பு எல்லாம் அப்படி இருக்காது..."

"ஜனங்ககிட்ட பணப்புழக்கமே இல்லய்யா... இதுல புது பஸ் ஸ்டாண்டு வந்து என்னாகும்ன்றே?"

"சினிமாக்காரன்கிட்டேயும் அரசியல்வாதிங்ககிட்டேயும்தான்யா பணம் கொட்டிக் கிடக்கு... நாம வாயைப் பாத்துக்கிட்டு கிடக்கவேண்டிதுதான்..."

தின ஃபைனான்ஸ் விடும் கும்பல் எங்கிருந்தோ வந்து முசுகுந்தபுரத்தில் பணத்தை இறைத்தது. அழகேசன் இருக்கும் போது வந்தவர்கள், "கடைக்கு நிறைய சாமான்களை வாங்கிப்போட்டு வியாபாரத்தைப் பெருக்கலாமே" என்றனர்.

அளவுக்கு மீறி கடன் வாங்கவேண்டாம் என மதி அழகேசனிடம் மறுத்தான். அப்புறம் கடைங்கறது ஃபைனான்ஸ்காரங்ககிட்டே

வெலைக்குப் போகிற மாதிரிதான் என்றான்.

ஒருநாளைக்கு கல்லா கட்டும் தொகை முன்னருக்கு இப்ப குறைவதாக மதி கணக்கிட்டான். நகரம் விரிவடைய கடைகள் பெருகின. அவை முன்னர் இருந்த கடைகளின் வியாபாரத்தைப் பங்கிடத்தான் முளைத்திருப்பதாகப் பட்டது.

அடிக்கடி அழகேசன் வேறு 'இந்தச் சின்னக்கடைக்கு எதுக்கு ரெண்டு பேரு' என சொல்ல ஆரம்பித்தான். மதியும் ஆயிரத்து ஐந்நூறு ரூபா மாச சம்பளத்துக்கு எங்கேயேனும் வேலைக்குப் போகலாமா என யோசிக்க ஆரம்பித்தான்.

அழகேசனின் புலம்பல் மதியின் நிம்மதியைக் குலைத்தது. பத்தாததற்கு கடை வாடகைக்குவிட்ட பெரியவர், 'ஏன்டாப்பா உன் அப்பாருக்கு அறுவது அறவத்தஞ்சு வயசுக்கு மேலேயிருக்காது? இந்த வயசிலயும் அவரை கஷ்டப்பட வைக்கிறீயேப்பா..?' என்று மதியைக் குடைந்தார். அப்பாவின் வயதை அவரின் மூப்பைப் பற்றி அப்போதுதான் அவனுக்குள் உறைக்க ஆரம்பித்தது.

"எங்கயாவது வேலைக்குப் போறானான்னு பாருங்க...?" கடைக்கு வருபவர்களிடம் ஓயாமல் சொல்லி மதியைப் பித்துப் பிடிக்கவைத்தார் அழகேசன்.

அன்றிரவு மணிக்கொடி ஒரு துண்டுச்சீட்டை சந்தோஷச் சிரிப்புடன் மதியிடம் காட்டினாள்.

"ரேசன் கடையில கூப்பிட்டுத் தந்தாங்க. நம்ம வீட்டுக்கு டீ.வி வரப்போகுது..." என்றாள். அவள் மனதில் துள்ளிக்குதிக்கும் ஆனந்தத்தை மதி கவனித்தான். அம்மாவுக்கு வயது எத்தனை? தனக்கு எத்தனை? இதுநாள்வரை அம்மாவின் சந்தோஷம் எதைச் சார்ந்து இருந்தது. அப்பா அவளை எங்கு அழைத்துச் சென்றிருக்கிறார். நிறைய தடவை 'இதோ இங்கிருக்கிற திருஈங்கோய்மலைக்குக் கூட்டிப்போனதில்லை...' என்று பேச்சுவாக்கில் சொல்லியிருக்கிறாள்.

இலவச டீ.வி-யில் ஏதோ தொடர் ஓடிக்கொண்டிருந்தது.

“நீங்களே கடையைக் கவனிச்சுக்குங்க... நான் ஸ்பின்னிங் மில்லுல வேலை கேட்டுருக்கேன்... நாளைக்கு வரச் சொல்லியிருக்காங்க...”

‘ம்’ என்று அழகேசன் முக இறுக்கத்தோடு கூறிவிட்டு டீ.வி தொடரில் பார்வையைத் திருப்பிக்கொண்டார்.

மணிக்கொடி, மதிக்கு சுற்றிப்போட்டு எரிந்த கற்பூரத்தை வாசலில் கொட்டிவிட்டுத் திரும்பிப் பார்க்காமல் வந்தாள்.

“அம்மா உனக்கு சீக்கிரமே நல்லபொண்ணா பாத்து கல்யாணம் பண்ணி வைக்கிறேன்...” என்றாள்.

மதி அவளைப் பார்த்துச் சிரித்தான்.

நல்ல மழை பெய்துகொண்டிருந்தது. பி.கே ஸ்பின்னிங் மில்லிற்கு நாச்சியார்பாளையம் வழியாக கம்பெனி பஸ் ஷிஃப்ட் வாரியாக சென்றுவருகிறது. தினம் தினம் வேலைக்குச் சென்றுவிட்டு வீட்டிற்கு வந்துவிடலாம். இத்தனை வருடத்திற்குப் பிறகு மனது லேசானதைப்போல் உணர்ந்தான் மதி.

கம்பெனிக்குள் பஸ் நுழைந்ததும் தூறும் மழையில் நனைந்தபடி சைக்கிள் நிறுத்தும் ஷெட்டில் ஒதுங்கி கர்ச்சீப்பால் ஈரங்களை ஒத்தியெடுத்தான்.

“ஜீயெம் வருவாரு... வெயிட் பண்ணிக் கேட்டுப்பாருங்க...”

கம்பெனியின் போர்டிகோ வாசலிலேயே நின்றபடி அவன் சர்டிஃபிகேட்ஸைப் பார்த்துவிட்டு, “கணேஷ்ராம்கிட்டே அனுப்புங்க...” என்று சலிப்பாகச் சொன்னார் ஜீயெம்.

கணேஷ்ராம், “ஏன்... படிப்பு சம்பந்தமான வேலைக்கு முயற்சி பண்ணலையா?” என்றவர், கூட்டிச்சென்ற செக்யூரிட்டியிடம் “குவாலிட்டி செக்சன்ல பாரி இருப்பான். வரச்சொல்லுங்க...” என்றார்.

மழைவிட்டு வானம் வெளுத்திருந்தது. பாரி இழுத்த

இழுப்புக்கெல்லாம் பின்னாலேயே மதி ஓடிக்கொண்டிருந்தான். கூரியரில் வந்திருந்த மாதிரி பஞ்சுப்பொதியை எடுத்துக்கொண்டு பாரி சென்ற இடங்களுக்கு எல்லாம் பின்தொடர்ந்தான்.

“உங்க பேர் என்ன சொன்னீங்க... ரெண்டு மூணு நாளைக்கு ஒண்ணும் பிடிபடாது. எல்லாம் கவனிச்சுக்கிட்டு வாங்க... பிறகு புரியும்.”

அவன் நேரமின்மையால் தவிப்பதை மதியால் உணர முடிந்தது. அவ்வளவு ஓர்க் லோடோடு அவன் பரபரவென ஓடியாடிக்கொண்டிருந்தான். அவனுக்குக் கீழ் ஆறு பேர் மதியோடு சேர்த்து இருந்தனர். மதியச் சாப்பாட்டை கேன்டீனில் சுடச்சுட உண்டான். சங்கர் என்பவனிடம் வேலையைச் சொல்லிக்கொடுக்கச் சொல்லிவிட்டு பாரி நகர்ந்தான். கம்ப்யூட்டரோடு இணைந்தவாறு இருந்த அந்த மெஷின் கண்ணாடி அறைக்குள் இயங்கியது.

வெளியேவந்த ரிப்போர்ட் தாள்களை எடுத்துக்கொடுத்து ஃபைல் பண்ணச் சொன்னான் சங்கர். மதி செய்கையில் தடுமாற்றம் இருந்தது.

“இப்படி இல்லீங்க... பேப்பரை சென்டர் பண்ணி இப்படி ஃபைல் டேக்கில் முடிச்சுப் போடணும்...”

குவாலிடி செக்சனில் வெவ்வேறுவிதமான ஆறு மிஷின்கள் கம்ப்யூட்டரோடு இணைந்து பணியாளர்களால் இயக்கப்பட்டுக் கொண்டிருந்தது.

மாலை மணி ஐந்தை நெருங்கியது.

“கரெக்டால்லாம் வேலை பார்க்க முடியாது. கணேஷ் சார் ஏழுமணிக்கு வருவார்... அவரைப் பார்த்தபின்தான் கிளம்ப முடியும்...”

“உங்களுக்கு ரூம் ஹெச்சார்ல ஒதுக்கிட்டாங்க... காலைல சாப்பிட்டுட்டு ஏழரை மணிக்கு லேப்புக்கு வந்துடுங்க...”

ஒரு கணம் ஒன்றும் புரியவில்லை மதிக்கு. பஸ்ஸில் சென்றுவரும் ஷிஃப்டிற்கு உரிய வேலை இதுவல்ல என்பது மட்டும் புரிந்தது. மாற்றுஉடை எடுத்து வரவில்லை என்றுகூறி வீட்டிற்கு இரண்டு பஸ் மாறி கடைசி மினிவண்டியில் இரவு பத்து மணிபோல் வீட்டிற்கு வந்தான். முகத்தில் சுரத்தேயில்லாமல் அவன் இருப்பதை மணிக்கொடி கவனித்தாள்.

“வாரமானா வீட்டுக்கு வந்துடலாமே குட்டி....”

அடுத்த நாள் மெஷின்தனமாக நாள் கழிந்தது.

இரவு ஏழுக்கு மேல் அவனுக்கு ஒதுக்கிய அறைக்கு வந்தான். வரும் பாதை இருளில் இருந்தது. நாலைந்து ரூம்கள் அடுத்தடுத்து இருந்தன. அறைகளில் டியூப்லைட் வெளிச்சமும் வெளியே இருளுமாக இருந்தது.

அறை குப்பையும் கூளமுமாக இருந்தது. ஒருவன் கைலியை ஒதுக்கிவிட்டு தொடையிடுக்கை சொறிந்து கொண்டிருந்தான். ஒரு துர்நாற்றம் வீசியது. இவன் வருகையைச் சொறிந்தவன் எதிர்பார்க்கவில்லை. சட்டென்று வெளியேறினான். இரவு சாப்பிட்டதும் வயிற்றைக் கலக்கியது. கொஞ்சம்கூட சுத்தமேயில்லாத கழிவறைக்குள் மூக்கைப் பிடித்தபடி நுழைந்தான்.

“கடைசி ரூமு டீ.வி ரூமுங்க... பார்க்கறதுன்னா போய் பாருங்க...”

சற்றுப் பெரிய திரை கொண்ட டீ.வி.யில் தொடர் ஓடிக்கொண்டிருந்தது. தெளிவான வாளிப்பும் பூரிப்புமாக பெண்களின் பிம்பங்கள். அவனுக்குள் இறங்கி நரம்பு நாளங்களை துவம்சம் பண்ணினர். ஒவ்வொருத்தராகக் கிளம்பிவிட மணி பத்தை நெருங்கிக்கொண்டிருந்தது. இவன் மட்டும் தனித்திருந்தான். தெளிவான பிம்ப அசைவுகள். ஒரு புள்ளியில் அவர்களை நிலைநிறுத்தினான். நரம்புகளின் நர்த்தனம். இருள்வெளியைத் தேடி தனித்து வந்தவனுக்கு மனம்விட்டு அழவேண்டும் போலிருந்தது. கேவல் அழுகை ஒலியாக வெடித்தது.

"இருட்டுல யாரு? இந்தப் பக்கம் பாதையுண்டா?"

வந்தவர் உயரமாக கறுப்பாக இருந்தார். கேவி அழுததைக் கேட்டிருப்பாரா?

"அய்யோ நீங்கதான் மதியழகனா... உங்களைத் தேடித்தான் வந்தேன். உங்களுக்கு ரூம் இங்கயில்லீங்க... கம்பெனிக்கு முன்னாடி..."

அந்த அறையிலும் ஒருவித முடைநாற்றம் அடித்தது. இவனோடு சேர்த்து நான்கு பேர். சற்று நெருக்கியடிக்கும் படுக்கை வாசம்.

"அதெல்லாம் லேபருங்களுக்கு.. நாம இருக்கறது சூபர்வைசருங்களுக்கானது. என் பேரு சின்னதுரை... உங்க பேரு?" என்று மதியிடம் கேட்டான்.

"எத்தனை வருசமா நீங்க வேலை பாக்குறீங்க?"

"நான் போன வாரம்தான் வேலைல சேர்ந்தேனுங்க..."

"இதுக்கு முன்னாடி என்ன பண்ணீங்க?"

"ராயனூர் பேக்கேஜிங் கம்பெனில இருந்தேன்... பிளாஸ்டிக் சாக்கு தயாரிக்கிற கம்பெனிங்க... அது..."

சமயம் கிடைக்கும்போதெல்லாம் சின்னதுரையிடம் பேக்கேஜிங் கம்பெனி குறித்து விசாரிக்கத் தொடங்கினான்.

"கம்பெனி முழுக்க ரோடுதான்... சாப்பாட்டை ரோட்டில கொட்டிப் பிணைஞ்சு அப்படியே சாப்பிடலாம். அப்படி சுத்தமா இருக்கும் கம்பெனி..."

"ஏங்க அதைவிட்டு இங்க வந்திங்க..."

"இங்க வீட்லருந்து தினம் போயிட்டு வந்துட்டு இருக்கலாம்னு வந்தேன்... இப்பதான் கல்யாணம் ஆச்சு. என்னடான்னா தங்கினாதான் நேரங்காலம் பாக்காம வேலை பாக்க முடியுமாட்டிருக்கு... பேக்கேஜிங் கம்பெனில அப்படியில்லை..?"

“எப்படியில்லை?!”

“எட்டுமணி நேர ஷிஃப்ட் முடிஞ்சிட்டா கிளம்பிடலாம்.”

“என்னை அங்கே சேத்துவிடறீங்களா?”

அவர் அவனுக்கு நம்பிக்கை தந்தார்.

“வீயேஓ எக்ஸாம் வருது எழுதுங்க... ஒரு காலத்துல பரம்பரை பதவியாக இருந்த முனுசீப் பதவியோட பியூஸைப் பிடுங்கி எக்ஸாம் எழுத வச்சுட்டாங்க... அது எம்பது கடைசிலேர்ந்து வீயேஓவா மாறிடுச்சு... எழுதுங்க... எத்தனை நாளைக்குதான் பிரைவேட் கம்பெனியிலேயே மாரடிக்கிறது...”

தீபாவளி முடிந்து பேக்கேஜிங் கம்பெனிக்குச் செல்லப்போவதாக அம்மாவிடம் சொன்னான்.

“ஒரு இடத்துல நிலையா வேலை பாரு குட்டி....” என்றாள் மணிக்கொடி.

சத்திரத்திலிருந்து பெரியநாயகியின் பேரன் மணிக்கொடிக்கு துக்கச்செய்தியைக் கொண்டு வந்திருந்தான். அம்மாச்சி வெள்ளையம்மாள் தன் காலத்தை முடித்துக்கொண்டாள். போனவருடம்தான் தாத்தா வீரப்பன் தன் வாழ்க்கைப் பயணத்தை முடித்திருந்தார். தாத்தாவின் அண்ணன் பையன்களான மாமாக்கள் வசம்தான் தாத்தாவும் அம்மாச்சியும் அடைக்கலம் ஆகியிருந்தனர்.

மணிக்கொடி பிரமை பிடித்ததுபோல் அமர்ந்திருந்தவள் மெல்ல அழுகையைக் கட்டுப்படுத்த முடியாமல் வாய்விட்டு அழத்தொடங்கினாள். மதிக்கும் கண்கள் கலங்க ஆரம்பித்தன. அம்மாவுக்கு மறைமுக மனஆதரவாக இருந்த உறவுகள் அடுத்தடுத்து விழுந்துவிட்டன.

விவரம் புரிந்த வயதிலிருந்தே உறவுகள் அதிகம் வீட்டுக்கு வந்ததேயில்லை என்பது மதிக்கு உறைத்தது. அப்பாயி அம்மாச்சி தாத்தா போன்ற நெருக்கமானவர்களே விரல்விட்டு

எண்ணும் அளவிற்குதான் வந்திருக்கின்றனர். அழகேசனும் ஒன்றிரண்டு உறவுகளின் வீடுகளுக்குதான் கூட்டிச் சென்றிருக்கிறான். அந்த ஒன்றிரண்டு உறவுகளிடமும் ஏதேனும் குறைபாடுகளை மதியைப் பற்றியும் மணிக்கொடியைப் பற்றியும் இளக்காரப்படுத்தி சொல்லாமல் விட்டதில்லை அழகேசன். கடந்த பதினெட்டு வருடங்களில் உறவுகளின் வாசமே சுத்தமாக அற்றுப்போய்விட்டிருப்பதை மணிக்கொடியிடம் சொன்னான். மகனை வியப்புடன் கண்ணீர் திரையிட பார்த்தாள்.

பைபாஸ் கடையைச் சாத்திவிட்டு பள்ளி மாணவ மாணவிகளுக்கான இலவச சைக்கிளைப் பூட்ட அழகேசன் சென்றிருந்தார். அவரைத் தேடிக் கண்டுபிடித்து விபரம் சொல்லி அழைத்து வந்தான்.

அம்மாச்சியை எரியூட்டி வந்த இரவு, “இவனுக்கு சீக்கிரம் ஒரு கல்யாணத்தைப் பண்ணணும்டீ...” மணிக்கொடியிடம் அழகேசன் சொல்வது இவனுக்குக் காதில் விழுந்தது. தான் ஸ்பின்னிங் மில் வேலையை விட இருப்பதைச் சொல்லி விடாதேம்மா என்று மணிக்கொடியிடம் சைகை காட்டினான்.

மதி எழுதிய சிறுகதை பிரசுரத்துக்குத் தேர்வுபெற்ற தகவல் முன்னணி வார இதழிலிருந்து வந்த அன்று மதி பேக்கேஜிங் கம்பெனி வாசலில் செக்யூரிட்டியிடம் வேலை கேட்டு வந்திருப்பதாகச் சொல்லி உள்ளே நுழைய அனுமதி கேட்டுக் கொண்டிருந்தான். கம்பெனி முதலாளி தற்போது ஆளுங்கட்சியாக இருக்கும் திமுகவின் நாடாளுமன்ற உறுப்பினராகப் பதவி வகித்தார். அவர் சார்ந்த அரசியல் சுவட்டின் அடையாளங்கள் கம்பெனியின் எந்த ஒரு பக்கத்திலும் இல்லை.

சின்னதுரை பற்றியும் அவர் கொடுத்திருந்த சில சூப்பர்வைசர்களின் பெயர்களையும் கூறியபிறகு சின்ன கேட்டைத் திறந்து உள்ளேவர வைத்தனர். வேலைக்கான அப்ளிகேஷனைக் கொடுத்து எழுதச் சொல்லினர். எழுதிக்கொண்டிருக்கும்போதே சின்னதுரை சொல்லியிருந்த

பாஸ்கர் தேடி வந்தான். மெலிந்த தேகம். சற்று உயரம்.

“என்னங்க ஜாதி கேட்டு ஒரு லைன் இருக்கு..?”

“ஆமாமா... பிசி எம்பீசின்னு எழுதக் கூடாது. நீங்க என்னவோ அதை எழுதுங்க...”

மதி எழுதுவதைப் பார்த்துக்கொண்டிருந்த பாஸ்கர், “முதலியாரா... அப்படின்னா?” என்று கேட்டான்.

ஒரு கணம் என்ன சொல்வது என்று தெரியாமல் திகைத்தான் மதி.

பாஸ்கர் விரிந்து பரந்திருந்த கம்பெனியைச் சுற்றி அழைத்துச் சென்றான். கம்பெனி பஸ்கள் பத்துக்கு மேல் நின்றிருந்தன. நாலைந்து ஜீடோ வாகனங்களும் மூன்று மஸ்தா வாகனங்களும் ரா மெட்டீரியல் லோடோடு ஏழுக்கு மேலான பேக்கேஜிங் கம்பெனிக்குச் சொந்தமான லாரிகளும் நின்றிருந்தன.

கம்பெனி பஸ் நாச்சியார்பாளையத்துக்குச் செல்வதில்லை. இங்கேயும் தங்கித்தான் ஆகவேண்டும் என முன்னேற்பாட்டோடு வந்திருந்தான்.

“சின்னதுரை அனுப்பியிருக்கார் சங்கர் சார்...”

சங்கர் சார் ரெஸ்யூமை வாங்கிப் பார்த்துவிட்டு, “அடடே தலைவரு இப்பதான் போறாரு... பின்னாடியே வாங்க...” என்று செம்மண் சாலையில் சென்றார். இருபுறமும் கம்பெனி கட்டிடங்கள் கண்ணாடி ஜன்னலோடு உள்ளே இயங்க சத்தங்களோடு இருந்தன.

குனிந்தபடி வேகமாகச் சென்றுகொண்டிருந்தவரை சங்கர் சார் நெருங்கி இருந்தார்.

அவர், “இந்தப் படிப்புக்கு இங்கே வேலை இல்லையேப்பா...” என்றார்.

மதிக்கு பகீரென்றது.

“ஏதாவது ஒரு டிபார்ட்மெண்ட்டுக்கு ஏற்பாடு பண்ணுங்க... சின்னதுரை அனுப்பியிருக்காப்படி....”

“சரி... பாண்டியன்ட்ட அனுப்பிவிடு...” என்று கூறியபடி அப்ளிகேஷனில் கையெழுத்திட்டுக் கொடுத்தார். அவர் உற்பத்தி மேலாளர் என்று சங்கர் இவனிடம் சொன்னார்.

சிமெண்ட் சாக்கில் பிரிண்ட் அடிக்கும் செக்சன். விபரங்களைச் சொல்லிக்கொடுத்த நபர், “மிஷின் பக்கம் ஜாக்கிரதையா இருங்க. போனவாரம்தான் ஒருத்தன் கையை விட்டு விரலுங்க கட்டாகிடுச்சு...” என்றான். தன்னையும் அறியாமல் ஒரு அடி பின்நகர்ந்தான் மதி.

பணி முடிந்து வந்தபோது ஒருவன் வேகமாக மதியை நெருங்கினான். ‘ஏதாச்சும் மேட்டர் தேவைப்பட்டா சொல்லுங்க... பிரச்னை பண்ணாத லேடீசுங்க...”

அவனுக்கு லேசாகத் தலையை மட்டும் பதிலாக அசைத்துவிட்டு விலகினான். ஹாஸ்டல் வார்டன் சாப்பாட்டு டோக்கனைத் தந்துவிட்டு அவனுக்கான ரூம் நெம்பரைச் சொன்னார். அது மூன்றாவது தளத்தில் இருந்தது.

அறையில் இருந்தவர்களுக்கு இவன் வந்ததே பிடிக்காதவர்கள் போல் முகத்தைத் திருப்பிக்கொண்டனர். அறை சுத்தமாக விசாலமாக இருந்தது. இரவு யாரும் அறையில் படுக்காது மொட்டை மாடிக்குச் சென்றனர். மதி மட்டும் அறையில் படுத்திருந்தான். நடு இரவு தாண்டியிருக்கும். முதுகுப்பக்கம் ‘மொய்மொய்யென்று’ என்னவோ ஊர்வது போலிருக்க எழுந்து லைட்டைப் போட்டான். அவன் கண்களில் அதிர்ச்சி. நூற்றுக்கணக்கான மூட்டைப்பூச்சிகள் அறை முழுக்க ஊர்ந்துகொண்டிருந்தன.

14

2010

கடந்த இரண்டு வருடங்களில் பைபாஸ் சாலையில் கடைகளின் பெருக்கம் அதிகரித்திருந்தது. நாலைந்து தின ஃபைனான்ஸில் அழகேசன் பணம் வாங்கி கடைகளில் சாமான்களை நிரப்பியிருந்தார். வருமானம் சீராக இல்லாததால் தின ஃபைனான்ஸ் வசூலுக்கு வருபவர்களிடம் சாக்குபோக்கு சொல்ல ஆரம்பித்தார். 'எங்கே தொட்டாலும் இடிக்குதே.'

வழக்கம்போல் கடைக்கு வந்து திறந்தவர் வலது காலில் வித்தியாசத்தை உணர்ந்தார். புதிதாகத் திறந்திருந்த பக்கத்து உரக்கடைக்காரரிடம் கடையைப் பார்க்கச் சொல்லிவிட்டு தனியார் மருத்துவமனைக்குச் சென்றார். 'சிகரெட் பிடிக்காதீங்க...' என்று சொல்லி மாத்திரைகள் எழுதிக்கொடுத்து அனுப்பிவிட்டனர். மாத்திரைகள் உள்ளுக்குள் சென்ற பிறகு பரவாயில்லை போலிருந்தது. ஆனால் சட்டென்று உட்கார முடியவில்லை. காலைக்கடன் கழிப்பதே தண்டனை போலிருந்தது. நாலைந்து நாளாக கடையை அழகேசன் திறக்கவில்லை.

அந்த வாரம் வீட்டுக்கு வந்திருந்த மதியிடம், "கடையை எடுத்தரலாம்னு இருக்கேன். அட்வான்ஸ் வாடகை எல்லாம் ஏத்தப்போறதா இடத்துக்காரர் சொல்லிட்டுருக்கார்..." என்றார்.

மதி, "உங்களுக்கு சரின்னு பட்டதுன்னா எனக்கு ஒன்றும் பிரச்சனையில்லை" என்றான்.

தனது வலது காலில் உள்ள பிரச்சனையை மணிக்கொடியிடமோ மகனிடமோ சொல்லவில்லை. வித்தியாசமாக நடப்பதைக் கண்டு கேட்ட மணிக்கொடியிடம், 'இடிச்சுக்கிட்டேன்டி...' என்று சொல்லி உண்மையைத் தவிர்த்தார். கடைக்குக் கொடுத்திருந்த அட்வான்ஸை கால் பிரக்சனையைக் காரணம் காட்டி வாங்கிவிட்டிருந்தார். அந்தப் பணத்தில்தான் இருதயம் ஸ்பெஷலிஸ்டைப் பார்த்து கால் பிரச்சனையை ஓரளவு சரிப்படுத்தியிருந்தார். நெஞ்சில் பிரச்சனை என்றால் கால் காட்டிக்கொடுக்கும் என்பதே அழகேசனுக்கு வித்தியாசமாக இருந்தது. முன்னருக்கு இப்போது ஓரளவு சரியானதுபோல் இருந்தது.

மதிக்கு சம்பளத்தை மூவாயிரமாக உயர்த்தியிருந்தனர். இத்தனை வயதில் இதைப் பெருமையாகச் சொல்ல முடியுமா? அம்மாவிடம் யாராவது கேட்டால் ஏழாயிரம் என்று பொய் சொல்லச் சொன்னான். தனக்கு என்ன கிடைத்ததோ அதை வைத்து திருப்திகரமாக மதி வாழ்க்கையை நகர்த்திக்கொண்டிருந்தான். மணிக்கொடி, மதியின் ஜாதகத்தை எடுத்துக்கொண்டு தொலைதூர உறவுகளை நோக்கிப் படையெடுத்துக் கொண்டிருந்தாள்.

"சொந்தவீடு இருந்தா நல்லாருக்கும்ன்றாங்க..."

"ஜாதகம் ஒத்து வரலியே..."

வாரமானால் வீட்டுக்கு வரும் மதியிடம் உறவுகளின் வாய்மொழிகளைச் சொல்வாள். அவனுக்கு அவை கடுப்பை ஏற்படுத்தின. "ஜாதகத்தைத் தூக்கிக்கிட்டு அலையாதேம்மா..." என்று சத்தமிட்டான் அம்மாவிடம்.

"வாங்கற சம்பளத்தை வச்சு நாம மூணுபேரும் நிம்மதியா வாழலாம்மா... கல்யாணம் பண்ணிட்டேன்னா ரொம்ப சிக்கலா போயிடும்மா..."

மணலூரிலிருந்து நாச்சியார்பாளையத்துக்கு வந்ததிலிருந்தே உறவுகளுக்கு மத்தியில் அழகேசனின் குடும்பம் வீழ்ந்த குடும்பமாகக் காட்சியளித்தது. மதியின் பேச்சைக் கேட்டு மனசளவில் மணிக்கொடி நொறுங்கிப்போனாள். 'யாரையாவது அவன் இழுத்துக்கொண்டு வந்துவிட மாட்டானா' என்றிருந்தது அவளுக்கு.

"எங்க காலத்துக்குப் பின்னே நீ தனிமரமா நிப்பியேடா குட்டி..."

"இப்ப நாம மூணுபேருமே தனிமரமாத்தான் நிக்கிறோம்மா..."

இவனிடம் பேசுவது இனி பயனாகாது என்று மௌனமானாள்.

கம்பெனியில் பருத்த மார்பகக்காரிகள் கண்ணில் பட்டுக்கொண்டுதானிருந்தனர். தனக்குள் ஏற்படுத்திக்கொண்ட அப்பாவியான முகமூடி யோக்கிய பிம்பத்தை அள்ளி வீசிக்கொண்டிருந்தது.

திரையரங்கங்களின் இருளும் ஹாஸ்டல் டாய்லெட் அறை ஜன்னல் வழி நகரும் பெண்பிம்பங்களும் பேருந்துகளில் நெருக்கியடிக்கும் முகூர்த்தகால மல்லிகைப் பூக்களின் வாசமுமே மதியழகனுக்குப் போதுமானதாக இருந்தது.

ஆறுகளும் காம வறட்சியைத் தீர்க்கும் வள்ளல்தன்மையை மணல் அள்ளும் லாரிகளால் இழந்திருந்தது. சுயமே சுகம் என்றிருந்தான் மதி.

இலவச கண் சிகிச்சை முகாமுக்கு உரக்கடைக்காரர் சொன்னாரே என்று அழகேசன் சென்றான். சில மாதங்களாகவே கண்கள் மசமசவென்று இருக்கின்றன. கண் சிகிச்சை முகாமை ஆரம்பித்துவைக்க பட்டாசு சத்தத்தோடு மாறன் காரிலிருந்து இறங்கியபோதுதான் அழகேசனுக்கு முகாமை அவன் தொடங்கிவைக்க இருப்பது தெரிந்தது. மனசில் என்ன பட்டதோ அங்கிருந்து கிளம்பிவிட்டார். எதுவோ மனதை அறுத்துக்கொண்டிருந்தது.

பெருமான் வாத்தியார் தன் இரு பெண்களுக்கும் எண்பது எண்பது பவுன் போட்டுக் கட்டிக்கொடுத்திருக்கிறான். தொடர்புவைத்த பெண்களுக்கும் மனசு குளிரும்படி எதாச்சும் கொடுத்திருப்பான். கல்லுப்பட்டி கலியமூர்த்தி வட்டிக்கே பல லட்சம் விட்டிருக்கிறான். இப்போது ஏதோ பண்ணைவீடு பல ஏக்கரில் வாங்கிப்போட்டுவிட்டதாகக் கேள்வி. ராமலிங்கம் ஆற்று மணலை வாங்கி விற்றே மூன்று லாரி வாங்கிவிட்டதாகப் போனவாரம் பார்க்க வந்திருந்த தொப்பளான் சொன்னான். ‘மணல்’ ராமலிங்கம் என்றே இப்போது ஊரில் கூப்பிடுகிறார்களாம். மாறன் சொத்துக்குவிப்பு வழக்குப்போடும் அளவுக்கு வளர்ந்து நிற்கிறான். ராதா செட்டியார் மறைவுக்குப் பின் பையன்கள் வேன்களில் மளிகை சாமான்களை சுத்தி நடக்கும் எல்லா வாரச்சந்தைகளிலும் கொண்டுசென்று விற்று தனித்தனியாகப் பணத்தை வாரி அள்ளுகின்றனராம்.

“உனக்கு அரிசிலயும் கடுகுலயும் பொடிமணலைக் கலக்கத் தெரிலையா..?” என்றான் கொல்லிமலை ஒருமுறை.

தான் எங்கே தவறினோம் என்றே இதுவரை புரியவில்லை. இந்தக் கடையும் இந்த மாசத்தோடு முடிவுக்கு வருகிறது. அடுத்து என்ன?

முசுகுந்தபுரத்திலிருந்து நாச்சியார்பாளையம் செல்லும் சந்திப்பில் குறைந்த வாடகையில் ஒரு கடையைப் பிடித்து காலி பண்ணிய கடையின் சாமான்களைக் கொண்டுவந்து வைத்தார்.

அந்த இடம் புழுதி அண்டிப்போயிருந்தது. கடையும் வெளிப்பார்வைக்கு வெளிறிப்போன சாயலில் இருந்தது. நெருங்கி பார்த்தால் கடையில் ஒரு சாமான்களும் இருப்பதுபோல் தெரியவில்லை. அழகேசன் ஏன் கடையைப் போல் ஒன்றை வைத்து மாரடிக்க வேண்டும். அவருக்கும் தெரியவில்லை. காலத்திற்கும் புரியவில்லை.

அன்று மாலை டாஸ்மாக்கில் சரக்கு வாங்கி ஊறுகாயைக்

காரமாக நாவில் இழுத்துக்கொண்டார். வீட்டுக்கு வந்தவர் மணிக்கொடிக்கு குடித்திருப்பது தெரியக் கூடாது என்று சீக்கிரமே சாப்பிட்டுவிட்டு படுத்துக்கொண்டார். ஏனோ அன்று அழகேசன் நிம்மதியாகத் தூங்கினார்.

ஞாயிற்றுக்கிழமை வீட்டிற்கு வந்திருந்த மதியழகன் அம்மா அழும் சத்தத்தைக் கேட்டு திடுக்கிட்டு எழுந்தான்.

“என்னாச்சும்மா?”

தண்ணீர்க் குடம் வாசலில் இருந்தது. தண்ணீர் குடத்தைத் தூக்கியதால் இடதுபுற சேலைப்பகுதி ஈரமாக இருந்தது. அவளின் கேவல் நிற்கவில்லை.

“வுழுந்திட்டியா?”

தலையசைத்து மறுத்தாள்.

“நா தண்ணிக்குப் பேயாட்டம் அலையறேனாம்... அந்தம்மா அவ்வளவு பேத்துக்கு முன்னாடி சொல்லுது குட்டி...”

“சொன்னா சொல்லிட்டுப்போகுது வுடு... தண்ணி பைப்ல பிடிச்சுட்டியா... இல்லை இன்னும் பிடிக்கணுமா?”

“போதும்... நாம ஆத்துப்பக்கம் இருந்ததும் இல்லாம அப்பா வீட்டுக்கே பைப்பை இழுத்தும் விட்டாரு. தண்ணியை தளுவுசா பயன்படுத்தி வாழ்ந்தோம்டா...”

அம்மாவின் இரு காதோரப்பகுதி தலைமுடியும் நரையோடி காலம் பின்னோக்கி ஓடிய விஷயத்தைச் சொல்லாமல் சொல்லிக்கொண்டிருந்தது.

திங்கள் நைட் ஷிஃப்ட் என்பதால் மாலை ஐந்து மணி மினிபஸ்ஸில் கிளம்பினான். வண்டி பைபாஸ் ரோட்டில் திடீரென பஞ்சராகி நின்றுவிட்டது. இறங்கிய பகுதி நல்ல டெவலப்பாகி நிறைய கடைகள் முளைத்திருந்தன. பஸ் நின்றிருந்த எதிர்ப்புறம் ரம்யா பில்டர்ஸ் போர்டுக்குக் கீழ்

கண்ணாடித்தடுப்பு அறைக்குள் சிலர் உட்கார்ந்திருப்பது தெரிந்தது. வெளியே கார் ஒன்று நின்றிருந்தது. அப்போது பைக்கில் வந்த ஒருவர் கண்ணாடிக்கதவைத் திறந்து உள்ளே நுழைந்தார். அந்த இடைவெளியில் உள்ளே உட்கார்ந்திருந்த டிப்-டாப் உருவம் கண்ணில்பட்டு கண்ணாடிக்கதவு சாத்திக்கொண்டது. படித்த பாலிடெக்னிக்கில் தனக்கு ஜூனியரான பாலன். அவனின் ஆபீஸா? எப்போது கன்ஸ்ட்ரக்சன் பிஸினஸை ஆரம்பித்தான். இல்லை வேறு ஏரியாவில் இதுநாள்வரை பிஸினஸைச் செய்துவிட்டு இப்போது இங்குவந்து ஆபீஸைப் போட்டிருக்கிறானா? அவன் கண்ணில் பட்டுவிடக் கூடாது என்று மதி பம்மினான். டிரைவரும் கண்டக்டரும் ஸ்பேர் டயரை எடுத்து மாட்டி முடித்துவிட வண்டியை எடுத்தனர். மதி ரம்யா பில்டர்ஸ் வாசலைப் பார்த்தான். கண்ணாடிக்கதவைத் திறந்து அருகில் பவ்யமாக வரும் நபரிடம் பேசியபடியே பாலன் காரில் ஏறி அமர்ந்து ஸ்டார்ட் செய்வதைப் பார்த்தான்.

தான் நாகப்பனிடம் தொடர்ந்து இருந்திருந்தால் வாழ்வின் திசை மாறியிருக்குமா? அதையும்விட்டு சத்தியமூர்த்தி கான்ட்ராக்டரிடம் சென்றோமே... அந்தக் கணத்திலிருந்தாவது அதில் தொடர்ந்திருக்கலாமோ? இரண்டிலுமே இரண்டு சக்கர வாகனங்கள் அவன் கழுத்தைச் சுற்றி முறுக்கிக்கொண்டிருந்தன. ஜலக்கிரீடை பெண்கள் ஏற்றிக் கட்டிய பாவாடையோடு நீர் சொட்டச்சொட்ட அவன் மனதில் விழுந்து எழுந்துகொண்டிருந்தனர்.

செக்யூரிடி நோட்டில் கையெழுத்திட்டுவிட்டு கம்பெனி ஹாஸ்டலின் தனது அறைக்குள் நுழைந்தான். மூட்டைப்பூச்சியை அழிப்பதற்கான மருந்தை அன்று மதியம் அடித்திருந்தனர். மாதம் ஒருமுறை மருந்து அடிப்பது சடங்குபோல் நடக்கும். சில நாட்கள் நிம்மதியாகத் தூங்கலாம். பிறகு மூட்டைப்பூச்சிகள் வந்துவிடும். அது ஒரு தொடர்கதை. அறை ஒழுங்கற்று இருந்தது.

ஒழுங்குபடுத்த மனமில்லாமல் பாயை விரித்து அப்படியே படுத்தான். அம்மாவின் காதோர நரைமுடிகள் பறந்து வந்தன.

பாலன் காரைத் திருப்பி மெல்ல சாலையில் ஏறி டமாரென எதிலோ மோதினான். திடுக்கிட்டு விழித்தான்.

அறை நண்பர்கள் அறையை ஒழுங்குபடுத்தி லாக்கர்களைத் தள்ளி சுவர் ஓரமாக வைத்துக்கொண்டிருந்தனர். குளித்துவிட்டு கேன்டீனுக்குச் சாப்பிடச் சென்றான். வழியில் இன்சார்ஜ் மோகனவேல், “உங்களை எஸ்.ஓ. சார் வலைவீசித் தேடிக்கிட்டு இருக்காரு... நாளை காலைல அவரைப்போய் பாருங்க...” என்றார்.

“எதுக்கு சார்...?”

“கம்பெனி அட்ரஸ் போட்டு தபால் ஏதும் போட்ருந்தீங்களா..? உங்க பேரைச் சொல்லித்தான் குவார்ட்டர்ஸ்ல தேடிக்கிட்டு இருந்தாங்க...”

அவர் மேற்கொண்டு தகவல் அளிக்காமல் விருட்டென்று சென்றுவிட்டார். அடுத்த நாள் முற்பகல் வேளையில் சீனியர் ஆபீஸரைப் போய் பார்த்தான். அவர் அவனை உட்காரச் சொல்லாமல் உற்சாகமாகப் பேசினார்.

“நீங்க கம்பெனி அட்ரஸ் போட்டு எழுதி அனுப்பின கதைக்குப் போட்டியில பரிசு கிடைச்சுருக்கு. உங்க போட்டோ உங்களை பத்தின குறிப்புகளைக் கேட்டு ரிப்போர்ட்டர் வந்திருந்தாரு... மதியழகன்னா யாருக்கும் தெரியலை...” என்றார். அவனுக்கு அவரிடம் பேசியதே சந்தோசமாக இருந்தது.

கதை பிரசுரம் ஆனதும் கம்பெனியின் பதினேழு இடங்களில் அவன் போட்டோவோடு வாழ்த்தி எஸ்.ஓ கையெழுத்திட்ட அறிவிப்பு நோட்டீஸ் ஒட்டப்பட்டிருந்தது. பல நாட்களாக ஒட்டப்பட்ட இடங்களிலேயே அவை இருந்தன.

ஒவ்வொரு வாரமும் வீட்டுக்குச் செல்லும்போதும் அம்மா, “அடிக்கடி அப்பா குடிச்சிட்டு வராருடா...” என்றாள். சாப்பிட்டுவிட்டு அமைதியாகப் படுத்துக்கொள்பவரை என்ன சொல்வது. வீட்டுவாடகை கரன்ட் பில்லிற்கு மதி சரியாகப்

பணத்தைக் கொடுத்துவிடுகிறான். மீதி பணத்தினை அம்மா மளிகை வாங்கவும் சுய உதவிக்குழு திட்ட கடனில் புரட்டவும் செய்தாள். ஏதோ அம்மா செய்யட்டும் என்று விட்டுவிட்டான். ரேசனில் அரிசி பருப்பு சர்க்கரை வாங்கிவிடுவாள். எண்ணெய்தான் பெரும்பாலும் கிடைப்பதில்லை என்பாள். வெளியே ரேசன் கடைக்காரன் விற்றுவிடுவதாக ஊருக்குள் பேச்சிருந்தது.

அந்த மாதச் சம்பளத்தில் நோக்கியா போனை வாங்கினான். மணலூரிலிருந்து கொண்டுவைத்திருந்த பிஎஸ்என்எல் போனை பணம் கட்டி புதுப்பித்து அம்மாவிடம் தினமும் பேசினான். இப்படி போனிருந்திருந்தால் ஒருவேளை கட்டட கான்ட்ராக்டரிடமே இருந்திருப்போமா கைநிறையப் பணத்தோடு... ச்சே எதற்கு முடிந்துபோன விஷயங்களைக் கிளறி ரணப்படவேண்டும்.

கம்பெனியில் டார்ச்சர் அதிகமாக இருந்தது. கம்பெனி முதலாளி சென்ற வருடம் நடந்த நாடாளுமன்றத் தேர்தலில் நின்று தோல்வியைத் தழுவியிருந்தார். அவர் சார்ந்த திமுகவும் தேர்தலில் பலத்த அடி வாங்கியிருந்தது. கம்பெனி வருவாயின் பெரும்பகுதியைத் தேர்தல் செலவினத்திற்காக ஒதுக்கி அவை பயனற்றுப்போனதால் தொழிலாளர்களின் கழுத்தை நெருக்கிப்பிடித்தனர்.

வேண்டாவெறுப்பாகப் பணிக்குச் சென்று வந்தான். திடீரென்று இடதுகால் பாதம் கணுக்கால்வரை புஸ்ஸென்று மெத்துமெத்தென்று வீங்கிக்கொண்டது. வலியில்லை. நைட் ஷிஃப்ட் முடிந்து மருத்துவரிடம் சென்றான். பொட்டாசியம் குறைபாடு என்று எழுதிக்கொடுத்த மாத்திரைகளைச் சாப்பிட்டும் சரியாகவில்லை. மறுபடியும் சென்றதற்கு எலும்பு சவ்வுப்பிரச்சனை என்று கட்டுபோட்டு ரெஸ்ட் எடுக்கச் சொல்லிவிட்டார் டாக்டர்.

செக்சனில் லீவ் கேட்டால், இன்சார்ஜ் மோகனவேல் எகிறினார். ‘போனில் லீவ் சொல்ற அளவுக்குப் பெரிய ஆளாகிட்டீங்களா...

அதுவும் நான்கு நாட்களுக்கு...”

லீவ் முடிந்து வேலைக்குப் போகவே மனசில்லாமல் மேலும் ஒருநாள் லீவ் எடுத்தான். லீவ் முடிந்து வேலைக்குக் கிளம்பும்போது மனதில் எதுவோ நொறுங்கி சில்லுசில்லாகக் குத்திக்கொண்டிருந்தது.

மினி பஸ்ஸில் கூட்டம் பிதுங்கித் தள்ளியது. மதி ஒரு கம்பியில் சாய்ந்து அணைவாக நின்றுகொண்டான். முகத்தில் பவுடர் வாசம் வீச கறுப்பான இளம்பெண் தனது முகத்தை மதியின் நெஞ்சில் மோதவிட்டபடி கூட்டத்தில் அல்லாடிக் கொண்டிருந்தாள். அவன் விதிர்விதிர்த்துப்போனான். அந்த அணைவு மேலும் நெருக்கியடிக்க இளம்பெண் தன்னை இழப்பது அவனால் புரிந்துகொள்ள முடிந்தது. அவளின் சிறு மார்பகங்கள் அவன் வயிற்றில் மென்மையாகப் பட்டது. அந்தப் பெண்ணிற்கு கம்பியைப் பிடித்துக்கொள்ளச் சொல்லி தன்னிடத்தில் நகரச்சொல்லிவிட்டு வியர்வை நெடிகளினூடே மெல்ல ஊர்ந்து சில அடிகள் பின் நகர்ந்து பஸ் ஸ்பேர் டயர் இருக்கும் இடத்திற்கு வந்தான். டயர் மேல் பத்துப் பதினைந்து பேர் நெருக்கியடித்து நின்று பஸ் ஓட்டத்திற்குத் தக்கபடி ஆடிக்கொண்டிருந்தனர். டயர் மேல் தடுமாறி ஏறினான். அடுத்த ஸ்டாப்பில் பெண்கள் கூட்டம் ஏற அவர்களை டயர் பகுதி பக்கம் நகர்த்தித் தள்ளி விட்டனர். ஷாம்பு மணம் மதியின் நாசியில் அடிக்க அந்தப் பெண் நெருக்குதலில் டக்கென்று டயரில் ஏறி நின்றாள். மதியின் நெஞ்சில் அவளின் முதுகு படர்ந்தது. அவளின் காதோரம் வலக்கன்னப் பகுதியில் இருந்த சிறு மச்சம் என மிக நெருக்கத்தில் தெரிந்து உஷ்ணப்படுத்தியது. அவனின் மூச்சுக்காற்று அவள் கன்னப்பரப்பில் உரசிச் செல்வதை கண்டிப்பாக அவள் உணர்ந்தே இருக்கவேண்டும். மதி கிட்டத்தட்ட அப்பெண்ணைத் தன் நிலையிழந்து அக்கூட்ட நெருக்குதலில் அணைத்தான். அவன் தாவாங்கட்டை அவள் தோளில் அணைவாக லேசாக அழுந்தியது. அவள் லேசாகத் திரும்பி அவனை ஓரக்கண்ணால் பார்த்தாள். அந்த முகம் மதிக்கு சில வருடங்களைப் பின்னுக்குத் தள்ளியது.

படிக்கும் காலத்தில் டவுன்பஸ்ஸில் கடைசி சீட்டில் ஒரு சிறு பையனிடம் வம்படித்தவள். மதியின் ஏக்கத்தைத் தொட்டுப் பார்த்திருக்கலாமோ என நினைப்பின் வழியே அலைக்கழித்தவள். இத்தனை வருடங்களுக்குப் பிறகு அவனுள் அவள். பஸ் நின்றபின் இறங்கியவன் திரும்பிப் பார்க்காமல் நடந்தான்.

கம்பெனிக்குள் நுழைந்தபோது ஏகப்பட்ட கேள்விகளைத் தலைமை செக்யூரிட்டி தொடுத்தான். மதியவெயில் சுளீரென்று அடித்தது. பெயர் ஊர் ஹாஸ்டலில் தங்குபவன் எதற்கு இத்தனைநாள் லீவ் எடுத்து இஷ்டத்திற்கு வருகிறாய்? விசாரிக்கும் தலைமை செக்யூரிட்டிக்குப் பின்னால் இருந்த ஜன்னலுக்கு அருகில் பரிசு பெற்ற சிறுகதையைப் பாராட்டும் நோட்டீஸ் மதியின் போட்டோவோடு ஒட்டப்பட்டிருந்தது. பல நாட்களானதால் வெயில் பட்டு பழுப்பு வண்ணம் ஏறியிருந்தது. ஒருமுறைகூடவா பார்த்திருக்க மாட்டான் மனுசன். பெயர், ஊர், யார், எத்தனை கேள்விகள். கேடுகெட்டவனுங்க.

மோகனவேல் இல்லாத நியாயங்களைப் பேசி கடுப்பேற்றினார். சட்டென்று ரிசைன் பண்ணி வெளியேறினான். ஏதோ ஒரு சுதந்திரத்தை அனுபவிப்பதுபோல் இருந்தது.

அருகில் கம்பெனியிலிருந்து முப்பது கிலோமீட்டர் தொலைவில் இருக்கும் துணி ஏற்றுமதி செய்யும் டெக்ஸ்டைல்ஸுக்குப் பணி கேட்டுப்போனான். அவர்கள் அங்கிருந்து பத்து கிலோமீட்டர் தொலைவில் வறண்ட காட்டுப் பகுதியில் இருக்கும் துணி பிரின்ட் அடிக்கும் செக்சனிற்கு அனுப்பினார்கள்.

மதியை எதிர்கொண்டு அழைத்த நபர் நன்றாகப் பேசினான். அன்று இரவு சாப்பிட அழைத்துச் சென்றவன் அவன் பாட்டிற்கு சாப்பிட்டுக்கொண்டிருக்க, மதியைக் கண்டுகொள்ளவேயில்லை. பரிமாறிய நபரும் அவனைக் கண்டுகொள்ளவில்லை. கதவு நிலைப்படியருகே என்ன செய்வது என்று தெரியாமல் நின்றான். அழைத்து வந்தவன் நாக்கை சுழற்றிச் சுழற்றிச் சாப்பிடுவது தெரிந்தது.

அப்போது நான்குபேர் உள்ளே நுழைந்தனர். இங்க வாங்க என்று மதியை அழைத்தனர். 'அங்கே ஆபீஸர்தான் சாப்பிடணும்'. அதைச் சொல்லித் தொலைத்திருக்கலாமே. சாப்பாடு ஊசிப்போன வாடையில் இருந்தது.

அன்று இரவு வராண்டாவில் கொசுக்கடியுடன் படுக்கும்படி ஆனது. எங்கயோ தப்பு செய்துவிட்டோம் என்று மனதில் மதிக்குப் பட்டது. இப்போது என்ன செய்வது என்று புரியவில்லை. விடிகாலைப்பொழுதில் வேறு வழியில்லாமல் மோகனவேலுக்கு போன் செய்தான்.

"என்னாச்சு?"

"சரிப்படாதுன்னு தோணுது சார்?"

"உடனே வாங்க..."

அவர் வேறு எதுவும் கேட்கவில்லை.

எஸ்.ஓ. திட்டினார்.

"ரிசைன் பண்ணறதுக்கு முன்னாடி ஒரு வேலை உறுதியா இல்லையான்னு தெரிஞ்சுக்க வேணாமா?"

அதே சர்வீஸ்... குவாலிடி செக்சன்... ஹாஸ்டலில் அதே அறை என ஒதுக்கச்சொல்லி பர்சனல் மேனேஜருக்குத் தகவல் அளித்தார். என்ன பிரச்சனையால் சென்றாய் என்று அவரும் கேட்கவில்லை. இவனும் சொல்லவில்லை.

வேலைக்கு வந்து சேர்ந்தபோது உடன் அழைத்துச்சென்ற பாஸ்கர், "அவசரப்பட்டு எந்த முடிவும் எடுக்காதீங்க..." என்றான். வாழ்க்கையில் தான் எதைத்தான் நிதானமாகச் செய்திருக்கிறோம் என்று நினைத்தான் மதி. அந்த வாரம் ஞாயிறு விடிகாலையில் புறப்பட்டு கம்பெனி பஸ்ஸில் முசுகுந்தபுரத்துக்கு வந்தான். மட்டன் ஸ்டாலில் நெஞ்சுக்கறியாகக் கேட்டு வாங்கினான்.

அப்போது மட்டன் கடைக்காரர், "காரில் இருக்கிறவர்

கூப்பிடறார் பாருங்க...” என்றார். திரும்பினான். ரம்யா பில்டர்ஸ் பாலன். கால்களில் இனம்புரியாத தடுமாற்றம் வந்தது மதிக்கு. வெளிப்பார்வைக்குச் சிரித்தபடி காரை நெருங்கினான். அதற்குள் காரிலிருந்து இறங்கிய பாலன், “என்ன மதி சார் நல்லாருக்கீங்களா...” என்றான். ஆள் நன்றாக பூசி திம்மென்று இருந்தான்.

15

2012

அழகேசன் தினமும் கடைகளில் வைத்திருக்கும் பொருள்களில் படியும் புழுதிகளைத் துடைத்து மனம் கசிந்தார். பிளாஸ்டிக் குடங்கள் வாளிகள் குவளைகள் நிறம் மங்கிப் பொலிவிழந்து இருந்தன. பாட்டில்களில் தின்பண்டங்கள் நாள்பட்டதாக ஆயின. யாரோ ஓரிருவர் அவ்வப்போது பீடி சிகரெட் வாங்க வந்தனர். அருகில் இருந்த குடும்பங்களின் குழந்தைகள், "தீனி கொடு தாத்தா" என்று வந்து நின்றன. திடீரென்று ஒருநாள் சைக்கிள் டியூப்கள் டயர்கள் சீட் கவர்கள் கயிறு வகைகள் என வாங்கிவைத்தார். பழுதடைந்த பலகைகளாலும் மரக்கதவுகளாலும் ஆன அந்தக் கடை சோபையிழந்தபடி சாலையில் செல்பவர்களுக்குக் காட்சி அளித்தது.

கடைக்கு வருகிறவர்களிடம் எதைப் பேசினாலும் அழகேசன், மதியைக் குறித்து நாலு நல்ல வார்த்தைகள் சொல்லாமல் முடிப்பதில்லை.

"எதுனா நல்ல வேலைக்குப் போயிருந்தால் இப்படி ஒரு கஷ்டம் வந்திருக்காது... எங்கே இப்பதான் ஒரு வேலைக்குன்னு போயிட்டுருக்கான்..."

“வயசான காலத்துல எந்தப் பிள்ளைங்கதான் உதவியா இருக்குதுங்கிறீங்க செட்டியாரே...”

அழகேசன் கடைக்கு வந்தவரிடம், “நாங்க செட்டியார் இல்லையா... முதலியாருய்யா.. பையனுக்கு எதுனா பொண்ணு இருந்தா சொல்லுய்யா..” என்றார் தனது தளர்ந்த குரலில்.

சாலையில் எப்போதாவது ஓரிரு வாகனங்கள் சென்றுகொண்டும் வந்துகொண்டும் இருந்தன. பாட்டிலில் இருந்த இஞ்சி மிட்டாயை எடுத்து வாயில் போட்டுக் குதப்பினார். இந்த முறை வீட்டு வாடகையை ஐந்நூறு ஏத்திட்டாங்கடா என்று மதியிடம் சொல்லி வாங்கிவிட வேண்டும். மாசாமாசம் அதில் ஏதாச்சும் சாமான் செட்டு வாங்கிப் போட்டுவிட வேண்டும்.

“நீங்க பைபாஸ் ரோட்ல சைக்கிள் வேலை செஞ்சுட்டு இருந்தவர்தானே... சின்ன சைக்கிளு மக்கர் பண்ணுது. சரி பண்ணித் தரீங்களா..?” இளம் பெண்ணொருத்தி அழகேசனிடம் கேட்டாள். சரிசெய்து கொடுத்தார்.

“பஞ்சர் ஒட்டறது... எதும் சின்னச்சின்ன ரிப்பேர் வேலைங்க இருந்தா அனுப்பி விடும்மா...” என்றார் அழகேசன்.

கடைக்கு முன் சிரமத்தை வலிய ஏற்படுத்திக்கொண்டு சைக்கிள் வேலைகளைச் செய்து வந்தார். மதி அன்று பிரிவு ரோட்டிலேயே இறங்கி, வரும் மினிபஸ்ஸிற்காகக் காத்திருந்தான். அவன் நின்ற இடத்திலிருந்து நூறு மீட்டர் தொலைவில்தான் அழகேசனின் கடை இருந்தது. மதி அங்கு சென்று அப்பாவைப் பார்க்க எண்ணினான். மனதில் எதுவோ தடுத்துக் கொண்டிருந்தது. இங்கு ஏன் இறங்கினோம்? பேசாமல் பஸ் ஸ்டாண்டிலே போய் இறங்கியிருக்கலாம். தனக்குள் ஒரு சங்கடம் பரவி கால்களில் ஒரு தடுமாற்றத்தைத் தோற்றுவித்தது. இங்கிருந்து பார்க்கும்போது அழகேசனின் மூப்பு இவன் கண்களில் பட்டுத் தெறித்தது. ஒருமுறைகூட இந்தக் கடைக்கு மதி சென்றதில்லை. மினிபஸ் வந்து ஏறியபோது அப்பா சிகரெட்டைப் புகைத்துக்கொண்டிருப்பது தெரிந்தது. வீட்டு வாடகை, கரன்ட்

பில், மளிகை மற்றும் இதர செலவினங்களுக்கு சம்பளத்திலிருந்து ஒதுக்கி அம்மா மணிக்கொடியிடம் தந்து விடுகிறான். இவர் ஏன் இப்படி சிரமத்தைக் கட்டி அணைக்கவேண்டும். வீட்டிலேயே அக்கடாவென்று இருந்தால் என்ன?

“சொன்னா கேக்க மாட்டாருடா குட்டி...” என்றாள் அம்மா.

சன்மானம் தராத சிறு பத்திரிகை ஒன்றில் ‘தேகபிம்பம்’ என்ற கவிதை பிரசுரமாகியிருந்தது. எஸ்.ஓ.விடம் பிரதியின் ஜெராக்ஸை வாசிக்கக் கொடுத்தான். அவர் அதைப் படித்துவிட்டு மிகுந்த ரசிப்புக்குச் சென்று தன்னையே மறந்துவிட்டதாக கமர்சியல் செக்சன் மேனேஜர் அவனைக் கூப்பிட்டுச் சொன்னார். ‘நிறைய எழுதுங்க’ என்று அவனை முதுகில் தட்டிக்கொடுத்தார்.

பணி முடித்து உற்சாகமாக வந்தவன், பணிக்கு வந்த பெண்ணை மையமாக வைத்து ஒரு சிறுகதை எழுத ஆரம்பித்தான். வயிறு வித்தியாசமாக வலித்தது. எழுதிய தாள்களை லாக்கரில் வைத்துப் பூட்டிவிட்டு டாய்லெட்டை நோக்கி ஓடினான். இப்போது எல்லாம் காலையில் சாப்பிட்டவுடன் வயிற்றைக் கலக்கி டாய்லெட்டை நோக்கி ஓடும்படி ஆகிவிடுகிறது. அடிவயிற்றைப் பயங்கரமாக வலித்து சீதபேதி ஆனது.

அன்று இரவே முசுகுந்தபுரத்து டாக்டரிடம் வந்துவிட்டான். குளுகோஸ் ஏற்றி சரி பண்ணும்படி ஆகிவிட்டது. மருத்துவமனையிலேயே தங்கிவிட்டு காலையில் புறப்பட்டு வீட்டிற்குத் தளர்ந்துபோய் வந்தான். மணிக்கொடி அவனைப் பார்த்து அரண்டுபோனாள்.

மாத்திரைகளும் மோர்சாதமும் படுத்த படுக்கையுமாகப் பொழுதைக் கழித்தான். எழுதி ஹாஸ்டல் லாக்கரில் வைத்துவிட்டு வந்துவிட்ட சிறுகதை வரிகளை ஞாபகத்தில் கொண்டுவந்து மறுபடியும் எழுதி முடித்தான். கம்பெனிக்குப் போகும்போது போஸ்ட் செய்ய பையில் வைத்தான். அப்போதுதான் அந்த யோசனை வந்தது. பிரபல வார இதழ் சிறுகதைப் போட்டி அறிவிக்கும் காலகட்டம் அல்லவா இது.

அவனுக்குள் மலர்ச்சி. லைப்ரரிக்குச் சென்று பார்த்துவிட்டு அனுப்ப வேண்டும்.

அழகேசன், “வேலையை விட்டு நின்னுட்டானா..?” என்று மணிக்கொடியிடம் கேட்டார். மணிக்கொடி சொன்ன உடம்பு சரியில்லை என்ற பதிலுக்கு ஏதோ முணுமுணுத்தவாறு அழகேசன் சென்றதை மதி கண்டான். பழைய டிவியெஸ் ஸ்டார்ட் ஆகும் சத்தத்தைக் கேட்டான். பரிசாகக் கிடைத்த வண்டியை சில வருடங்களுக்கு முன்னரே அழகேசன் விற்றுவிட்டார். சைக்கிளைப் பயன்படுத்திவந்தவர் அதை விற்றுவிட்டு ஆர்சி இல்லாத ஒரு திருட்டு வண்டியை அடிமாட்டு விலைக்கு வாங்கி ஓட்டிக்கொண்டிருக்கிறார்.

“பையனுக்கு உடம்பு சரியில்லைன்றேன்... மனுசன் பாட்டுக்குப் போறதைப் பாரேன்...” மணிக்கொடி விசனப்பட்டாள்.

மதி அம்மாவிடம், “கம்பெனி கேன்டீன் சாப்பாடு ஒத்துக்க மாட்டீங்குதும்மா... முசுகுந்தபுரத்து வழியா கம்பெனி வண்டி போற வழியில ஒரு வீட்டை வாடகைக்குப் பார்க்கலாமாம்மா...” என்றான்.

“எனக்கு யாரையும் தெரியாதே குட்டி.... வாங்குற சம்பளத்துல வாடகை கொடுத்துக் கட்டுப்படி ஆகுமா...?”

அவனுக்கும் அந்த யோசனைதான். இருந்தாலும் சரியான போக்குவரத்தில்லாத இந்தக் குக்கிராமத்தை விட்டு நகர்வதுதான் சரியென்று அவனுக்குப் பட்டது. தினமும் வீட்டிலிருந்து வேலைக்குச் சென்றுவர மனம் ஏக்கத்துடன் கணக்குப் போட்டது.

ரம்யா பில்டர்ஸ் பாலனிடம் வெளிப்படையாகப் பேசி உதவி கேட்டு நின்றான். காலம் என்ன நினைக்கிறது என்று அறிந்தவர் யாருமில்லை. பாலன் தான் வாங்கிப்போட்ட இடத்தில் கட்டிக்கொண்டிருக்கும் மூன்று வீட்டைக் காட்டினான்.

“வாடகைக்கு விடற பிளான்லதான் கட்டிக்கிட்டு இருக்கேன்.

வாடகை உங்களுக்கு சரிப்படாது சார்... அதனால போக்கியத்துக்கு பேசிக்கிடலாம்..." என்றான் பாலன். மதி அவன் கரங்களை ஆதுரத்துடன் பிடித்தான்.

அந்த வாரத்தில் வீட்டுக்கு வந்தவுடன் அம்மாவிடம் மனம் கொள்ளாத சந்தோஷத்துடன், "போனில் நான் சொன்ன விஷயத்தைக் கேட்டதும் உனக்கு எப்படிம்மா இருந்தது?" என்றான்.

"எல்லாம் நல்லபடி நடக்கணும்னு இருந்துச்சுடா குட்டி... அப்பாவுக்கும் பரம சந்தோசம்டா... உன் ஃபிரண்டு மாத்தி ஏதும் பேசிடமாட்டாப்ளேதானே..."

"ரெண்டு வருசம் முன்னாடியே அவன் நாம மணலூரை விட்டு வந்துட்ட விஷயம் தெரிஞ்சு வருத்தப்பட்டான்மா... கம்பெனில லோன் போட்டு அவன் கேட்கிற முத தவணைப் பணத்தைக் கொடுத்திடலாம்... எல்லா வசதியும் அந்த வீட்டில இருக்கு. போர் தண்ணிதான்.. தண்ணிக்குடத்தைத் தூக்கிட்டு நீ அலையத் தேவையில்லை..."

மணிக்கொடி அவன் கன்னத்தைத் தடவி நெட்டிமுறித்தாள். அவள் கண்களில் நீர் படர்ந்திருப்பதை மதி கண்டான். அப்பா இப்போது கடைவைத்து இருக்கும் இடத்திற்கு அருகில்தான் அந்த வீடு கட்டப்பட்டுக் கொண்டிருந்தது. சில மாதங்களில் புதிய இடத்திற்குச் சென்றுவிட மதி இப்போதே திட்டமிட்டான்.

கம்பெனியில் மதியின் செக்சனிற்கு புதிதாக பருத்த மனிதன் ஒருவன் வைண்டிங் ஆப்ரேட்டராக வந்தான். இவனுக்குத் திருமணமே ஆகவில்லை என்பதை அறிந்து, 'தெரிஞ்ச புரோக்கர் இருக்கார்...' என்றான். அவன் சொன்னது கல்யாண புரோக்கர் என்பது அப்புறம்தான் மதிக்குப் புரிந்தது.

"கல்யாணம் பண்ணிக்கிற ஐடியா எதுவும் இல்லைய்யா..."

"அப்படின்னா உங்களுக்கு வேற புரோக்கர்தான் சரி..." என்று சிரித்தான்.

"ஆகாத போகாத விஷயத்தைப் பேசாதேய்யா..."

"இல்லை சார்... டீசன்ட்டான லேடீஸ்... நம்ம கம்பெனியிலேயே இருக்காங்க..."

"கம்பெனி சம்பந்தப்பட்டவங்களை இதில ஜாயின்ட் பண்ணிவிடாதே..."

"சாருக்கு வேற பக்கம் போய் பழக்கமிருக்கு போல..."

மதி ஒரு கணம் யோசித்தான். இல்லை என்றால் இவன் நம்பப்போவதில்லை. இருபது வருட அளவில் எந்தப் பெண்ணிடமும் போகும் தைரியம் வரவில்லை என்பதுதான் உண்மை. ஆனால் அதைப் பருத்த மனிதனிடம் மறைத்தான்.

"டீசன்ட்டானவங்க வெளியே இருந்தா சொல்லுய்யா..."

"சீக்கிரம் ஏற்பாடு பண்றேன் சார்..."

சொல்லும் அவனை ஏறிட்டுப் பார்த்தான் மதி. விசித்திரமானவன் என்று தனக்குள் சொல்லிக்கொண்டான். தனக்கு ஏன் ஒரு தேகத்தொடுகையும் இயல்பாக இதுவரை அமையவில்லை. தேக பிம்பம் கவிதை வரிகளில் மிளிர்ந்த இச்சை வரிகளும் கற்பனையில் புனைந்ததுதானே. சிலாகித்த எஸ்.ஓ பல தொடுகைகளை உணர்ந்தவராக இருக்கக்கூடும். தனக்கு நிகழ்ந்ததெல்லாம் காட்சி பிம்ப கற்பனைத் தொடுகைகள். ஆற்றுநீர் சொட்டும் உடைகளோடு விதவிதமான பெண்கள் அவன் முன் அணிவகுத்தனர். திரைக்காட்சிப் படிமங்கள் ஒளியாகத் தோன்றி நகர்ந்தன. பேருந்துகளின் கூட்ட நெரிசலில் ஓரிரு நொடிகளில் பட்ட தயக்கமான தேகத்தொடுகைகள் நினைவில் புரண்டு ஒவ்வொன்றாக விழுந்தன.

பருத்த மனிதன் கொடுத்த போன் எண்ணை ரகசியமாக வாங்கிக்கொண்டான். அவன் இப்படி திடீரென்று கொண்டு வந்து கொடுப்பான் என்று மதி நினைக்கவில்லை. போன் செய்தான்.

“ஹல்லோ...” என்றது பெண்குரல்.

பஸ் நிலையத்தின் உட்புறம் அவள் சொன்ன இடத்தில் நின்றிருந்தாள். இவன் எதிர்பார்த்த உடல் தோற்றத்தில் அவள் இல்லை. பருத்த மனிதன் சொல்லி கிளுகிளுப்பு ஏற்றியிருந்த பல சொல்லாடல்கள் அவளைப் பார்த்த நொடியிலேயே பஸ் ஹாரன் ஒலிகளுக்கிடையில் நொறுங்கி விழுந்தன. மதி திரும்பி விடலாமா என்று நினைத்தான். அவள் கையசைத்தாள். சந்தடி மிகுந்த தெருவில் ஒரு பாத்திரக்கடைக்கு சைடில் இருந்த குறுகலான மாடிப்படிக்கட்டுகளில் ஏறுபவளைப் பின்தொடர்ந்தான். மாடி வராண்டாவில் மூவர் பீடி புகைத்தபடி அவர்கள் பாட்டிற்கு சீட்டு விளையாடிக்கொண்டிருந்தனர். தலைமுடி நரையோடியிருந்த மனிதனிடமிருந்து அறையின் சாவியை வாங்கியவள் மதியிடம் உள்ளே வா என சைகை காட்டினாள். அறை டாய்லெட்டுடன் இணைந்த குளியல் அறை என்பது புரிந்தது. ஒரு கட்டில் போடப்பட்டிருந்தது. முடை நாற்றம் அறையெங்கும் வீசியது. அவளிடமும் மனம் கவரும் வாசனையும் இல்லை. உடல் தோற்றமும் இல்லை. ‘காசை எடு... காசை எடு...’ என்று அவசரப்படுத்தினாள். சொன்ன தொகையையும் மீறி பர்ஸில் பாக்கெட்டில் இருந்ததைப் பிடுங்கிக்கொண்டாள். அவளிடம் இருந்து அடித்த தேக நெடி குமட்டலை வரவழைத்தது. சட்டென்று அவளிடம் இருந்து விடுபட்டு உடைகளை அணிந்தவன் அந்த இடத்தை விட்டுக் கீழிறங்கித் தெரிந்த பாதைகள் வழியே புகுந்து வேகநடையிட்டு காவிரி நகர் ஆர்ச்சை நெருங்கினான். வந்துகொண்டிருந்த பேருந்தைத் தடுத்து ஏறினான். கம்பெனிக்குச் செல்லாமல் வீட்டுக்குச் சென்று முதல் வேலையாகக் குளித்தான். அழகேசன் வாங்கிக் கொடுத்த பிராய்லர் கோழிக்கறியை மிளகுபோட்டு காரமணமாக அம்மா சமைத்து வைத்திருந்தாள். சாப்பிட்டுவிட்டு அமைதியாகப் படுத்தான். மனமோ கொதித்துக்கொண்டிருந்தது. இரவு வீடுவந்த அழகேசன் டாஸ்மாக் சரக்கோடு கோழி வறுவலை ரசித்து சாப்பிட்டுப் படுத்தான். டீ.வி.யில் குறைந்த சப்தத்துடன் சீரியல் ஓடிக்கொண்டிருந்தது.

பணி செய்யும் இடத்தில் இரண்டு செக்சன்களைக் கவனிக்க நிர்வாகம் சொல்லியது. வெப்பிங் லூம் ஓட்டும் செக்சனில் இருபது பெண்கள் எல்லா வயதிலும் இருந்தனர். ஒருவரிடமும் ஏறிட்டுப் பேசியதுமில்லை. பார்த்ததுமில்லை. வேலை அவசரத்தில் மோதும் அவர்களின் தேகப்பகுதி எந்தச் சலனத்தையும் அவனுள் ஏற்படுத்தவேயில்லை.

“ஒண்ணைச் கூட செட் பண்ணத் தெரியலையே சார் உங்களுக்கு...” என்றான் பருத்த மனிதன்.

“உன்னை மாதிரியே டீசன்ட்டா பேசுவானுங்கன்னு நினைக்கிறீங்களாண்ணே...?” என்றாள் ஒருத்தி. செக்சனிற்கு வரும் எலெக்ட்ரிசியன் மெக்கானிக் லோடுமேன்கள் ஏன் சூப்பர்வைசர்கள் பாலியல் ரீதியாகப் பேசுவதை அப்பெண் குறிப்பிட்டாள். மதி அதுகுறித்து மேற்கொண்டு விசாரிக்கவுமில்லை. அவளும் அவனிடம் மேற்கொண்டு எதுவும் சொல்லவுமில்லை. அவள் சில வாரங்களுக்குப் பிறகு வேறொரு செக்சன் குவாலிட்டி சூப்பர்வைசரைத் திருட்டுக் கல்யாணம் செய்துகொண்டதாக செய்தி வந்தது. ஏன் தான் இப்படி இருக்கிறோம் என்று ஒருகணம் யோசித்துப் பார்த்தான் மதி. அவனுக்குள் எதுவும் பிடிபடவில்லை.

அழகேசனுக்கு கடை ஒரு இம்சையாகத் தோன்றியது. அட்வான்ஸ் இல்லாத குறைந்த வாடகையாக இருந்தாலும் மனதை நசுக்கும் குரூரமாகப் பட்டதால் கடையை எடுத்துவிட்டார். தான் கடை வைத்திருந்த பைபாஸ் ரோட்டில் புதிதாக முளைத்திருந்த காய்கறி கடையில் வேலைக்குச் சேர்ந்தார். காய்கறிகளை நிறுத்து விற்கவும் கத்தரி அவரை தக்காளி குவியல்களில் இருக்கும் கழிவுகளை நீக்கி பாந்தமாக வைக்கவும் என அவர் வயதிற்கு முடிந்த வேலையைச் செய்தார்.

“அப்பா கடையை எடுத்துட்டார் போலிருக்கும்மா...” என்றான் மதி.

“காய்கறிக் கடையில வேலைக்குப் போறேன்டின்னாருடா குட்டி...”

அம்மாவிற்கு அந்த இடம் தெரியவில்லை. மதி பஸ்ஸில் போகும்போது அப்பா வேலை செய்யும் கடையைப் பார்த்தான். தெரிந்தபிறகு அந்தப் பக்கமே செல்லாத அளவுக்குத் தனது போக்குவரத்தை மாற்றி அமைத்துக்கொண்டான். மனதில் விரிசல்கள் அதிகரிப்பது போலிருந்தது.

மணலூரிலிருந்து வயர்லெஸ் கனெக்சனில் எடுத்து வந்திருந்த பியெஸ்னல் போனை ரிட்டர்ன் செய்தான். தனது நோக்கியா போனை அம்மாவிடம் தந்தான். கிடைத்த தீபாவளி போனஸில் சாம்சாங் சின்ன போனை வாங்கினான். ஐந்து சென்டிமீட்டர் நீள அகலம் கொண்ட திரையில் அடல்ட் படங்களைத் தரவிறக்கம் செய்து உய்த்து உணர்ந்தான். அடல்ட் படங்களைப் பார்க்க தியேட்டர்களைத் தேடி அலைந்த காலத்தை நினைத்துப் பார்த்தான். ஆற்று நீரோட்டத்தில் ஜலக்கிரீடை செய்த பெண் உருக்களை குற்றஉணர்வோடு தரிசித்த பின் கழிந்த காலத்தை முன்நகர்த்திப் பார்த்தான். செயற்கை நுண்ணறிவு சில விசித்திரங்களை விதைத்துக் கொண்டிருந்தது. எண்ணற்ற சில நிமிடப் படங்கள் கிடைத்த இலவச டேட்டாக்களின் வழி அவன் போனின் மெமரி கார்டு ஸ்டோரேஜை நிரப்பியது. காசை பிடுங்கும் முடை நாற்ற அறையும் ஒவ்வாத தேக வீச்சமடிக்கும் பெண்ணும் இனி தேவையில்லை. நிம்மதிப் பெருமூச்சு விட்டான்.

"குட்டி.... கேஸ் சிலிண்டர் புக்கிங்கை இனி நேர்ல சொன்னாதான் புக் பண்ணுவாங்களாம்... போன்ல சொன்னா இனி ஏத்துக்க மாட்டாங்களாம்டா..." என்றாள் அம்மா.

ஏஜென்சிக்கு சென்று புக் செய்துவிட்டு கம்பெனிக்குச் செல்ல அந்த வாரத்தைத் திட்டமிட்டான். புக்கிங் செய்தபின் ஏஜென்சி நபர், "அடுத்த வருசத்திலிருந்து மானியத்தொகை அக்கவுன்ட்ல போடும்படியான ஸ்கீம் வரும்ன்றாங்க சார்.. பேங்க் அக்கவுண்ட்ல சிலிண்டர் கனெக்சன் நெம்பரை இணைக்கும்படியாக இருக்கும்..." என்றார். கனெக்சன் அழகேசன் பேரில் இருந்தது. அழகேசனிடம் பேங்க் அக்கவுன்ட்டே இதுநாள்வரை இருந்ததே இல்லை. நினைக்கும்போது மதிக்கு

வியப்பாக இருந்தது. செக்காக வந்த ஒரு சிறுகதைக்கான சன்மானத்திற்காகத்தான் முதன்முதலாக பேங்க் அக்கவுன்ட்டை ஆரம்பித்ததை நினைவுக்குக் கொண்டுவந்தான். கம்பெனி இந்த வருட ஆரம்பத்திலிருந்து சம்பளத்தை பேங்க் வழியாகத் தர ஒரு அக்கவுன்ட்டை ஆரம்பித்துத் தந்திருந்தது. மணிக்கொடிக்கு மணலூரில் வங்கிக் கணக்கை ஆரம்பித்துத் தந்திருந்த அழகேசன் தனக்கொன்றை ஆரம்பித்து வைத்துக்கொள்ளவில்லை.

அன்று அப்பாவைத் தேடி காய்கறிக் கடைக்குச் சென்றான். கடைக்காரர், “பக்கத்துல டீக்கடையில ஏதும் இருப்பார் பாருங்க...” என்றார்.

“குட்டி டேய்ய்... என்னடா?” என்றவாறு இவனைப் பார்த்துவிட்ட அழகேசன் டீக்கடையிலிருந்து வெளியே வந்தார். இரு கைகளையும் பின்புறம் வைத்தபடி அவனை நெருங்கினார்.

“பேங்க் அக்கவுன்ட் உங்க பேர்ல ஆரம்பிக்கணும். கேவிபிக்கு வந்துடறீங்களா?”

“எனக்கு எதுக்குடா அதெல்லாம் வேண்டாம்....”

என்ன சொல்வது என்று அவனுக்குப் புரியவில்லை. ஜன சந்தடியான அந்த முற்பகல் வெயில் சுள்ளென்று அடித்தது. அப்போதுதான் கரங்களை ஏன் பின்புறமாக வைத்திருக்கிறார் என்பதைக் கவனித்தான்.

அழகேசன் புகைத்த பாதி சிகரெட் தீ கங்கோடு இருந்தது. சிகரெட் புகை அவர் பின்புறமாக வைத்திருந்த கைகளிலிருந்து வளைந்த கோடுகளாக வெளியேறியது.

16

2016

நான்காவது தவணையாக ரம்யா பில்டர்ஸ் பாலனிடம் குறிப்பிட்ட தொகையைவிட குறைவாகவே மதி தந்தான். பாலன் எதுவும் சொல்லவில்லை. தினமும் வீட்டிலிருந்து வேலைக்குச் சென்று வருவது மனசுக்கு உகந்ததாக இருந்தது. புது வீடு புதிய இடம் தந்த உத்வேகம் மதியைப் பெண்பார்க்கும் படலத்திற்கு தள்ளிச்சென்றாள் மணிக்கொடி.

முசுகுந்தபுரத்திலிருந்து பதினைந்து கிலோமீட்டர் தொலைவில் இருந்த ஊருக்கு மணிக்கொடியும் மதியும் சென்றனர். ஆப்பிள் ஆரஞ்சு மல்லிகை பூச்சரம் என அம்மா வாங்குவதை மதி புரியாத பார்வையில் பார்த்தான். தனியார் பேருந்துதான் என்றாலும் அந்த ஊரில் நிற்காது என்ற நடத்துனன் வேறு வழியில்லாமல் நிறுத்தியவன் இறங்குவதற்குள் எடுத்துவிட அம்மா விழாமல் இருக்க அதிர்ச்சியோடு பிடித்துக்கொண்டான்.

விவரம் சொன்ன பெண்மணி சம்பந்தப்பட்ட பெண் வீட்டுக்குச் சென்று கேட்டுவருவதாக அவர்கள் வைத்திருக்கும் கடையில் உட்காரவைத்துப் போய்விட்டாள். கடையில் பெண்ணின் சகோதரன் வெறித்துப் பார்த்தபடி எதுவும் பேசாது இருந்தான். வந்த தந்தையும் எதிரியிடம் பேசுவதான

பாவனையில் கடைக்கு சரக்குப் போடவேண்டும் என்று சத்திரத்திற்குக் காத்திருப்பவர்களிடம் ஒரு வார்த்தையும் பதிலளிக்காது சென்றுவிட்டார். கடைக்குப் பெண்ணை வரச் செய்வார்களாக்கும் என்று மதி எதிர்பார்ப்புடன் பெண்ணின் சகோதரனிடம் பேச்சு கொடுத்தான். அவன் பிடி கொடுத்துப் பேசவில்லை. முற்பகலில் வியாபாரம் அவ்வளவு பெரிய கடையில் எதுவும் நடக்கவில்லை. இருக்கலாமா சென்றுவிடலாமா என்று அம்மாவும் மதியும் தவித்தனர். விவரம் சொன்ன பெண்மணி ஒற்றையாளாகத் திரும்பி வந்தாள்.

“வீடு கட்டிட்டு இருக்காங்கம்மா... இப்ப பொண்ணுக்கு கல்யாணம் பண்ற ஐடியாவில இல்லையாம்மா...”

வாங்கிவந்த ஆப்பிள்களையும் பூச்சரங்களையும் அவர்களிடம் புன்சிரிப்புடன் தந்த மணிக்கொடி, மதியை அழைத்துக் கொண்டு திரும்பினாள். என்னவோ மனதில் பாரம் அழுத்துவதாக உணர்ந்தான் மதி. சத்திரத்தில் இருக்கும் தங்கராசு மனைவி சொன்ன தகவலுக்கு மணிக்கொடி அவர்கள் வீட்டுக்குச் செல்வதற்கு முன் சத்திரம் பழக்கடை பூக்கடைகளில் வாங்குவதை வாங்கி பையில் போட்டு மதியை இழுத்துச்சென்றாள்.

“இது நீ பொறந்த ஊரும்மா...” என்றான்.

“அதனாலதான் குட்டி சொல்றேன். பொண்ணு உனக்கு இங்கதான்...”

தங்கராசு சித்தப்பா இல்லை. சித்தி யாருக்கோ போன் செய்து கேட்டுவிட்டு, “புறப்பட்டு வந்துட்டு இருக்காங்களாம்” என்று மணிக்கொடியிடம் சொன்னாள். மதிக்கு சுரீர் என்றது. இது பெண் பார்க்கும் படலம் இல்லை. விசாரிப்பு படலம். பேசப்பேச கிடைத்த விவரங்கள் மதிக்கு அம்மா மீது பயங்கர கோபத்தை வரவழைத்தது. பெண் பெங்களூரில் சாஃப்ட்வேர் இன்ஜினியர். பெற்றவர்கள் அரசு ஊழியர்கள்.

“இது சரியா வராதும்மா... மாதம் பனிரெண்டாயிரம்

வாங்குபவனைக் கிள்ளுக்கீரையாக பார்ப்பாங்கம்மா... வா போலாம்...” என்று கிசுகிசுத்தான்.

“பொறுமையா இருடா... வரட்டும்.”

கிட்டத்தட்ட ஐந்து மணிநேர காத்திருப்புக்குப் பின் பருத்த குட்டையான கறுப்பான தேகத்தில் நரையோடிய பெண்மணி வந்தார். பெண்ணின் அம்மா.

“ராயனூர் பிளாஸ்டிக் சாக்கு கம்பெனியா... இன்னும் நடக்குதா..?”

அவள் விசாரித்தவிதமே மதிக்குத் தூக்கிவாரிப்போட்டது. கம்பெனி முதலாளி வரும் சட்டமன்றத் தேர்தலில் திமுக சார்பில் நிற்க இருக்கும் விவரம் முதல் தற்போதைய கம்பெனியின் புரொடெக்சன் நிலவரம் வரை பிட்டு வைத்தான்.

“என் பொண்ணை ஏன் அவ்வளவு பெரிய படிப்பை படிக்கவச்சேன்னு இப்ப கவலைப்படறேன்...” என்றாள்.

மதிக்கு தலையே சுற்றியது. விருப்பமில்லை என்பதை எப்படி எல்லாம் சுற்றிப் பேசவைக்கிறது மனிதர்களை. அவர்களிடம் வலுக்கட்டாயமாக விடுபட்டு அம்மாவை அழைத்து வந்தான். வரும்போது உறவுக்காரப் பெண் பார்த்துவிட்டாள். மணிக்கொடியை வீட்டுக்கு அழைத்துச் சென்றாள். குறுகிய இடத்தில் நகர சந்தடியில் எப்படித்தான் வசிக்கிறார்களோ என்றிருந்தது.

“எனக்கு தெரிஞ்ச நாடார் பொண்ணு இருக்குத்தை... பார்க்கலாமா?”

“சாதி என்ன கிடக்கு... நல்ல பொண்ணா இருந்தா போதும்...”

இரண்டு வாரம் கழித்துப் பெண்ணோட போட்டோவைத் தபாலில் அனுப்பி இருந்தாள் உறவுக்காரப் பெண். மணிக்கொடியின் நச்சரிப்பால் இரவுப்பணி முடித்து தான் மட்டும் அவர்கள் குறிப்பிட்ட இடத்திற்குச் சென்றான் மதி.

பெண்ணோட அக்கா அவனை சிரிப்புடன் கடைவீதிப் பக்கமாக எதிர்கொண்டு அழைத்துச் சென்றாள். வீட்டுக்குப் போகாமல் ஒரு ஓட்டலுக்குள் நுழைந்தவள், இவனைக் கேட்காமலேயே இரண்டு டீயை வரவழைத்தாள்.

“நீங்க ரொம்ப நிறமா இருக்கீங்க...” என்றாள்.

தன்னையே பார்த்துக்கொண்ட மதி அம்மாச்சி வெள்ளச்சியின் ரத்தமாக்கும் என்று தனக்குள் சொல்லிக்கொண்டான்.

டீ குடித்தபின், “எங்களுக்கு அம்மா இல்லை. அப்பாகிட்டே கேட்டுட்டு சொல்லிவுடுறேன்...” என்றாள்.

ஒவ்வொரு பெண் பார்க்கும் படலமும் விசித்திரமாகத்தான் நடந்தது மதிக்கு.

அழகேசன் உறவுக்கார தமக்கையின் பெண்கள் இருவர் இருப்பதாக விசாரித்து மதியையும் மணிக்கொடியையும் அழைத்துச் சென்றார்.

அந்த வீடு பல வருடங்களாக பூச்சுவேலையே நடைபெறாமல் அரண்மனை கணக்காகக் கட்டி பூதாகரமாக இருந்தது. நைட்டி உடையில் இருந்த ஒல்லியான இரு பெண்கள் பார்வைக்குப்பட்ட அறைகளில் நடந்து சென்றவர்கள் மரியாதைக்குக்கூட வரவேற்றுப் பேசவில்லை.

“என்னவோ டாக்டர் மாப்பிள்ளை இன்ஜினியர் மாப்பிள்ளையாக வேணும்கிறாளுங்க.. என்னத்தே சொல்ல...” வயதான கிழவியொருத்தி அழகேசனிடம் சொல்லிக்கொண்டிருந்தாள். பெண்ணின் முகங்களைக்கூட பார்க்காமல் வீடு வந்தடைந்தனர்.

வந்த மூன்று நாட்களுக்குப் பின் மணிக்கொடி டைல்ஸ் தரையில் நீர் சிந்தியிருப்பது தெரியாமல் வேகமாக வந்தவள் எசகுபிசகு தெரியாமல் வழுக்கி விழுந்தாள். அவளால் எழுந்து நிற்க முடியவில்லை. அக்கம்பக்கத்து உதவியுடன் ஆஸ்பத்திரிக்குச் சென்றனர். இடுப்பு எலும்பு ஃபிராக்சர் ஆகிவிட்டது. பெட் ரெஸ்ட் எடுக்கச்சொல்லி மருந்து மாத்திரை

கொடுத்து அனுப்பிவிட்டனர். பெட்டில் படுத்து எழுந்திரிக்கவே சிரமப்பட்டாள். மதிக்கு தினமும் மனசு கிடந்து தவித்தது. 'இயற்கைகளே என் அம்மாவைப் பத்திரமாகக் காப்பாற்றி என்னிடம் கொடுங்கள்...' சற்றுத் தள்ளியிருந்த முத்தரையர் பெண்தான் சமையலுக்கும் மணிக்கொடியின் இதர உதவிக்கும் கூடமாட ஒத்தாசைக்கு ஓடிவந்தாள்.

இரண்டு மாதம் கழித்து எலும்பு ஸ்பெஷலிஸ்ட் டாக்டர், "மாடிப்படி பஸ் இதுலயெல்லாம் ஏறக்கூடாது..." என்று அறிவுறுத்தினார். மதியம் வேலை மும்முரத்தில் இருந்த மதிக்கு அன்று அம்மா மணிக்கொடியிடமிருந்து போன் வந்தது.

"குட்டி.... அப்பா நெஞ்சுவலிக்குதுன்னு எல்ஜி ஆஸ்பத்திரிக்குப் போனாங்கடா... டாக்டர் உடனே சத்திரத்துக்குப் பெரிய டாக்டரைப் பார்க்கச் சொல்லிட்டாருடா... அப்பா நீ கூடவந்தா நல்லா இருக்கும்னு சொல்றாங்கடா..." மதிக்குக் கண்களில் நீர் கட்டியது.

"என்னைக்குமே அப்படி கேட்டதில்லை சார்... நான் வரமுடியுமான்னு எங்கம்மாகிட்டே கேட்டாராம் சார்..." என்றான் சுப்பீரியர் மோகனவேலிடம்.

அடுத்தநாள் காலையிலேயே கிளம்பினர். ஒரு தடியை ஒப்புக்குப் பிடித்தபடிதான் அழகேசன் நடந்து வந்தார். பஸ் ஏறவும் நடக்கவும் சிரமப்பட்டார்.

"தனியார் ஆஸ்பத்திரில செலவுபண்ண முடியாதுன்னு எல்ஜில சொன்னேன். பெரியாஸ்பத்திரில பாக்கச்சொல்லி லட்டர் கொடுத்திருக்காரு..." அழகேசனின் குரல் கம்மியிருந்தது.

கொடுத்த லெட்டருக்கு மதிப்பில்லை. ஓ.பி சீட்டு வாங்கி வெகுநேரம் நீண்ட வரிசையில் காத்திருந்து மருத்துவரைப் பார்த்தனர். இ.சி.ஜி எடுத்தவர்கள் உடனே பெட்டில் அட்மிட் ஆகச்சொல்லி அவர்களாகவே ஸ்ட்ரெச்சரில் வைத்து வார்டுக்கு அழைத்துச் சென்றுவிட்டனர். மதிக்கு அடுத்து என்ன செய்வது என்று புரியவில்லை. மணிக்கொடி போன் மேல் போன்

செய்தபடி இருந்தாள்.

“அவளை எல்லாம் வரச்சொல்லாதே... அவளே இப்பதான் சரியாகிட்டு வர்றா... நீயும் கிளம்பு. இரண்டுவேளைக்கு வெளியே இருந்து இட்லியோ தோசையோ வாங்கிக் கொடுத்துட்டு வேலைக்குப் போ... சத்திரத்துல இருக்கிற தங்கராசுகிட்டே சொல்லாதே... நேத்து போன் செஞ்சப்பவே அவன் எடுக்கலை...”

பஸ் ஏறும்போது மனசுவிட்டு அழவேண்டும் போலிருந்தது.

அந்த வாரம் நைட் ஷிஃப்ட் என்பதால் பணி முடித்து நேராக ஆஸ்பத்திரிக்குச் சென்றான் தினமும். வீட்டுக்கு மாலை போல் வந்தவன் மணிக்கொடிக்கு ஆறுதல் சொல்ல முடியாமல் இருவருமே கண்கலங்கினர்.

காலையில் அப்பாவைப் பார்க்க விறுவிறுக்கப் போனவன் அப்பாவின் அருகிலிருந்த பெரியவர், “ஒரு ஆளு கூடஇருக்க மாட்டீங்களாப்பா... வயசானவரு தடுமாறிக் கிடக்காரு இல்லீயா... பெரிய டாக்டரு வர்றாரு. இருந்து பாத்து டாக்டருகிட்டே கூட்டிட்டுப் போ...” என்றார்.

எழுந்து நிற்கவும் தடுமாறி தடி ஊன்றி நடக்கவும் தடுமாறியபடி அழகேசன் இருந்தார்.

வெகுநேரம் காத்திருந்து ஒரு நோட்டில் மாத்திரைகள் எழுதி முத்திரைகுத்தி அவர்களிடம் தந்து வாங்கிக்கொள்ளச் சொன்னார் டாக்டர்.

“எவ்வளவு நாளைக்குச் சாப்பிடணும் சார்...”

“சாகிற முட்டும் சாப்டச் சொல்லுய்யா... பீடி சிகரெட் தண்ணி அடிக்கச் சொல்லாதே...”

டாக்டர் ‘சாகிற முட்டும்’ என்கிற வார்த்தைப்பதத்தை நோயாளியின் காதுபடப் பேசலாமா? மனம் கசந்தான் மதி.

நீண்ட வரிசையில் காத்திருந்து மாத்திரைக் குவியல்களை

அள்ளி வகைவாரியாகப் பிரித்துக் கட்டியவன், அழகேசன் படுத்திருந்த வார்டுக்கு வந்தான்.

உணவுகளையும் பழங்களையும் வாங்கிக்கொடுத்தான்.

“நீ போடா... நான் பாத்துக்கிறேன். போம்போது ஓட்டல்ல சாப்பிட்டுட்டுப் போ...”

வீட்டுக்கு வந்து படுத்தான். ஐந்துமணி போல் போன் வந்தது.

“பெரிய டாக்டரு வந்து பாத்துட்டு வீட்டுக்குப் போகச்சொல்லிட்டாருடா குட்டி...” அழகேசனின் பிசிறடிக்கும் குரல்.

துள்ளியெழுந்தான். மணிக்கொடி முகம் மலர்ந்தது. அழகேசனை அன்று இரவு பத்துமணி போல் வாடகை டாக்சியில் வீட்டுக்கு அழைத்து வந்தான்.

அடுத்து வந்த ஞாயிறு கொழுப்பு இல்லாமல் ஆட்டுக்கறி எடுத்து மிளகுக்கறியாக அம்மாவை வறுக்கச்சொன்னான் மதி.

“எங்கம்மா அப்பா?”

“வண்டியை எடுத்துக் கிளம்பிப் போயிட்டாருடா...?”

மதிக்கு சந்தோசமும் திகைப்பும் ஒருசேர வந்தது.

“அம்மா... அப்பாவுக்கு எத்தனை வயசும்மா...?”

மணிக்கொடி மனசுக்குள் ஒரு கணக்கு போட்டாள்.

“எனக்கும் உங்கப்பாவுக்கும் பதினைஞ்சு வருச வித்தியாசம்... எழுபத்தைஞ்சுக்கு மேல இருக்கும்டா குட்டி...”

வண்டிச்சத்தம் கேட்டு வெளியே வந்தான். வலதுகாலை இயல்பாக வைத்து அவரால் நடக்க முடியவில்லை. மூன்று சாக்குப்பைகளில் தின்பண்டங்கள் சோப்பு ஷாம்புகள் மசாலா பாக்கெட்டுகள் பீடி சிகரெட்டுகள் என வாங்கி வந்திருந்தார்.

“வீட்டு முன்னாடி போர்டிகோவில பலகையை வச்சு வித்துக்கிடலாம்னு இருக்கேன்டா...”

வாங்கி வந்தவற்றைப் பலகைவைத்து அடுக்கிக் கொடுத்தான்.

அம்மாவிடம் வந்து, “ஏதும்மா காசு?” என்றான்.

“காய்கறிக் கடையில வேலைக்குப் போயிருந்தாருல்லே...”

மாதாமாதம் முசுகுந்தபுரத்து அரசு தாலுகா மருந்துவமனையில் மாத்திரை வாங்கி தினமும் அழகேசன் சாப்பாட்டுக்குப் பிறகு மூன்றுவேளையும் சாப்பிட்டார். அம்மாவும் மெல்லத் தானாக எழுந்து நடக்க ஆரம்பித்தாள்.

மைக்ரோமேக்ஸ் ஆண்ட்ராய்டு போனை செகண்ட் ஹேண்டாக மதி வாங்கினான். சற்று பெரிய உருவ பிம்பங்களாகச் சில நிமிட அடல்ட் படங்களைப் பார்க்கலாம் என்று மனதில் கற்பனைகளைக் கோடிழுத்தான்.

அம்மாவுக்கு போன் எண்கள் சற்று பெரிய எழுத்தில் தெரியும்படியாக உள்ளங்கை அகல திரைகொண்ட சாம்சங் டச் போனை புதிதாக வாங்கிக் கொடுத்தான். அவளுக்கு சந்தோஷம் பிடிபடவில்லை.

யூ டியூபில் உலகத்தரமான படங்களைத் தேடிக் கண்டுபிடித்துப் பார்த்தான். எத்தனை நாட்களுக்குதான் ஆடை அவிழ்ப்புகளையே பார்ப்பது. காமமும் கிளுகிளுப்புமே மனிதமனத்தை உயிரோடு வைத்திருக்கிறதா என்ன?

மேட்ரிமேனியல் வெப்சைட்டுகளில் பணத்தைக் கட்டியபின் அவர்கள் அளித்த விலாசங்களில் முதல்விலாசமே ஒரு நகைக்கடையாக இருந்தது. அடுத்த விலாசம் அப்படி ஒரு பெண்ணே அந்த வீட்டில் இல்லை. பித்தலாட்ட உலகத்தில் எல்லாமே காசுமயம். வெறுத்துப்போய் பேப்பரில் மணமகள் தேவை பகுதியில் விளம்பரம் கொடுத்தான். கொடுத்த வரிகளை ஒரு நாளிதழ் வரி பிசகாமல் வெளியிட்டது. மற்றொரு அழகிகள்

கைது எனச் செய்திகளை வெளியிடும் நாளிதழிலிருந்து முதலில் அவனுக்கு போன் வந்தது.

“ஏன்டா... நாங்க என்ன மாமா வேலையா பாக்குறோம்... ஜாதி சொல்லு. வயசு நட்சத்திரம் ராசி சொல்லு. அதென்ன புத்தகம் படிக்கத் தெரிந்த கவிதையை ரசிக்கத் தெரிந்தன்னு...” என்று சகட்டுமேனிக்குத் திட்ட ஆரம்பித்தது போனில் குரல்.

சுருக்கி அவர்கள் போட்ட விளம்பரத்திற்கு முந்நூறு கிலோமீட்டர் அந்தப் பக்கமிருந்து பெண்குரல் போன் பேசியது. தேடிப்போய் பாரத்தான். முதல் பார்வையில் அந்தப் பெண் போட்டிருந்த பயங்கர மேக்கப் மனதை அருவருக்கவே செய்தது மதிக்கு. இரண்டாவது அவள் வீட்டில் யாருக்கும் தான் இன்று வரவிருப்பதை அவள் சொல்லவில்லை. அத்தோடு அதை தலை முழுகினான். அவள் அடிக்கடி அவனுக்கு போன் செய்தாள். அவளிடம் உண்மை என்பதில்லை என்று உணர்ந்தான். அவன் தவிர்ப்பதை உணர்ந்தே மீண்டும் மீண்டும் தொடர்புகொண்டவள் அவனுக்கு சாபத்தை அள்ளித்தெளித்துக் கைவிட்டாள்.

தமிழக சட்டமன்றத் தேர்தல் தேதி அறிவித்த உடன் கம்பெனி முழுக்க ஒரே பேச்சுமயம்தான். மாற்றி மாற்றி ஆட்சி மாறுவதால் இந்த முறை திமுகவில் கம்பெனி முதலாளி வெற்றிபெற்று அமைச்சர் போஸ்ட் வாங்குகிறார். எத்தனை தொகுதிகளுக்கு இத்தனை வருடங்களில் கட்சிக்காக சொந்தப்பணத்தை வாரி இறைத்திருப்பார்.

“அப்படியெல்லாம் கணக்குப் போட முடியாதுய்யா... முதலாளி தெலுங்கு செட்டியாரு. இங்கிட்டு கவுண்டருங்கதான் ஜாஸ்தி...” அவர் நின்ற குறிச்சி தொகுதியில் கவுண்டர் ஓட்டுக்கள்தான் அதிகம். கட்சியா ஜாதியா என்பது தேர்தல் முடிவில் தெரிந்துவிடும். கம்பெனி பணம் தொகுதியில் வாரி இறைக்கப்பட்டது. எதிர்தரப்பும் பணத்தை விளாசித் தள்ளுவதாகப் பேசிக்கொண்டனர். தொகுதியைக் கண்காணிக்க வந்த மத்திய பார்வையாளர்கள் நெற்றிக்கண்ணைத் திறந்தனர்.

தேர்தல் நிறுத்தப்பட்டது. இந்திய அரசியலே குறிச்சியைத் திரும்பிப் பார்த்தது. பெரும்பான்மையை நெருங்க முடியாததால் திமுகவால் ஆட்சியைப் பிடிக்க முடியவில்லை.

தேர்தல் பண விநியோகிப்பால் நடந்த ரெய்டால் கம்பெனி அக்கவுன்டுகள் முடக்கப்பட்டதாகச் செய்தி உலவியது. நீதிமன்றத்தை அணுகி அதை ரிலீஸ் செய்துவிட்டதால் பிரச்சனை ஏதும் கம்பெனிக்கு இல்லை என்றும் நியூஸ் பரவியது.

அம்மா, ‘வேறு எதாவது பொண்ணைப்பாரு குட்டி... வயசாகுதுல்லே’ என்று தொணதொணத்தாள்.

கம்பெனியில் அவன் மனதுக்குப் பிடித்த பெண்களை விசாரித்தான். கீதாவும் ஆயிஷாவும் அவன் மனதில் புள்ளியிட்டு உட்கார்ந்தனர். விசாரிக்க ஆரம்பித்த சில நாட்களிலேயே ஆயிஷாவுக்கு மணநாள் குறிக்கப்பட்டு கம்பெனிக்கு வேலைக்கு வருவதை நிறுத்திவிட்டாள். கீதாவைப் பற்றி விசாரித்துச்சொல்ல அவள் செக்சனில் இருப்பவனிடம் உதவிகேட்க அவளோ அவனையே இரண்டாம் திருமணம் செய்துகொண்டதாக கம்பெனி முழுக்கச் செய்தி பரவியது. மதி தன்னையே கிள்ளிப்பார்த்து நொந்தான்.

பிரபல வார இதழின் சிறுகதைப் போட்டி முடிவைப் பார்க்க வேண்டாவெறுப்பாகப் புத்தகத்தை வாங்கிப் பார்த்தான். அவனுக்குத் தட்டாமாலை சுற்றியது போலிருந்தது. அவன் எழுதிய ‘பெண் யுகம்’ இரண்டாம் பரிசைப் பெற்றிருந்தது. பெண் பார்க்கும் படலத்தில் தன்னை உதாசீனப்படுத்திய காலச்சூழலை மனக்கண்ணில் கொண்டு வந்தான். அம்மா மணிக்கொடிக்குதான் முதலில் போன் செய்து சொன்னான். அந்தக் கதையை இறுதிச்சுற்றில் ஒரு ஐ.ஏ.எஸ் அதிகாரியும் பிரபல நடிகையும்தான் தேர்ந்தெடுத்து இருந்தனர். தனக்குள் ஒரு வெளிச்சப்புள்ளி நீளுவதாக நம்பினான் மதி.

சிலமாத இடைவெளிக்குப் பின் நிறுத்தப்பட்ட தேர்தல் நடந்தது. கம்பெனி முதலாளி ஜாதி வோட்டுகளுக்கு ஈடுகொடுக்க

முடியாமல் தோற்றுப்போனார். தோல்வியால் மனது உடைந்த நிலையில் அவர் இருப்பதாக கம்பெனியில் பேசிக்கொண்டனர்.

“சுத்துப்பக்க ஆறு தொகுதிகளுக்கும் செலவு செய்திருக்கார். வோட்டுக்குப் பணம் கொடுத்ததாக கேஸ் வேறு இருக்கு...”

“கம்பெனிக்கு ஏதும் பிரச்னை வருமா?”

“அதெல்லாம் ஒண்ணும் கிடையாது.. மூட்டைமூட்டையாக ஐந்நூறும் ஆயிரமுமாக ரகசிய குடவுனுக்குள்ளே கிடக்கு...”

“நீ பாத்த மாதிரி பேசுறே?”

“அப்புறம் இந்தக் கையால மூட்டையைத் தூக்கிப் போட்டுருக்கேன்ல...”

ஆட்சியைப் பிடித்திருந்த அதிமுகவின் தலைவி உடல்நலம் பாதிக்கப்பட்டு படுத்த படுக்கையானார். பல வதந்திகள் அடுத்தடுத்து றெக்கை கட்டிப் பறந்தன.

அழகேசன், “வயசாச்சில்லே...” என்றார். அவருக்கு இன்னும் கட்சி விசுவாசம் இருப்பதாகவே தோன்றியது. ஜாதியும் பணமும்தான் அரசியல் என்று சிலசமயங்களில் தத்துவம் உதிர்ப்பார். ஆனால் ஜெயலலிதா எம்ஜியார் என்றால் அவர் மனதுக்கு உகந்த விஷயமாகவே இருக்கிறது. தன் சொந்தவாழ்வை எக்காரணத்தைக்கொண்டும் அந்த ஆளுமைகளோடு ஒப்பிட்டுக்கொள்வதில்லை. எம்ஜியாருக்குப் பின் அந்தம்மாதான் என்று சொன்னார்தான். அதை யார் நினைவில் வைத்திருக்கப் போகிறார்கள். அவருக்குள் அவரின் கணிப்பு இனிப்பாக மிதந்தபடி இருக்கிறது. இடையில் நுழைந்த மாறனே கட்சித்தலைமைக்கு இணையாக சிறிய அளவிலான சொத்துக்குவிப்பு வழக்கில் சம்பந்தப்பட்டிருப்பது அழகேசனைப் பொருத்தவரையில் அது ‘சோத்துக்கு செத்த பயல்களு’க்கானது. பத்து ரூபாய்க்கு சிங்கி அடித்தாலும் பத்தாயிரம் கோடியை உண்மையோ பொய்யோ சுருட்டுவது பற்றி அழகேசன் போன்ற தொண்டனுக்கு ஒரு பொருட்டல்ல. அதை மதி தன் அப்பா

கம்பெனி முதலாளி அதிமுக, திமுக என ஒன்றோடு ஒன்றைப் பொருத்தி ஒப்பிட்டுப் பார்த்தான். இதில் ஒரு கதை இருப்பதாக அவன் மனதில் சிறு விதையொன்று விழுந்தது.

அடுத்த அடியை இந்திய அரசின் பிரதமர் கொடுத்தார். அந்த இரவுப்பொழுது நாராசமாக நகர்ந்தது. தவணை நாட்களின் சலுகையோடு ஐந்நூறு ஆயிரம் ரூபாய் நோட்டுகள் இனி செல்லாது என அறிவிக்கப்பட்டது. மூட்டை மூட்டையாக கட்டிவைக்கப்பட்ட ஐந்நூறு ஆயிரம் ரூபாய் நோட்டுகளை கம்பெனி முதலாளி இனி எப்படி வெள்ளையாக்குவார் என்கிற கவலை கம்பெனியில் அலைஅலையாக எழுந்தது.

17

2018

கடந்த இரண்டு வருடங்களாக அழகேசன் மாத்திரைகளோடு வாழப் பழகிக்கொண்டார் என்றுதான் சொல்ல வேண்டும்.

இரவுப்பெட்டிகளில் அடுக்கி வைக்கப்பட்டவற்றை எடுத்து போர்டிகோவில் இருக்கும் உயரப்பலகையில் காலையில் அடுக்குவார். ஷாஷே சரங்களான ஷாம்பு வகைகள் மசாலா ஐயிட்டங்கள் சிப்ஸ் தின்பண்ட வகைகளைத் தொங்கவிடுவார்.

“தாத்தா... தாத்தா...” அக்கம்பக்கத்து வாண்டுகள் காலை மாலை வேளைகளில் வந்து அவரை மொய்த்து தீனிகளை வாங்குவர். சோப்பு எண்ணெய் பாக்கெட்டுகள் விளக்குத் திரி தீப்பெட்டி என வாங்க பெண்கள் கூட்டம் வருவர். பீடி சிகரெட் பிஸ்கெட் என ஆண்கள் வாங்க வரப்போக இருந்தனர். சிலர் வெகுநேரம் அழகேசனிடம் பேசிக்கொண்டிருப்பர்.

“அந்தம்மா இரும்புல்ல... இப்ப கட்சி யார் யார் கைக்கோ போய் நிக்குது...”

எப்படியோ இங்கே எந்த உறுத்தலும் இல்லாமல் அப்பா அழகேசன் இருப்பது மதிக்கு இனம் புரியாத சந்தோசத்தைத் தந்தது.

மைக்ரோமேக்ஸ் போன் அடிக்கடி மக்கர் பண்ண ஆரம்பித்தது.

“நீங்க வச்சிருக்கிறது த்ரீ ஜி செட் சார். ஃபோர் ஜி செட் வாங்குங்க சார்... குவாலிட்டி சூப்பரா இருக்கும்...” செல்போன் கடையிலிருந்த இளம்பெண் மதியை வாங்க தூண்டிய மொபைலின் விலையைக் கேட்டுப் பின்வாங்கினான். வெளியே வந்தவனின் மனம் நிலைகொள்ளாமல் தவித்தது. தனது ஒன்றரைமாத சம்பளப்பணத்திற்கு ஈடான அதை வாங்கத்தான் வேண்டுமா? வாங்கினால்தான் என்ன? பஸ் ஏறப்போனவன் திரும்பி செல்போன் கடைக்குள் நுழைந்தான்.

அம்மா நகர்ந்தபடி சமையல் செய்வதை வீடியோ எடுத்து புதிய செட்டை அவளிடம் காட்டினான். மணிக்கொடி தன்னை வீடியோவில் தெளிவாகப் பார்த்த மகிழ்ச்சியைக் கண்களில் வெளிப்படுத்தினாள். அவளிடம் விலையைக் குறைத்துச் சொன்னான். அதற்கே மலைத்துப்போனாள்.

“இதிலேயே பேங்க் அக்கவுன்டை மெயின்டெய்ன் பண்ணலாம்... இ.பி பில் கட்டலாம்..” என்று பல விஷயங்களை விவரித்தான்.

“கந்தசஷ்டி கவசம் கேட்கலாமா?”

அவளை வியப்புடன் பார்த்தவன் யூ டியூபில் வீடியோவோடு முருகனைத் தரிசிக்க வைத்தான். அவளுக்கு ஏற்கனவே வாங்கிக் கொடுத்திருந்த செட்டில் நெட் கார்டு போட்டுவிட்டு யூ டியூபைப் பார்க்கச் சொல்லிக்கொடுத்தான்.

“கேம்ஸ் விளையாடலாமா இதிலே...?”

“உலகமே உன் கையிலம்மா...” என்றான்.

அவன் வீட்டுக்கு வரும்போதெல்லாம் அவளுக்கான போனில் வீடியோ கேம்சை விளையாடியபடி இருப்பதைப் பார்த்தான். பார்க்கத் தவறிய டீ.வி சீரியல்களை “குட்டி குட்டி.... பிளீஸ்டா..” என்கிற கெஞ்சல்களோடு அவனிடம் மன்றாடுவாள். ‘சீரியல்கள் எல்லாம் தெண்டம்மா...’ என்று சொல்லியபடி அவள் கேட்ட சீரியல் எபிஷோடை எடுத்துக் கொடுப்பான் மதி.

அன்று காலை ஷிஃப்டை முடித்துவிட்டு தூரத்தில் வந்தவனின் பார்வையில் மணிக்கொடி வீட்டுவாசலில் நின்றபடி

அல்லாடுவது போல் அவனுக்குத் தோன்றியது. அங்கொன்றும் இங்கொன்றுமாக வீடுகள் இருக்கும் பகுதி. வீட்டின் பின்பக்கம்தான் நிறைய குடியிருப்புகளில் பரம்பரையாக அங்கேயே வசிப்பவர்கள் உள்ளனர். என்னவோ ஏதோவென்று வேகமாக ஓடிவந்தான்.

“குட்டி.... அப்பா கட்டில்ல இருந்து வுழுந்துட்டாங்கடா...”

அன்று கடையை போர்டிகோவில் அழகேசன் எடுத்து வைக்கவில்லை. பிளாஸ்டிக் நாடா கட்டிலில் நாடாக்கள் தொய்வாக தொங்கிக்கொண்டிருந்தன. உட்காரப் போனவர் தடுமாறி விழுந்துவிட்டார். அவரால் எழுந்திருக்க முடியவில்லை. மதியாலும் மணிக்கொடியாலும் பருத்த அழகேசனின் உடலைத் தூக்க முடியவில்லை. பின்பக்க குடியிருப்பிலிருந்து இருவர் கூப்பிட்டதற்கு உடனே வந்தனர். தூக்கி கட்டிலில் படுக்கவைத்தனர்.

“மாத்திரைகளை ஒழுங்காகச் சாப்பிட்டாராம்மா...?” என்றான் மதி.

“இன்னிக்கு குடிச்சுருப்பாராட்டுக்கும்...” என்றாள் மணிக்கொடி ரகசியக்குரலில்.

மதிக்கு அப்படித் தோன்றவில்லை. ரத்தஅழுத்தம் மாறுபாடாக எகிறியிருக்கலாம் என்று கணித்தான். கட்டிலில் எழுந்து அவராகவே உட்கார்ந்தார்.

“எனக்கு ஒண்ணும் இல்லைடா குட்டி.... தைரியமா இருங்கடா.” என்றார்.

அன்று மாலையே பர்னிச்சர் கடைக்குப்போய் தவணையில் கடினமான இரும்புக்கட்டிலை வாங்கி வந்தான். அதைக் கண்டவுடன் அழகேசனிடமிருந்து வாய்கொள்ளாத சந்தோசம் வெளிப்படுவதை மதி கண்டான். அவ்வளவு பெரிய பருத்த உடலுக்கு பிளாஸ்டிக் நாடா கட்டில் சரியானதில்லையென தான் ஏன் இதுநாள்வரை உணரவேயில்லை என்று மதி தன்னையே கேட்டுக்கொண்டான்.

அடுத்த நாள் வழக்கம்போல் தக்கடா டிவியெஸ்ஸை எடுத்துக் கடைவீதிக்கு அப்பா கிளம்பிய செய்தியை அம்மா போனில் மதியிடம் தெரிவித்தாள். அவனுக்கு சந்தோசப்படுவதா லீவ் எடுத்து அவரை ஆஸ்பத்திரிக்கு அழைத்துப் போகாமல் தான் பாட்டுக்கு வேலைக்கு வந்துவிட்டதை நினைத்து வருத்தப்படுவதா என்று தவித்திருந்தான் மதி.

தையல் பிரிவு வழியாகச் சென்றவனின் பார்வையில் அந்த ஒல்லிப்பெண் பட்டாள். அவளைப் பற்றித் தனது செக்சனில் உள்ள பெண்களிடம் விசாரித்தான்.

“அது பேரு சுதாண்ணே... வீட்டுக்காரன் தொந்தரவு படுத்தறான்னு கட்டின தாலியைக் கழற்றி அவன்கிட்டேயே கொடுத்து அத்துட்டு வந்துடுச்சு. ஐஞ்சு வயசுல பையன் இருக்கான்...”

“வீட்டுக்காரன் எந்த ஊராம்?”

“அதே ஊர்தாண்ணே...”

விவாகரத்து வாங்காமலேயே ஒரு அத்துவிடுதல். ஐந்து வயதில் ஒரு பையன். கேட்டுப் பாக்கலாமா? மறு திருமணம் செய்ய விருப்பமா என்று கேட்பதில் என்ன தவறு இருக்க முடியும்?

தெளிவாக விளக்கி சுருக்கமான கடிதத்தை போன் எண்ணோடு எழுதி அவளிடம் கொடுத்தான். என்னவென்றே கேட்காமல் வாங்கிக்கொண்டவள் அவன் வீடு வந்தபின் ஒருமணிநேரம் கழித்து போன் செய்து வசைச்சொற்களை அள்ளி வீசினாள்.

“என்ன இப்படியெல்லாம் எழுதியிருக்கீங்க... மனசுல என்ன நினைச்சுகிட்டு இருக்கீங்க... நான் அப்படிப்பட்ட பொண்ணு இல்லை...”

அவன் அவளிடம் மன்னிப்பு கேட்டு போனைத் துண்டித்தான். அன்று முழுவதும் ஏதோ குற்றம் செய்துவிட்ட மனப்பான்மையில் சிக்கிக் குழம்பிப்போனான். அடுத்தநாள் அவள் எதிரில் எப்படி ரியாக்சன் செய்வது என்று அந்தப் பக்கமே போகாமல்

சுற்றிப்போனான். சில நாட்களானது அந்த மனக் காயம் ஆறுவதற்கு. தனது மெலிந்த உடல் குறைந்த சம்பாத்தியம் இரண்டும் சட்டென்று மதிக்கு தாழ்வு எண்ணங்களாக பிடரியில் அடித்தன.

அந்த மாத சம்பளத்தை கம்பெனி அடுத்த மாதம் சேர்த்துத் தருவதாகச் சொன்னபோது அதிர்ச்சியாக இருந்தது. ஆயுத பூஜைக்கு வெறும் பொரியை மட்டும் கம்பெனி கொடுத்தது. மூலப்பொருட்கள் வரும் லாரிகளின் எண்ணிக்கை பாதியாகக் குறைந்தது. இரு ஷிஃப்ட் பணியாளர்களை ஒரே ஷிஃப்டில் வரச்சொன்னார்கள். லீவ் கேட்டவர்களுக்கு தாராளமாக லீவ் தரப்பட்டது. மதி அம்மாவிடம் கம்பெனி நிலவரத்தைச் சொல்லிக் கலவரப்படுத்தவில்லை.

“குட்டி.. இதுல நானூறு ரூபாக்கிட்ட சில்லரை காசு இருக்கு. சங்கம் ஓட்டல்ல கொடுத்து பணத்தை வாங்கிக்க... கல்லாவில உட்கார்ந்திருப்பாரு ஒருத்தரு... அவரு உன்ட்ட பேசனும்னாரு” என்றார் அழகேசன்.

“எதுக்காம்...?” என்றான் மதி.

“இப்படியே இருந்துடுவீயா.. காலாகாலத்துல முடிச்சிருக்கணும்... ஏதோ கிரகம்... அவரைப்பாரு..”

மதிக்கு வெறுப்பாக இருந்தது. சங்கம் ஓட்டலில் இருந்தவர், “நல்ல பொண்ணுய்யா... இந்த இடம் உனக்கு நல்லா அமைஞ்சுடும். உன் போட்டோவை இந்த நெம்பருக்கு வாட்ஸப் அனுப்பிச்சுவிடு...” என்றார்.

கம்பெனி நிலவரமே ததங்கினத்தோம் போடுது... இதுல கல்யாணமா?

“வர ஞாயித்துக்கிழமை பொண்ணு வூட்டுக்காரங்க பார்க்க வரேன்னாங்களாம்...” என்றார் அழகேசன்.

பி.எஃப் பணத்தில் லோன் கேட்டு அப்ளை செய்தான். திருமணம் கைகூடிவரும் போலிருக்கிறது. கையில் பணம் இருப்பதுதானே

முறை. ரம்யா பில்டர்ஸ் பாலனிடம் வேண்டுமானால் தேவைப்பட்டால் பணம் கேட்டுப் பார்க்கலாம்.

மதியும் ஷேவ் செய்து டிப்டாப்பாகக் காத்திருந்தான். நேரம் ஓடிக்கொண்டிருந்தது. விசாரித்துப் பார்க்க வருவதாகச் சொன்ன யாரும் வரவில்லை. எந்தப் பதிலும் இல்லை.

இரண்டு தினம் கழித்து, "பொண்ணோட அம்மாவுக்கு நூறு கிலோமீட்டருக்கு அந்தப் பக்கம் கட்டிக்கொடுக்க விருப்பமில்லையாம்..." என்கிற பதிலை அழகேசன் சுமந்து வந்தார்.

கம்பெனி மூன்றுமாத சம்பள பாக்கியை ஒவ்வொருவரிடமும் வைத்திருந்தது. சில நாட்கள் வேலையே இல்லாமல் பணியாளர்களை ஷிஃப்டில் வரவழைத்து வைத்திருந்தது. இரண்டு வருடங்களுக்கு முன் தேர்தலில் பணம் விநியோகித்த விவகாரத்தில் நடந்த வருமான வரி சோதனையிலிருந்தே இழுத்துப் பிடித்துதான் கம்பெனி ஓடியது. வரித்தொல்லை வங்கி கடன் தொல்லை என்று கம்பெனி முதலாளி தடுமாறிக்கொண்டிருப்பதாக உறுதிப்படுத்தாத செய்திகள் உலவின. தான் சார்ந்த கட்சிக்காக எவ்வளவு செய்திருப்பார். கட்சித்தலைமை ஏதாவது உதவி பண்ணும் என்றனர் சிலர். அடுத்த வருடம் நடக்கும் நாடாளுமன்றத் தேர்தலில் முதலாளி நிற்கிறார். ஜெயிக்கிறார். கம்பெனி பழைய நிலைக்கு வரும்.

திமுக தலைவர் மறைந்த செய்தி கம்பெனி முதலாளியை வெகுவாகப் பாதித்துவிட்டதாக மேனேஜ்மென்டில் பேசிக் கொண்டனர். பழையபடி இவருக்குக் கட்சியில் அதே செல்வாக்கு இனி இருக்குமா என்று சந்தேகத்தைக் கிளப்பினர். கவுண்டர்கள் நிறைந்த பகுதி. ஜாதி அரசியலில் இனி முதலாளியின் இடம் என்ன? பெரிய கேள்விக்குறி தொக்கி நின்றது.

தீபாவளிக்கு போனஸும் தரவில்லை. பணியாளர்கள் கம்பெனி வாசலில் உட்கார்ந்துவிட்டனர். சமாதானம் பேசப்பட்டது. அப்புறம் சிலவாரம் கழித்து ரோட்டில் உட்கார்ந்தனர். ஒன்றும் கதைக்கு ஆகவில்லை.

அம்மா மணிக்கொடியிடம் மெல்ல விஷயத்தைக் காதில் போட்டான்.

“நிலைமை ஒண்ணும் கம்பெனியில சரியில்லைம்மா... எந்த நிமிசமும் எதுவும் நடக்கலாம்...” என்றான்.

“எல்லாரும் அரசியலுக்குப் போய் சம்பாதிச்சு சொத்து சேர்ப்பாங்கன்னு சொல்லுவாங்க... எங் கம்பெனி முதலாளி சம்பாதிச்சதை அரசியலிலே விட்டுட்டு அம்போன்னு நிக்கிறாரு..”

“இப்ப என்ன குட்டி பண்றது...”

இருக்கிற சேமிப்பு மூன்று மாதத்தைத் தாக்குப் பிடிக்கும். கம்பெனியில் தர வேண்டிய சம்பள பாக்கியில் சிறிதளவு தந்தால்கூட இரு மாதம் சேர்த்துத் தாக்குப் பிடிக்கலாம்.

இரு வாரம் கம்பெனிக்கு விடுமுறைவிட்டுப் பிறகு கூப்பிடுகிறோம் என்றது நிர்வாகம். ஆனால் நாட்கள் நகர்ந்தனவே தவிர நிர்வாகம் எந்த பதிலையும் தரவில்லை. கூப்பிடவும் இல்லை. பாக்கிப் பணத்தைக் கேட்டு முற்றுகையிட்டனர். வெற்று சமாதானங்களைப் பணியாளர்கள் உதாசீனப்படுத்தினர். முக்கியமான அரசியல் கட்சியில இருந்துகிட்டு யூனியனை இல்லாம கம்பெனியை நடத்தியிருக்காம் பாருய்யா. சுத்துப்பக்க ஜனங்களின் பேச்சு காற்றில் உலவியது. இரவு மணி எட்டு ஆனது. யாரும் நகரவில்லை. எதையாவது கொடுத்தால்தான் போவோம் என்று பெண்கள் முந்தியை விரித்து கம்பெனியின் உள்சாலையில் படுத்துவிட்டனர். வந்தவர்களுக்கு உப்புமா கிண்டி போட்டனர். பன்னிரெண்டானது. ஒன்றானது. முந்நூறு கிலோமீட்டருக்கு அந்தப் பக்கமிருந்து பணம் வந்துகொண்டிருப்பதாகத் தகவல் கிடைத்தது.

“பணமே இல்லைன்னானுங்க... இப்ப பணம் எங்கிருந்து வந்துச்சாம்...”

வரும்தொகை வெறும் கண்துடைப்புக்குத்தான்; நிரந்தரத் தீர்வல்ல என்று மதிக்குப் புரிந்தது. ஏன் தனக்கு இப்படியெல்லாம்

நிகழ்கிறது. கமர்சியல் பில்டிங் பக்கம் சிமென்ட் தரையில் படுத்தான். ஐந்துமணி போல் எழுப்பினர். ஒரு மாத சம்பளப்பணம் கிடைத்தது. வீட்டுக்கு வந்தபோது அடுத்தநாள் காலை ஏழுமணி ஆகியிருந்தது.

கம்பெனி மீண்டும் ஆரம்பிக்கும் என்கிற தகவல் கிடைத்தது. ஆனால் எப்போது என்று சொல்லவில்லை. அதுவரை நிறைய எழுதுவோம் என்று பேப்பரும் பேனாவுமாக வீட்டில் உழன்றான் மதி. போர்டிகோவில், தாத்தா தாத்தா என அழகேசனை சுற்றும் அக்கம்பக்கத்து சின்னஞ்சிறுசுகளின் குரல்கள்.

“தாத்தா இந்த மிட்டாய் நல்லால்லை... இனி வாங்காதீங்க..” என்றாள் ஒரு சிறுமி.

“தாத்தா... பாட்டில் கொடுத்தா வாங்கிக்குவீயா...”

அழகேசன் டாஸ்மாக் மதுபான பாட்டில்களை மூட்டைகளாக சேகரித்துக் கட்டினார். சரியாக இயங்காத வலக்காலை வைத்துக்கொண்டு ஓட்டை டிவியெஸ்ஸில் வைத்து எடுத்துச்சென்று பாட்டில்கள் வாங்கும் இடத்தில் விற்றுவந்தார். மதிக்கு வெட்கமும் இயலாமையும் ஒரு சேரப் பிடுங்கித்தின்றது. இரண்டு கிலோமீட்டர் சாலை பயணத்தில் பத்திரமாகச் சென்று வரவேண்டும் அப்பா என்று மனபதைப்போடு அழகேசன் வரும்வரை காத்திருப்பான். அவர் வந்தபின்தான் எழுத நினைத்ததை எழுதுவான். குளிப்பான். சாப்பிடுவான். இது அழகேசன் ஒவ்வொரு முறையும் வண்டியில் கிளம்பினால் திரும்பி வரும்வரை மதியழகனின் மனதில் ஊடுருவி இம்சை செய்துகொண்டிருந்தது.

மூச்சுவாங்க வண்டியை மேலேற்றிய அழகேசன் மதியைக் கூப்பிட்டார்.

“லச்சுமி எலக்ட்ரிக் கடைக்கு வேலைக்குப் போறீயா... ஆள் தேவைப்படுதாம்மா...” என்றார்.

மதிக்கு ஏனோ சுரீர் எனக் கோபம் தலைக்கு ஏறியது.

“இல்லை... சீக்கிரம் கம்பெனி திறந்துடுவாங்க...” என்று சொல்லிவிட்டு வீட்டுக்குள் வந்துவிட்டான். எந்த நம்பிக்கையில் தான் பேசினோம் என்று அவனுக்கு அவன்மீதே அருவருப்பாக இருந்தது.

வடக்குத் திசையில் இருந்த நூல் மில்லுக்கு வேலை கேட்டுப்போனான். செக்யூரிட்டி உள்ளேயே விடவில்லை. அப்போது வெளியே வந்த நபர் மதியை ஒருமையில் நலம் விசாரித்தான்.

“மில்லுல இப்ப ஆளு எடுக்கறதில்லை... என்னைத் தெரிலையா மதி... உன் கதைல்லாம் படிச்சிருக்கேன்... நாம டென்த் வரை ஒண்ணா படிச்சோம். நீ ரவி, சிவக்குமார்லாம் ஒரு செட்டு...”

ஆனால் மதிக்கு சுத்தமாக அவனை நினைவுக்குக் கொண்டுவர முடியவில்லை. சிவக்குமார் தனக்கு இக்கட்டான நேரத்தில் மோதிரத்தை அடகுவைத்துப் பண உதவி செய்ததைப் பகிர்ந்தான்.

“சிவக்குமார்தான் போனவருசம் ஆக்சிடெண்ட்ல இறந்துட்டாப்லயே... பாவம். அவங்கம்மாதான் தடுமாறிக்கிட்டு கிடக்கு...”

மதிக்கு அது அதிர்ச்சி செய்தியாக இருந்தது. வாழ்க்கையின் கணக்குகள் விசித்திரமானதாக இருந்தன.

ராயனூரில் உடன் பணிசெய்த நண்பனிடமிருந்து போன் வந்தது.

“அண்ணே... பீஸ் மடிக்க வர்ரீயாண்ணே... கம்பெனி திறக்கிறவரை எப்படிண்ணே சும்மா இருக்கிறது...?”

அம்மாவிடம் கலந்து பேசினான். காலையில் சாப்பிடவும் மதியம் சாப்பாடு கட்டிக்கொடுக்கவும் அம்மாவுக்கு சிரமம் இல்லாத வகையில் திட்டமிடப் பார்த்தான். முடியவில்லை. விடியற்காலையில் தினமும் நாலரைக்கு எழுந்து சமைக்க

வேண்டும். காலை ஆறரை மணிக்கு மினிபஸ்ஸில் புறப்பட்டு ரயில்வே ஸ்டேசன் சென்றான். இந்த மினிவண்டியை விட்டால் அரக்க பரக்கத்தான் ரயிலைப் பிடிக்கும்படி ஆகும். அது மதிக்கு ஒவ்வாத விஷயம். அங்கு ஓரமாக உட்கார்ந்து காலைச் சாப்பாட்டை ஏழரை மணிபோல் சாப்பிட்டான். எட்டு மணிக்கு மேல்தான் அந்த பாசஞ்சர் வரும். காலையில் சாப்பிட்டதும் வயிற்றைக் கலக்க ஆரம்பித்தது. இக்கட்டான நேரத்தில் வயிற்றைக் கலக்கும்போதுதான் நீண்ட நாட்களாகவே இந்த வயிற்று இம்சை இருப்பதை உணர்ந்தான். அங்கு கழிவறை வசதி இல்லை. ரயிலீல் உபாதையைக் கழிக்கலாம் என்றால் ரயில் வரும்வரை வயிறு தாக்குப் பிடிக்காது போலிருந்தது. அருகில் இருந்த வாழைத்தோப்பு பக்கம் ஒதுங்கினான். ரயிலில் ஏறியபிறகு கழிவறைத் தண்ணீரைப் பயன்படுத்தினான். இந்த அவஸ்தை தினமும் தொடர்ந்தது.

ஒன்பதரை மணிக்கு மேல் வேலை செய்யும் பல்வேறு டெக்ஸ்டைல்ஸ் நிறுவனங்களுக்கு ஆயிரக்கணக்கானவர்கள் ரயிலிலிருந்து இறங்கிப் பிரிந்து சென்றனர்.

ஐந்துமாடி கட்டடத்தில் டெக்ஸ்டைல்ஸ் இயங்கியது. மதி பணி செய்தது மூன்றாவது தளத்தில். ஆயிரக்கணக்கான வெளிநாட்டுக்கு ஏற்றுமதி ஆகும் துணிப்பைகளைக் கொடுத்து அவர்கள் கூறியபடி மடிக்கச் சொன்னார்கள். நின்றுகொண்டே பணி. டேபிள் கிளாத்துகளை சில சமயங்களில் மடிக்க வேண்டியிருந்தது. நீண்ட ஜிப்புவைத்த பர்ஸ்களை ஒருவித கோணத்தில் அழுத்தி மடிக்கும்படி இருந்தது. அவன் இருந்த டேபிளில் அழகான பெண்கள் நெருக்கியடித்து நின்றனர். பசுஞ்சாணம் வாசம் அவர்களிடமிருந்து பெரும்பாலும் வீசியது. விதவிதமான பவுடர் வாசமும் வீசியது. மதி இருந்த இடத்தில் பெண்கள்தான் அதிகம். சேலையில் இருந்த பெண்கள் இடுப்பு மடிப்புகளையும் ஒருபக்க மார்பகப் புடைப்புகளையும் வேலை மும்முரத்தில் மற்றவர்களின் பார்வையில் படுவது குறித்து அக்கறையின்றி இருந்தனர். பூசி மெழுகின உடல்வாகு. மதியின் பார்வைகளில் பல்வேறு தினுசுகள் ஏறிக்கொண்டிருந்தாலும்

மனதில் சலிப்புடன் இருந்தான். பீஸ் துணி பண்டல்களை அந்தக் குறுகிய இடத்தில் எடுத்து வரும்போது எதிரில் வந்த இளம்பெண்ணைக் கவனிக்கவில்லை. இவன் நெஞ்சுக்கு அணைவாகப் பார்வையை மறைக்கும் அளவுக்கு பீஸ்களை அள்ளிப் பிடித்தவாறு கால்களை எட்டி வைத்தான். அவளாவது பார்த்து வரவேண்டும். அவன் புறங்கையில் அவளின் இளம் மார்புகள் மெத்தென்று மோதின. அவன் தடுமாற அவள் எதுவும் யோசிக்காது அவனை அணைத்து விழுந்து விடாமலிருக்க இழுத்துப்பிடித்தாள்.

பாசஞ்சர் ரயில் வந்து நின்றதுதான் தாமதம். கூட்டம் முண்டியடித்து ஏறியது. அவன் கை யாரோ ஒரு பெண்ணின் இடுப்பு மடிப்புகளைப் பிடித்தது. படிக்கட்டின் மேலே ஏறி நிதானித்தபின்தான் அவளை விட முடிந்தது. தெரிந்தே இருந்தாலும் அந்தப் பெண் முகம் சுளிக்கவோ கத்தவோ இல்லை. எட்டுமணி நேரம் நின்றபடியே வேலை செய்வதால் வேண்டுமென்று செய்திருக்க வாய்ப்பில்லை என அவள் கருதியிருக்கலாம் என மதி நினைத்தான். ஆனால் தான் ஒரு சந்தர்ப்பத்தைப் பயன்படுத்திக்கொண்டதாகவே தன்மீதே சந்தேகப்பட்டான்.

அப்போதுதான் அவசரமாக ஏறிவந்த பருத்த பெண் மதி அமர்ந்திருந்த சீட்டில் அவனைத் தள்ளி நெருக்கியடித்து உட்கார்ந்தாள். அவளின் வியர்வை நெடி அவன் நாசியை நிமிண்டியது. அவளின் இடுப்பில் அவனின் இடது முழங்கை இடித்தபடி தடவியது. அந்தப் பெட்டியில் கசகசவென்று கூட்டம் நெருக்கியடித்தது. ஆண்ட்ராய்டு போனை எடுத்து டவுன்லோடு செய்துவைத்திருந்த பகத் பாசில் நடித்த மலையாள படத்தை ஆங்கில சப்டைட்டிலுடன் பார்க்க ஆரம்பித்தான். “நீங்க மலையாளமா?” என்றாள் பருத்த பெண். அவளின் ஈர உதடுகள் அவன் கன்னத்தை உரசியது. இல்லையென தலையசைத்தவனின் கன்னம் அவள் உதடுகளைத் தேய்த்தது. அவள் படத்தில் லயித்திருந்தாள். வண்டியில் சோகையான மஞ்சள் வெளிச்சம் பரவியது. ரயிலின் தடக்தடக் சப்தம் கூட்ட

இரைச்சல்களினூடே ஓடியது. அவளின் மூச்சுக்காற்று தன் கழுத்தில் படருவதை உணர்ந்தான். அவளை ஏறிட்டுப்பார்க்கக் கூசினான். செல்போனை ஒரே தினுசில் பிடித்து அசையாமல் ரயில் ஓட்ட ஆட்டத்துடன் உட்கார்ந்திருந்தான். பருத்த பெண் தனது சேலை முந்தியை அந்தக் கூட்ட நெருக்கடியில் சரிசெய்தாள். அவள் கைகள் அவனைத் தழுவிச்சென்றன. அவன் இறங்கும் இடம் வர எழுந்தான். ஸ்டேஷனின் டியூப்லைட்டுகளின் வெளிச்சம் கண்களில் கூச்சத்தை அள்ளித்தெளித்தபடி பின்னோக்கி ஓடிக்கொண்டிருந்தன. திரும்பி பருத்த பெண்ணின் முகத்தை பார்க்கலாமா என நினைத்தான். வண்டி மெதுவாக நிற்க ஆரம்பித்ததும் கூட்டம் மதியை நெருக்கித்தள்ளி கீழே இறக்கியது.

ஸ்டேஷனுக்கு வெளியே இருளும் வெளிச்சமும் கலந்திருக்க ஆட்டோக்கள் வெளிச்சப்புள்ளிகளை வீசித் திருப்பியபடி உறுமி நகர்ந்தன. ஜனக்கூட்டம் கசகசவென்ற சத்தக்கூப்பாடாக தெருலைட் ஒளிச்சிதறலில் வேகமாக நடந்தன. மதி கால் வலியோடு மெல்லமாக நடந்தான். அவனுக்கான மினிபஸ் சென்றுவிட வரும் வேறொரு பேருந்துக்காகக் காத்திருந்தான் அரைமணி நேரமாக. பசி வயிற்றைக் கிள்ள ஆரம்பித்தது.

வீட்டுக்கு வரும்போது அழகேசன் பெட்டில் உட்கார்ந்து ஸ்டூலில் தட்டை வைத்துச் சாப்பிட்டுக்கொண்டிருந்தார். அப்பா சாப்பிடுவதை அன்றுதான் இருளில் நுழைந்தவாறு எதேச்சையாகக் கவனித்தான். அழகேசனின் வலக்கை இயல்பாக வாயருகில் செல்லவில்லை. ஒரு தினுசாகச் சாய்த்தவாறு முகத்தைத் தணித்து குனிந்து தர கையிலிருந்த உணவு வாய்க்கு சென்றது. மதியின் உச்சந்தலையிலிருந்து பாதம்வரை நரம்பில் சிலிர்ப்பான அதிர்வுகள் ஓட போர்டிகோவில் செருப்பைக் கழற்றினான்.

18

2020

உடல் அசதியாக இருந்ததால் வேலைக்கு மதி போகவில்லை. வீட்டு காலிங்பெல்லை யாரோ அடித்துக் கூப்பிட்டனர். அழகேசன் சத்தம் கேட்டு எழுந்தவர் கேட்டுக்கு வெளியே நிற்பவரைப் பார்த்து, ‘வாங்க வாங்க’ என்பதைக் கேட்டு வெடுக்கென்று எழுந்தான் மதி. உறவினர்களே வராத வீட்டில் ஓய்வெடுக்கலாம் என்றிருக்கும்போதுதானா வரவேண்டும்.

“யாரும்மா..?” என்றான்.

மணிக்கொடிக்கும் வந்தவர் யாரென்று தெரியவில்லை.

“அப்பாவுக்குத் தெரிஞ்சவராட்டுக்கும்..?!” என்றாள்.

எழுந்தவன் கண்ணாடியில் முகத்தைப் பார்த்தவன் அதிர்ந்தான். வலக்கண் சிவந்திருந்தது. இரவில் செல்போனின் ஒளி விழியில் பட்டுத் தாக்கி தனது வேலையை மதியின் கண்களில் காட்டியிருந்தது. உறுத்தலோ எரிச்சலோ எதுவும் தெரியவில்லை. போர்டிகோவில் வந்திருந்தவரிடம் அப்பா பேசிக்கொண்டிருப்பது காதில் கேட்டது. அம்மா அப்பாவுக்கும் வந்தவருக்கும் டீ போட்டு எடுத்துச் சென்றாள்.

அவர்கள் பேசுவதிலிருந்து விஷயம் புரிபட மதி பற்களை நறநறவெனக் கடித்தபடி அம்மாவிடம் சீறினான்.

“இங்கே பொழைக்கிறதே பெரும்பாடா இருக்கு.. இதில கல்யாண புரோக்கரை வரவழைச்சுக் கூத்தடிக்கிறீங்க...?”

மணிக்கொடி அவனை சமாதானப்படுத்தினாள். அவன் குளித்துமுடித்து வந்தபின்னும் அந்தக் கல்யாண புரோக்கர் போகிறமாதிரி தெரியவில்லை. வேற வழியின்றி எங்காவது வெளியே கிளம்பிவிடுவதுதான் சரியெனப் புறப்பட்டான். செருப்பை மாட்டியபோது அழகேசன், “குட்டி.... இவருக்கு நாலைஞ்சு இடத்துல பொண்ணுங்க வீடு தெரிஞ்சுருக்கு...” என்றார்.

மதி அமைதியாக அவருக்கு வணக்கம் வைத்தான்.

“அவருட்ட கொஞ்சம் பணம் கொடு...”

“எவ்வளவு?” என்றபடி பேக்கிலிருந்து பணத்தை எடுத்து அப்பாவை முறைத்துப் பார்த்தபடி அவரிடம் தந்தான்.

வீட்டைவிட்டுக் கிளம்பி முசுகுகந்தபுரத்து லைப்ரரிக்குச் சென்றான். மேசையில் குவிந்திருந்த தினச்செய்தி தாள்களில் மலிந்திருந்த ஊழல் செய்திகளின் நூறுகோடி ஐந்நூறுகோடிகளில் பார்வையை ஓடவிட்டவன் பேப்பரை மேசையில் விட்டெறிந்தான். எதிரில் அமர்ந்து பிரபல வார இதழைப் படித்துக்கொண்டிருந்தவர் பார்வையைத் திருப்பி அவனைப் பார்த்துவிட்டு மீண்டும் புத்தக வரிகளுக்குள் முகத்தைப் புதைத்துக்கொண்டார். வெளியே வந்தவன் அம்மாவுக்கு போன் செய்தான்.

“குட்டி சாப்பிடாம எங்கடா போனே... அவரு போயிட்டாரு வீட்டுக்க வா...”

நின்றுகொண்டே எந்த உத்திரவாதமில்லாத வேலையை செய்யத்தான் வேண்டுமா? கடந்த ஒன்றரை வருடத்து

டெக்ஸ்டைல்ஸ் பணி அனுபவத்தை வைத்து பி.எஃப், இஎஸ்ஐ தரக்கூடிய கம்பெனியை விசாரித்து வேலைகேட்டுப் போனான். சம்பளம் சொல்லிக்கொள்ளும்படி இல்லையென்றாலும் எதிர்காலத்தில் வருட சம்பள உயர்வில் சற்று கௌரவம் கிடைக்க வாய்ப்பிருப்பதாக நம்பி ஒத்துக்கொண்டான். ரயிலைவிட்டு இறங்கியதும் கம்பெனி இருந்ததோடல்லாமல் மதிய சாப்பாட்டு கேன்டீன் வசதி இருந்தது. அம்மா மணிக்கொடிக்கு ஒரு சிரமம் குறைந்ததாக சந்தோஷப்பட்டான். ஸ்டோரில் வரும் பொருட்களை வாங்கி சரிபார்த்து பில்களை ஒப்படைக்க வேண்டும். குவாலிட்டி செக்சன் நபருக்கு வந்திருப்பவற்றிலிருந்து ஒரு பீஸை எடுத்து ஒதுக்கவேண்டும். லேக்கல் கம்பெனிகளிடமிருந்து நீண்ட ஜிப்புகள் அடங்கிய பெட்டிகள் அறுபதுக்கு மேல் வந்தன. அதைப் பிரித்து சரிபார்த்து முடிப்பதற்குள் வெவ்வேறு கூரியர் வாகனங்களிலிருந்து பார்சல்கள் மலையென வந்திருப்பதாகத் தகவல் கேட்டு செய்த வேலையை அப்படியே விட்டுவிட்டு அதைக் கையெழுத்திட்டு வாங்க ஓடினான். பெட்டிகளைத் தூக்க முடியாமல் தூக்கிவைத்தான். குனிந்து நிமிர்ந்து ஓடியாடி செய்த ஒருநாள் வேலையே பல நாட்களாக செய்யும் வேலையாக தோற்ற மயக்கம் தந்தது. பில்களை கிளர்க் பெண்மணியிடம் முறைப்படி தந்தான். அவள் அவனை எவ்வளவு உதாசீனப்படுத்த முடியுமோ அவ்வளவு உதாசீனப்படுத்துவதாக மதி நினைத்தான். ஆறு பெண்கள் அங்கு பணி செய்தும் அவன் பணிக்கு வந்து உதவவில்லை. மதியழகனுக்கும் யார் யாருக்கு என்ன பணி என்றும் புரியவில்லை. அதில் ஒருத்தி காலாட்டிக்கொண்டு மதியை ஏவல் செய்தாள்.

முற்பகல் டீ டைமில் கீழ்தளத்தில் இருந்த அறைக்கு டீ குடிக்கச் சென்றான். யாரும் முகம் கொடுத்துப் பேசவில்லை. அப்போதுதான் மதிக்கு ஒரு விஷயம் உறைத்தது. இந்தப் பகுதியில் கவுண்டர்களுக்கு இணையாக முதலியார்களும் இருக்கின்றனர். ஒத்தை ஜாதியாக மூன்று ஊர்களில் வசிக்க நேர்ந்தாலும் காலம் தன்னை விட்டகுறை தொட்டகுறையாக ஒருவித தூர சொந்த பந்தங்களுக்கிடையே தன்னைச் சேர்த்துவிட்டதாகவே

கருதினான். எல்லாரையும் கம்பீரமாகப் பார்த்தான். டீ கிளாஸை கழுவி வைத்துவிட்டு கீழே இறங்கினான். தான் ஜாதி பார்க்கிறோமா எனக் கேட்டுக்கொண்டான். ஒரு இனக்குழுவாக சேர்ந்திருப்பதுதானே உலக வழமை. இப்படி நினைப்பதில் தவறில்லை என சமாதானப்படுத்திக் கொண்டான்.

மீண்டும் பணி நெட்டித் தள்ளியது. மதியம் சாப்பாடுக்கு காலையில் உள்ளே வரும்போது காசு கொடுத்து வாங்கியிருந்த டோக்கனைக் கொடுத்து ஒரு கப் சாதத்தை வாங்கி உட்கார இடம் தேடினான். ஆண்களும் பெண்களுமாகக் குழுமி ஒரே சத்தக்காடாக இருந்தது. ராயனூர் பேக்கேஜிங் கம்பெனியின் மதிய சாப்பாட்டை நினைத்து பார்த்தான். சாம்பார் பொரியல் ரசம் மோரோடு தரமாக இல்லையென்றாலும் முறையாக இருக்கும். ஒரு கப் புளி சாதத்தில் முகம் சுளிக்க வைக்கும் வீச்சம் இருந்தது.

சாப்பிட்டு வந்தபின் ஒரு பில்லைக் காணவில்லை என அவனைக் குற்றம் சுமத்தினாள் கிளர்க் பெண். தன் நிலை இவ்வளவு கேவலமாக இருப்பதை நினைத்து நினைத்து மனம் கசந்தான். காலாட்டி உட்கார்ந்தபடி அவனை மூன்று பெண்களும் குறுக்கு விசாரணை செய்துகொண்டிருந்தனர். அவன் நின்றுகொண்டிருந்தான்.

அடுத்தநாள் வேண்டாவெறுப்பாகப் பணிக்குப் போனான். இதையும் விட்டால் வயிற்றுப் பிழைப்புக்கு என்ன பண்ணுவது? ரயில் பயணத்தில் கூட்டநெரிசலில் சீட்டில் உட்கார்ந்திருந்த அவன் காலில் சாய்ந்து அணைவாக அந்தப் பெண் உட்கார்ந்தாள். இயல்பாகத்தான் இருப்பதாக நடித்தான். அவள் இன்னும் சாய்ந்து அணைவாக மதியின் தொடையில் தலையை வைத்தாள்.

சீனாவில் ஒரு வைரஸ் பரவுவதாக சமூகத்தளங்களில் விதவிதமான செய்திகள் பரவின. முகக் கவசமும் சானிடைசரில் கைகள் கழுவுவதும் கம்பெனியில் கடைப்பிடிக்கப்பட்டன. உள்ளே நுழைந்ததும் சாப்பாடு டோக்கனை வாங்க காசைக்

கொடுத்தான். டோக்கன் கொடுக்கும் ஆள் அதை மேசையில் விட்டெறிந்தான்.

“உனக்கு என்ன வேலை” என்று கேட்டான்.

சொன்னான். “நேத்துகூட கேட்டீங்களே..?”

“நீ ஸ்டாப் ரூம்ல டீ குடிக்கக் கூடாது..”

எல்லோரும் அவனையே பார்ப்பதுபோல் இருந்தது. தலையைக் குனிந்தபடி செக்சனுக்கு வந்தான். முறையற்ற செயலை செய்வதாகத் தோன்றினால் பக்குவமாக எடுத்துச் சொல்லியிருக்கலாமே. ஆனால் அந்த அறையில் சில லோடுமேன்கள் பெண்களோடு அரட்டை அடித்து டீ குடிப்பதை மதி பார்த்திருக்கிறான். அன்று முழுதும் முகம் இறுகிப்போய்விட்டது. மதியம் சாப்பிட்டதும் வயிற்றைக் கலக்கிவிட்டது. டாய்லெட் பைப்பைத் திறந்தான். தண்ணீர் சத்தத்தோடு பீய்ச்சி அடிக்க, மனம் விட்டு ஏனோ மதி அழுதான்.

சில பண்டல்களை அவனால் எளிதில் நகர்த்தக்கூட முடியவில்லை. அன்று பணி முடித்து ரயில்வே ஸ்டேஷனில் ஆள் அரவமற்ற பகுதியில் அமர்ந்து அம்மாவுக்கு போன் செய்தான். இயல்பாகத்தான் நடந்தவற்றைக் கூறி பேசிக்கொண்டிருந்தவன் தன்னையும் அறியாமல் அழுதான்.

“எங்கே தப்பு செஞ்சேன்னே தெரிலைம்மா... ராயனூர் கம்பெனியிலதான் கடைசிவரையில வேலை செய்வேன்னு நினைச்சேன்மா... பதிமூனு வருசத்துகிட்டே ஒரே கம்பெனில மனசுக்குத் தகுந்த வேலைன்னு சந்தோஷப்பட்டதெல்லாம் முதலாளியின் அரசியல் ஆசையால் சிதறிப் போயிடுச்சும்மா. இங்கே வேலை செய்றது, செக்சன்ல இருக்கிற பொம்பளைங்க என்னை நடத்துறது எல்லாமே ரொம்ப அவமானமா இருக்கும்மா...”

“எதுக்கு குட்டி அழுவுற... வீட்டுக்கு வா பேசிக்கிடலாம்... தைரியமா இருடா.”

மதியம் கேன்டீனில் சாப்பிட்டதிலிருந்தே குமட்டிக்கொண்டே வந்தது. தூரத்தில் ரயில் வரும் சத்தம் கேட்டது. எதுக்களிப்பு வர வாந்தி எடுத்தான். வீட்டுக்கு வந்தபோது அழகேசன் சாப்பிட்டுவிட்டுப் படுத்துவிட்டிருந்தார். அம்மா அன்று அவனுக்குப் பிடித்த முருங்கைக்கீரைப் பொரியலைச் செய்திருந்தாள்.

சிலமணி நேரங்களுக்கு முன் போனில் அவன் அழுததைக் குறித்து மணிக்கொடி எதுவும் கேட்கவில்லை. அவனும் எதுவும் பேசாமல் அடித்துப்போட்டது போல் தூங்கினான். காலையில் எழுந்தபோது உடம்பெல்லாம் முறுக்கி எடுத்தது போல் வலித்தது. சோம்பல்படாமல் கிளம்பிவிடவேண்டும். மனதுக்குள் ரயிலில் கூட்டநெரிசலில் நெருங்கி நிற்கும் பெண் ஸ்பரிசங்களை அசைபோட்டான்.

ரயில்வே ஸ்டேஷனை நெருங்கும்போதுதான் சமூக வலைதளங்களில் நாளுக்குநாள் சீனாவில் பரவி பாடாய்ப்படுத்தும் வைரஸ் குறித்த செய்திகள் நினைவுக்கு வந்து மதியைக் குழப்படி செய்தன. இந்தியாவில் எந்தப் பிரச்சனையும் இல்லை என்பதான மாயத்தோற்றமே நிலவியது. ரயிலில் யாராவது தும்மினால் மதி கர்ச்சீப்பை எடுத்து மூக்கில் கட்டிக் கொண்டான். அவனை எல்லோரும் விசித்திரமாகப் பார்த்தனர். யாரோ ஒரு பெண், 'நெருக்கமாக நிக்காதீங்கய்யா...' என்று கத்துவது கேட்டது. ஒருவர் மூச்சுக்காற்று ஒருவர்மீது படும்படியான இந்தப் பயணத்தில் நாளை வைரஸ் புகுந்தால் என்னாவது? மதிக்கு வேறொரு கவலை பிடுங்கித் தின்றது. இனி பஸ் ரயில் கூட்டநெரிசலில் கிடைக்கும் பெண் ஸ்பரிசம் கூட இனி கேள்விக்குறிதானா..?

அன்று இரவே இந்திய அரசு ரயில் போக்குவரத்தை அடியோடு நிறுத்தியது. தொலைக்காட்சிகள் பரபரப்புச் செய்திகளை வாரித் தெளித்து பயத்தை அதிகரித்துக்கொண்டிருந்தன.

அழகேசன், "உலகத்துக்கு அழிவு காலம் வந்துடுச்சு..." என்றார். இருளும் தொலைக்காட்சியின் ஒளியும் அழகேசனின்

முகத்தில் பட்டு விகாரமாகத் தோன்றியது மதியழகனுக்கும் மணிக்கொடிக்கும். மதி அம்மாவிடம் அப்பாவிடம் கொரோனா வைரஸ் குறித்த முன்னெச்சரிக்கைகளைக் கூறினான்.

“குட்டி... அவருல்லாம் அதைக் கேக்க மாட்டாருடா...”

ஊரடங்கு நிலவிய மதியப்பொழுதில் அழகேசன் வண்டியை எடுத்துக்கொண்டு கிளம்புவதைப் பார்த்தான். இவருக்கு எப்படி புரியவைப்பது என மதி குழம்பினான். இரவு தேவையான மாத்திரைகள் வாங்கி வைத்துக்கொள்ளும்படி அப்பாவிடம் சொன்னான்.

“மாசம் மாசம்தான் தருவானுங்க... நம்ம இஷ்டத்துக்குத் தர மாட்டாங்கடா...”

கடைக்கு சோப்பு வாங்க வந்தவரிடம், “அடுத்த வருசம் எலக்சனாவது நடத்துவானுங்களா..?” என்று வாயைக் கிளறினார்.

“கருணாநிதியும் ஜெயலலிதாவும் இல்லாத தேர்தலாக அது இருக்கும். இப்படில்லாம் நடக்கும்னு யாராவது போன வருசம் நினைச்சுதான் பாத்திருப்போமா... எலக்சனும் அப்படித்தான். என்ன வேணாலும் நடக்கலாம்...”

தேர்தல் நடந்தால் இந்தமுறை திமுகவுக்குதான் வாய்ப்பு என்று சமூக வலைதளங்களில் உலவிய கணிப்புகளை வைத்து மதி தெம்பாக இருந்தான். எப்படியும் ராயனூர் கம்பெனி முதலாளி சீட்டு வாங்கிவிடுவார். பேக்கேஜிங் கம்பெனி மீண்டும் தலைதூக்கி எழுந்துவிடும். பழைய சம்பள பாக்கிகளைத் தராவிட்டாலும் ஒரு வேலை கிடைத்துவிட்டால் போதும் என்றிருந்தது மதிக்கு. கம்பெனி பஸ் கேன்ட்டீன் சாப்பாடு... வாழ்வாதாரத்துக்கு மனசுக்குப் பிடித்த வேலை. நினைக்கும்போதே மனதில் நிம்மதியும் சந்தோஷமும் அப்பிக்கொண்டது.

ஊரடங்கின் நீட்டிப்பு ஒருபக்கம் பயத்தையும் கிடைத்த

வேலையும் பறிபோகுமோ என்கிற சந்தேகத்தையும் தந்தது. போக்குவரத்தே அற்றுப்போனதால் கொஞ்சம் தெம்பாக இருந்தான். போக்குவரத்தை நிறுத்திவிட்டு நேரச் சலுகையோடு கடைகள் திறக்க அரசு அனுமதி வழங்கிய அன்று நடு இரவு அழகேசன் அரற்றுவது கேட்டது.

மணிக்கொடியிடம், “போர்வையை எடுத்துப் போர்த்துடி குளுருது...” என்றார் அழகேசன். மதிக்கு ஏனோ சந்தேகம் வர “ஆஸ்பத்திரிக்குப் போலாமா?” என்றான்.

“அதெல்லாம் காலைல போயிக்கலாம்... நீங்க படுங்க.” என்றவரின் குறட்டைசத்தம் கேட்டு மதியும் அம்மாவும் ஒருவரை ஒருவர் பார்த்துக்கொண்டனர். மதி வெகுநேரம் தூங்கிவிட்டது அறிந்து குற்றஉணர்வுக்கு ஆளானான். இரவு அழகேசனின் அரற்றல் இப்போது எப்படி இருக்கிறது என அறிய வராண்டாவில் அழகேசனைப் பார்க்க வந்தான். அழகேசனும் போர்டிகோவில் நிற்கும் வண்டியும் அங்கில்லை. சமையல் வேலையாக இருந்த மணிக்கொடி அவனைப் பார்த்துச் சிரித்தாள்.

“ஆஸ்பத்திரிக்கிப் போயிட்டு வரேன்னு டீ குடிச்ச கையோட கிளம்பிட்டாருடா குட்டி...”

மதிக்கு மனசு நிலைகொள்ளாமல் தவித்தது. அவருக்குத் தன்னால் என்ன உதவியைத்தான் செய்ய முடிந்திருக்கிறது... ஏன்தான் இத்தனை வயதுக்கப்புறமும் இப்படி இயலாமையில் சிக்கித் தவிக்கிறோம் என்றிருந்தது. அப்பாவுக்கு உதவியாக அவனல்லவா உடன் சென்றிருக்க வேண்டும். எப்போது வீட்டுக்கு வருவார் எனப் படபடப்போடு காத்திருந்தான். மதியம் தாண்டி வெயிலுக்குப் பாதுகாப்பாகத் தலையில் துண்டை சும்மாடுகட்டி வண்டியைத் தடுமாறியபடி போர்டிகோவில் ஏற்றிக்கொண்டிருந்தார். மதி ஓடிப்போய் வண்டியை வாங்கி உள்ளே தள்ளிவைத்தான். அழகேசன் வயதிலும் உடல் தேகத்திலும் தளர்ந்துபோயிருப்பதைப் புதிதாகப் பார்ப்பவன்போல் பார்த்தான். அழகேசன் மூச்சிரைப்போடு

உட்கார்ந்தார். சிறு கடையை எடுத்து வைக்கவில்லை. சாப்பிட்டவர் படுத்துவிட்டார்.

பேருந்துப் போக்குவரத்து மீண்டும் ஆரம்பித்து ஊரடங்கு சில சலுகைகளோடு நீடித்திருந்த ஒரு முற்பகலில் வாங்கிச் சேர்த்திருந்த மதுபான பாட்டில்களை மூன்று சிறுமூட்டைகளாகக் கட்டி சிரமத்துடன் வண்டியை ஸ்டார்ட் செய்த அழகேசன் மெல்ல ஊர்ந்து மெயின் ரோட்டுக்கு வந்தார். பழைய பொருட்கள் வாங்கும் கடை அன்று திறக்கவில்லை. சிரமத்துடன் வீடு திரும்பினார். மிகவும் களைப்பாக உடல் இருந்தது.

அன்று மாலை மதி தனது அறையில் ஏதோ எழுதிக்கொண்டிருந்தான். அவன் காதில் அழகேசன் கூப்பிடுவது விழுந்திருக்கவில்லை.

“குட்டி.... காசு இருந்தா தர்றீயா?”

மீண்டும் குரல் கேட்டுத் திரும்பியவன் சட்டென்று எழுந்தான். எழுதிக்கொண்டிருந்த தாள்கள் அட்டையோடு கீழே விழுந்தன.

“பல் வலிக்குதுடா... காசு கொடு. டாக்டர்கிட்டே போயிட்டு வரேன்...” சுவரைப் பிடித்தபடி நைந்த குரலில் கேட்டார். மதியின் மனதை அந்தக் குரல் மிகவும் நொறுக்கியது.

“நானே சிரமத்துல இருக்கேன். குடிக்கிறதுக்கு ஏதும் கேட்கறீங்களா... டாஸ்மாக் ஒருநாள்தான் திறந்தாங்க. இப்ப சாத்திட்டாங்க...”

“குடிக்கறதில்லைடா நானு...” என்று கூறிவிட்டு தளர்ந்த நடையில் போர்டிகோவில் இருந்த சேரில் உட்கார்ந்தார். ஐந்நூறு ரூபாயை எடுத்துச் சென்று தந்தான். உடனே கிளம்பினார். மணிக்கொடியும் அவனும் தவிப்புடன் காத்திருந்தனர். இரண்டுமணி நேரம் கழித்து வந்தவர் மூன்று நூறு ரூபாய்த் தாள்களை அவனிடம் மீதியாகத் தந்தார்.

அம்மாவிடம் பணத்தைத் திருப்பித் தந்துவிடட்டுமா அவரிடம்

என்றான். அவள் வேண்டாம் மீண்டும் கேட்கும்போது தரலாம் என்றவள் நீ போய் பல் டாக்டர் என்ன சொன்னாருன்னு கேளு என்றாள்.

“மாத்திரை கொடுத்தார்... ஊசி போட்டார்...” என்றார் அழகேசன். வாயில் என்னவோ மென்றுகொண்டிருந்தார். சில்லி சிக்கன் காரநெடி வெங்காய வாசனையோடு காற்றில் தவழ்ந்து வந்தது. மனசுக்குள் சிரித்தபடி திரும்பினான். வீட்டுக்குள் டீ.வி பார்த்துக்கொண்டிருந்த அம்மாவிடம் அதைச் சொன்னான். இருவரும் அழகேசனின் காதில் விழாத அளவிற்கு தங்களுக்குள் அழகேசனைப் பற்றிச் சொல்லிச் சிரித்துக்கொண்டனர்.

19

2021

ஒரு லேப்டாப் வாங்கிவிட்டால் நன்றாக இருக்கும் என்று மதி நினைத்தான். புதிதாக வாங்க பட்ஜெட் உதைத்தது. பழையது இருக்கிறது எனக் கேள்விப்பட்டு அந்த கம்ப்யூட்டர் சென்டருக்குச் சென்றான். வாங்கிக்கொண்டு வீட்டுக்கு வரும்போது தனக்குள் ஒரு நம்பிக்கை விதை முளைத்து எழுவதாக உணர்ந்தான். அது மிகையான கற்பனையாகவும் அவனுக்குள் திரும்பி முகிழ்த்தது. இப்போதெல்லாம் மெயிலில் கதையை அனுப்பச்சொல்லி எத்தனை அறிவிப்புகள். எம்மெஸ் டாக். என்கிற வார்த்தைகள் பலமுறை அவனுக்குள் சுற்றிச் சுழன்று திணறடித்தது. கை சுட்டுவிரல் மின் எரிச்சலில் சூடேற செல்போனிலேயே ஒருமுறை சிறுகதையொன்றை டச்சிட்டு மெயிலில் அனுப்பியிருந்தான். குரலொலி மூலமும் டைப் செய்யலாம் என்பதுகூட அவனுக்கு அப்போது தெரியவில்லை. இன்னும் இந்த ஆண்ட்ராய்டு போனில் தெரியாதது எவ்வளவு இருக்கிறதோ என தனக்குள் அங்கலாய்த்துக்கொண்டான். இப்போது அதற்கெல்லாம் விடிவை பழைய லேப்டாப் தந்துவிடும் என்று அம்மா மணிக்கொடியிடம் சந்தோஷம் கொப்புளிக்கச் சொன்னான்.

தேர்தல்தேதி அறிவித்தபின் ராயனூர் பேக்கேஜிங் கம்பெனி முதலாளிக்கு திமுக தலைமை வேட்பாளர் பட்டியலில் இடம் தரவில்லை. மதியின் எதிர்பார்ப்பு பொசுங்கியது. ஒருவேளை ஆட்சிக்கு வந்தால் அவருக்கு உதவுவார்களாக இருக்கும். கட்சிக்காக எவ்வளவு செய்திருக்கிறார் என்று நினைத்துக்கொண்டான்.

கொரோனாவின் இரண்டாம் அலை சென்னையைப் பாடாய்படுத்திக்கொண்டிருப்பதாக செய்திகள் அலறின. தேர்தல் முடிவுகள் திமுகவிற்கு சாதகமாக அமைந்து ஆட்சியைப் பிடித்தது.

“என்னடா எம்ஜீயாரு கச்சி தோத்துப்போச்சா?” என்றுதான் அவனிடம் அழகேசன் கேட்டார். அதில் வருத்தமோ சந்தோஷமோ எதுவும் அவர் குரலில் இருப்பதாகத் தெரியவில்லை. வெளியே லேசாக மழை தூறிக்கொண்டிருந்தது.

புதிதாக ஆட்சிக்கு வந்தவர்கள் கொரோனாவின் வீரியத்தைக் கணக்கில்கொண்டு போக்குவரத்தை நிறுத்தி ஊரடங்கை அமல்படுத்தினர். ஊருலகம் விசித்திரமான பழக்கவழக்கங்களுக்குள் நுழைந்துகொண்டிருப்பதாக அழகேசன் எண்ணினார். மாத்திரைகளைச் சாப்பிட்டு இரும்புக் கட்டிலில் படுத்தவர் மதியைக் குறித்து பலத்த யோசனைக்கு ஆளானார். கட்டிலில் இருந்து விழுந்துவிட்டதாக தடிமனான இந்த இரும்புக் கட்டிலை இரண்டு மூன்று வருடங்களுக்கு முன் வாங்கி வந்தான். அன்று அவன் கையைப் பிடித்துத் தொய்ந்திருந்த பிளாஸ்டிக் பட்டை நாடாகட்டிலிருந்து தம் கட்டி சிரிப்போடு எழுந்த நினைவு புரண்டது. சொர்ணம் என்ன அழகேசு என்றாள். அவள் ஈர உதடுகள் அழகேசனின் முடிகள் நிரம்பிய நெஞ்சுக் கூட்டில் உரசியது. அவளின் நீண்ட முடியினை ஒதுக்கி வாரி அணைத்தார். தொப்புள் சுழியினூடே கவிழ்ந்திருந்த காமரூபம் மேலெழுந்து அலையடித்தது. மணலூரின் கடைவாசல் முன் படுத்திருந்த கற்றாழை நார்க்கட்டிலைப் பிடித்தபடி கணவனை இழந்திருந்த மங்களம் அழகேசனின்

காலை வருடி அழைத்தாள். சந்துப் பிரச்சனைய பூதாகரமாக்கி வந்த புதிதில் சண்டையிட்டவளின் மூத்த மகள் மங்களம், அழகேசனின் மேல் தனது கீற்றுக்கொட்டகை வீட்டில் விழுந்து புரண்டாள். சுண்ணாம்புக்காரை வீட்டுச்சுவரையும் மீறி மணிக்கொடியின் இருமும் சத்தம் மெலிதாக அழகேசனின் காதில் விழுந்தது. செல்லப்பெருமாளின் மனைவி தனது ஒல்லியான தேகத்தில் நிர்வாணமாக வந்தவள் உடையான்குளம் புதூர் வெங்காயப்படப்பில் அழகேசனை உதடு சுழித்துத் தள்ளி நெஞ்சில் பட்டும்படாமல் தனது காலை வைத்தாள். இரவுகளின் மின்மினிப் பூச்சிகளின் ஒளிச்சிதறல்கள் தலைமலை காட்டில் தெறித்து விழுந்தது. சீட்டுப்பணத்தைக் கைகளில் தந்த ஆசாரி மணியின் மனைவி லோகாம்பாள், அழகேசனை வீட்டினுள் இழுத்தாள். நோய்வாய்ப்பட்ட அவள் கணவனின் மெல்லிய குறட்டை ஒலிக்கிடையே லோகாம்பாளின் அணைப்பு மதிய பகல் வெக்கைகளுடன் கலந்து கரைந்து கொண்டிருந்தது. ஊர் பேர் தெரியாத புஷ்டியான அந்தப் பெண்ணின் தலைமுடிகளில் கலந்திருந்த சீகைக்காய் மணமும் ஆஸ்பத்திரி வார்டில் வீசிய மருந்து நெடியுமுமாக உதடுகளைப் பற்றினாள்.

“ஏங்க... என்னங்க பண்ணுது...”

அழகேசனுக்கு சாம்பல்பூத்த வெளியில் மணிக்கொடியின் நரையோடி தளர்ந்த முகம் நிழலாடியது.

“ம்மய்யக்கமாருக்குதுடி....எந்நதரீக்க...” வாய் குழறியது.

பதற்றத்துடன் மதியை எழுப்பினாள். இரவு வெகுநேரம் செல்போனையும் லேப்டாப்பையும் நோண்டிக் கொண்டிருந்ததால் தூக்கம்கெட்டு மனஉளைச்சலோடு அம்மாவின் பதற்றக் குரலுக்கு எழுந்தான். அவள் சொன்னதைப் புரிந்துகொள்ளவே சில நொடிகள் ஆனது. மனம் படபடக்க அப்பா படுத்திருந்த இடத்துக்கு வந்தான். ஏன் வராண்டாவில் படுக்காமல் போர்டிகோவில் படுத்திருக்கிறார்? படுத்தபடியே வாயில் கசக்கும் உமிழ்நீரை அழகேசன் எவ்வித் துப்பியபடி இருந்தார். எதுவோ மாறுபாடாக நடப்பதுபோல் மனதில்

உணர்ந்தான். அதற்குள் அருகிலிருந்தவர்களிடம் மணிக்கொடி உதவி கேட்க நூற்றியெட்டுக்குப் போன் செய்தனர் அவர்கள். நூற்றியெட்டு ஆம்புலன்ஸில் வந்தவர்கள் அழகேசனைத் தொடாமல் விலகி நின்றனர். “மாஸ்க்கைப் போடுங்க... மாஸ்க்கைப் போடுங்க...” என்று மட்டும் கத்தினர். அழகேசன் தனது துண்டைக் கழுத்து வழியே சுற்றி முகத்தையும் வாயையும் மூடிக்கொண்டார். நிற்கவும் நடக்கவும் முடியாமல் தடுமாறினார். விலகி நின்றவர்கள் விலகி நின்றே இருந்தனர். சிலர் தூரத்திலிருந்தே எட்டிப்பார்த்தனர். மணிக்கொடியும் மதியும் அழகேசனைப் பிடித்து ஆம்புலன்ஸில் மேலேற்றினர். நிதானமில்லாத சுய நினைவு பிசிறடிக்க அழகேசன் கோணல்மாணலாக ஏறிப்படுத்தார். வண்டி மெயின் ரோட்டில் சீறியபோது அதன் ஹாரன் ஒலியைக் கேட்டவர்கள் மூக்கை பொத்தி பம்முவதை வண்டி கண்ணாடி ஜன்னல் வழியே கண்டான் மதி. வண்டி தாலுகா மருத்துவமனைக்குள் நுழைவதற்குள் மணிக்கொடி நாலைந்து தடவைக்கு மேல் போன் செய்துவிட்டாள். வண்டியில் ஏறுவதற்கு முன், “நீய்ய்ம் வ்வாட்டி...” என்று அழகேசன் ஏக்ககுரலில் குழறலுடன் அம்மாவைக் கூப்பிட்டதை மதிதான் வர இருந்த மணிக்கொடியைத் தடுத்தான். இறங்கும்போதுகூட தாலுகா அரசு மருத்துவமனையிலிருந்து யாரும் உதவிக்கு வரவில்லை. உள்ளே நுழைந்து சக்கர நாற்காலியோடு மருத்துவப் பணியாளைக் கூட்டிவந்தான். கர்ப்பத்துடன் இருந்த செவிலியர் பெண் ஆடியசைந்து அலட்சிய மனோபாவத்துடன் இசிஜி எடுத்தாள். ரத்தம் எடுக்க வந்தவன் இடது கையில் ரத்தமே வரவில்லை என்றான். அழகேசன் வலது கையைக் காட்டினார். பரிசோதனை முடிவு நாளைக்குதான் கிடைக்கும் என்றான். அழகேசனைப் பரிசோதித்த இளம் மருத்துவப் பெண் மற்றொரு நர்ஸைக் கூப்பிட்டு ரத்தப் பரிசோதனை முடிவை வாங்கிவரச் செய்தாள். வெளியே உட்காரச் சொன்னார்கள். அன்று சாப்பிடவேண்டிய மாத்திரைகளைக் கொடுக்கச் சொன்னார்கள். ஏதேனும் சாப்பிடவைத்துக் கொடுக்க வெளியே வந்தான். ஓட்டல் எதுவுமில்லை. தள்ளுவண்டியில் கம்மங்கூழ் விற்பவன்

தெரிந்தான். ஒரு சொம்பு வாங்கி அப்பாவிடம் தந்தான். சிறிது குடித்தவர் நெஞ்சில் கரிப்பதுபோல் இருப்பதாக சைகையில் சொன்னார். மீதியை அவனிடம் குடிக்கக் கொடுத்தார். உள்ளே படுக்கச்சொல்ல மீண்டும் சக்கர நாற்காலிக்காரனைத் தேடி ஓடினான் மதி.

இளம் பெண் மருத்துவர் அழைக்கிறாள் என்று கூப்பிட வேகமாகச் சென்றான்.

“சில நாட்களாக மாத்திரை சாப்பிடாமலேயே இருந்துருக்கார்... மாத்திரையை நிறுத்தாம தொடர்ந்து சாப்பிடச் சொல்லுங்க... எல்லாமே நார்மலாகத்தான் இருக்கு. கொரோனா நோயாளிங்களுக்காக நாலு பெட் ஒதுக்கிட்டாங்க... அப்படி யாராவது வந்துட்டா உங்க அப்பாவுக்குப் பிரச்சனையாயிடும். வீட்டுக்குக் கூட்டிட்டுப் போங்க. நாளைக்கு மீண்டும் கூட்டிட்டு வாங்க...” என்றாள்.

“நேற்று கடையில் புரோட்டா வாங்கி சாப்பிட்டதா சொன்னாரு... அதையெல்லாம் கொடுக்காதீங்க...”

மறுபடியும் மறுபடியும், “நல்லா பாருங்க டாக்டர்...” என்றான்.

“வீட்டுக்குக் கூட்டிட்டுப் போங்க... இங்கே இருக்கறது டேஞ்சர்.” என்றாள்.

எப்படி வீட்டுக்கு அழைத்துச்செல்வது? ஒரு ஆட்டோவும் நிறுத்துமிடத்தில் இல்லை. கம்மங்கூழ் விற்பவனையே தஞ்சமடைந்தான் மதி. அவனும் யார்யாருக்கோ போன் செய்தான்.

“ஆஸ்பத்திரி பக்கம் வரதுக்கு யோசிக்கிறானுங்க...” என்றவர், தொடர்ந்து வேறு யாருக்கோ முயற்சி செய்தார்.

“நாச்சியப்பா... நமக்கு வேண்டியப்பட்டவருய்யா... சித்த வாய்யா...” என்று மதியை முன்பின் அறிந்திராத கம்மங்கூழ்காரர் சொன்னார். அவரைக் கனிவுடன் பார்த்தான் மதி. ஆட்டோ வந்தது.

அழகேசனை மருத்துவமனையின் உள்ளே படுக்க வைத்திருந்தனர். 'எங்கே போயிருந்தீங்க அழைச்சிட்டுப்போகச் சொல்லிட்டாங்க...' ஒரு வெள்ளுடைக்காரி சொன்னாள். அழகேசன் படுத்திருந்த பெட்டில் ஈரமாக இருந்தது. தன்னையும் அறியாமல் அழகேசன் சிறுநீர் கழித்திருந்தார். “அப்பா” என்றான். கண்ணைத் திறந்தவர், “யாருக்கும் காசு எதுவும் கொடுக்காதே... செலவெல்லாம் பண்ணாதேடா...” என்றார். மதிக்குக் கண்களில் நீர் கட்டியது. “இனிமே நல்லரிசி சாப்பாடா சாப்பிடலாம். புழுத்துப்போன ரேசனரிசி வேண்டாம்... நான் சொல்றதைக் கேட்டுக்கணும்...” என்றான் மதி அப்பாவின் காதில். அந்த இளம் பெண் மருத்துவரிடம் ஓடினான். அவள் அலட்டிக்காமல் பெரிய டாக்டர் கூட்டிட்டுப் போகச் சொல்லிட்டார் என்றாள். அழகேசனை சிரமத்துடன் வீல்சேரில் அமரவைத்து உருட்டிவந்து நின்ற ஆட்டோவில் ஏற்றினான். அழகேசனின் லுங்கி அவிழ்ந்தது. தடுமாறி உட்கார்ந்தவருடன் வீட்டுக்கு வந்தான். அழகேசனை ஆட்டோவில் இருந்து இறக்குவதற்கு சிரமப்பட்டான். வீட்டுக்குப் பின் பகுதியில் அரட்டையடித்து உட்கார்ந்திருந்த இளம் பையன்களை மணிக்கொடி கூப்பிட்டாள். அவர்கள் அழகேசனைக் குண்டுகட்டாகத் தூக்கிப் படுக்கையில் படுக்கவைத்தனர். மதியம் கஞ்சி சாப்பாட்டைக் கரைத்து அழகேசனை சிரமத்துடன் உட்காரவைத்து மதி புகட்டினான். குடித்துவிட்டுப் படுத்தவர் மணிக்கொடியைப் பார்த்து, “தான் எதுவும் சொல்லலை” என்பதைக் குழறிச் சொன்னார். வாயின் ஓரத்திலிருந்து சாப்பிட்ட கஞ்சி எதுக்களித்து வெளிவந்தது. அம்மா துடைத்துவிட்டாள். மதியைப் பார்த்து “இனி நீய்யு சொல்றதைக் கேக்கறேன்” என்றார். அவருக்குள் மதியின் முகம் கனிவாக இறங்கியிருந்தது. அவனுக்கு ஒரு கல்யாணத்தைப் பண்ணி வைக்கமுடியாத காலவக்கிரத்தைக் கசப்போடு வெளித்துப்பினார். சீட்டுப் பண விவகாரம் சுழற்றி அடிக்காமல் இருந்திருந்தால், அவனும் பிள்ளைகுட்டியோடு இருந்திருப்பான். தனது எதுக்களிப்புகளைத் துடைக்கும் மணிக்கொடியை விழிகளை மேல்தூக்கிப் பார்த்தார். சுருக்க முகரேகையிலும் அன்று பூத்த மலராக இருக்கிறாள். இவளுக்கு தான் என்ன

செய்தோம். சில கோயில்களைத் தவிர வேறெதற்கும் கூட்டிச் சென்றதில்லை. பலமுறை கோபத்தில் அடித்ததைத் தவிர எதுவும் மிச்சமில்லை. மூச்சு இதமாக ஏறி இறங்கி கண்கள் உறக்கத்துக்குச் சென்றது. சொர்ணத்தின் முதல் தொடுகை காற்றில் கரைந்தது. மணிக்கொடி வெட்கம் மிளிர மல்லிகை வாசத்துடன் அழகேசனின் மடியில் தவழ்ந்தது நினைவின் சரடுகளில் இருந்து திப்பிதிப்பியாக உதிர்ந்தது.

மணிக்கொடி மதியழகனைச் சாப்பிட்டுவரச் சொன்னாள். மணி மதியம் ஒன்றரை ஆகியிருந்தது. தான் காலையிலிருந்து சாப்பிடவில்லை என்பதை உணர்ந்தான். மருத்துவமனையில் பாதி குடித்த கம்மங்கூழை அப்பா அவனிடம் குடிக்கச்சொல்லி தந்ததைக் குடித்ததுதான். அம்மா வைத்திருந்த ரசத்தை ஊற்றி இரண்டு வாய் சாப்பிட்டிருப்பான்.

“குட்டி...” என்ற அம்மாவின் குரலைக் கேட்டு ஓடினான். அழகேசன் தனது வாழ்வின் பயணத்தை முடித்திருந்தார். மதியால் அதை ஏற்றுக்கொள்ள முடியவில்லை. நூற்றியெட்டுக்கு போன் செய்தான். வந்தவர்கள் அழகேசனின் நாடி பிடித்துப்பார்த்து உயிர் பிரிந்துவிட்டதாக உறுதிபடுத்தினர். காலையிலிருந்து நடந்ததை அவர்களிடம் மனக்குமுறலுடன் கூறினான். கேட்டவர்கள் ‘தனியார் ஆஸ்பத்திரிக்குக் கூட்டிச்சென்றிருந்தால் பிழைக்க வைத்திருக்கலாம்’ என்று மதியின் மனதில் அழிக்கமுடியாத வடுவை ஏற்படுத்திச் சென்றனர். வீட்டுக்குள் வந்தவன் வாய்விட்டுக் கதறி அழுதான். அக்கம் பக்கத்தவர் ஒரு சிலர் எட்டிப்பார்த்துவிட்டு வாய் மூக்கை பொத்தியபடி உடனே சென்றுவிட்டனர். அழுது நிதானத்துக்கு வந்திருந்த மணிக்கொடி நீண்ட தூரத்தில் இருக்கும் உறவுகளுக்கு போன் செய்து துக்கத்தைச் சொல்ல ஆரம்பித்தாள்.

அங்கிருந்தவர்கள் “மணலூர் சாலிய செட்டியாருதானே... மூணுமணி நேரமாச்சி... ஒருத்தரையும் காணோம்..?” என்றனர். கேட்டவர்களுக்கு உடைந்தழுத வார்த்தைகளைப் பதிலாகத் தந்தான். இரவு ஏழை நெருங்கி இருந்தது. பந்தல் தனசேகர்

வந்தார். எல்லாத்தையும் நல்லபடியா முடிச்சுக் கொடுங்கண்ணே என்று சரணாகதி அடைந்தான்.

“எல்லாத்தையும் அப்பா பாத்துக்கிடுவாருன்னு இத்தனை வயசுவரை இருந்துட்டேண்ணே... இப்பவும் அப்படித்தாண்ணே நினைக்கத் தோனுது... நான் செத்துப்போயிட்டேன்டா... நீதான்டா எல்லாம் எடுத்துச் செய்யணும்னு அவர் பின் மண்டைல அடிச்சு சொல்ற மாதிரி இருக்குண்ணே...” என்றழுதான்.

“அழாதேடா... நல்லபடியா அப்பாவைக் கரையேத்திடலாம். மனசை உட்றாதே. குறையில்லாம முடிச்சுத் தரேன்...” இதுவரை பழகியிராத பந்தல் தனசேகர் அவனுக்கு ஆறுதலை வார்த்தைகளில் தெளித்தார். ஆட்களை விட்டுக் கண்ணாடிப் பேழைக்குள் அழகேசனை வைக்கச்செய்தார்.

சத்திரத்தில் இருக்கும் தங்கராசு காலையில் வருவதாகச் சொன்னார். அழகேசனின் பெரியநாயகியக்காவின் பையன் சுப்பிரமணி, ‘நா தங்கராசு மாமனோட காலைல வரேன்’ என்றான். பஸ் போக்குவரத்து துண்டிக்கப்பட்டிருந்தது. எல்லோரும் தொலைதூர மாவட்டத்தின் உட் கிராமங்களில் இருந்தனர். எவரேனும் வரக்கூடும். அக்கம்பக்கத்தில் இருந்த இருவர் தோசையும் உப்புமாவும் கொடுத்தனர். கண்ணாடிப்பேழையில் இருந்த அழகேசனின் தலைமாட்டுக்கு அருகே அகல்விளக்கை மணிக்கொடி பொருத்திவைத்தாள்.

“வாய்மூடி தூங்கினாப்புலயே இருக்காருடா அப்பா...” என்றாள்.

தூரத்து சகோதரி முறை கொண்ட ஒருத்தி இ-பாஸ் துணைகொண்டு காரில் கணவனோடு வந்திருந்தாள். ஆனால் வரும் வழியில் யாரும் இடைமறித்து எதுவும் கேட்கவில்லை என்றாள். கண்ணாடிப்பேழைக்கருகேயே விழித்தபடி மதியும் மணிக்கொடியும் அந்த இரவுப் பொழுதைக் கழித்தனர். காலையில் தங்கராசு தனது பளபளக்கும் காரில் தனது மகன் மற்றும் சுப்பிரமணியோடு வந்தார். வந்தவர்கள் மதியைப்

பார்த்தும் பார்க்காமல் இளக்கார முகபாவத்தோடு சிரித்ததை ஒருகணத்தில் கண்ட மதி மனசுக்குள் நொறுங்கினான்.

வந்தவர்கள் ஒவ்வொன்றாக சடங்கு சாமான்களை வாங்க மதியை ஏவினர். பந்தல் தனசேகர் வசம் பொறுப்பை ஒப்படைத்து இருப்பதால் வார்த்தைகளால் அவர்களைச் சமாளித்தான். அக்கம்பக்கத்தவர்கள் பத்திருபது பேரோடு சடங்குகள் நடந்தன. அழகேசனின் தலையில் எண்ணெய் தடவச் சொன்னார்கள். நரையோடிய தலையை வருடினான். அப்பாவின் கையை ஆதுரமாகப் பிடித்த ஒரு நினைவும் மதியின் வசம் இல்லை. ஏன்? ஒரே பையன் என்ற ரத்தபாசத்துடன் அவர் எப்போதும் இருந்ததாகத் தெரியவில்லை. குறைகளையே உறவுகளுக்கு மத்தியில் எந்நேரமும் ஏன் சொல்லிக்கொண்டிருந்தார். ‘எப்போதாவது வரும் இவர்கள்கூட காலையில் சற்று இளக்கார தொனியில்தான் பார்வையை வீசினார்கள். ஏனப்பா அப்படி செய்தீர். எவர் இறப்பு என்றாலும் ஓடினீர்களே... இன்று தொலைதூர உறவினர் ஒருவர் கூட வரவில்லை. விருந்துக்குக் கூட்டிச்சென்று அம்மாவையும் என்னையையும் திட்டிக் குறை சொல்வீர்களே... அந்த உறவினன் கூட வரவுமில்லை. போனில் துக்கத்தை விசாரிக்கவுமில்லை. எனக்கும் அம்மாவுக்கும் உன்னைவிட்டால் யாருப்பா இருக்கா... நீ பாட்டுக்கு எங்களை விட்டுட்டுப் போயிட்டே.... நானும் அம்மாவும் என்னப்பா பண்றது?’

‘இரு கண்கள் நீந்தி.. காயமாகும் மனசில் கரைந்து...’ மதிக்குள் எதுவோ பொங்கிக் கொதித்து வழிந்துகொண்டிருந்தது. அழாமல் மனதைக் கெட்டியாக வைத்திருந்தான். அழகேசனை எரியூட்ட எடுத்துச்சென்றபோது மணிக்கொடி கதறியழுதாள். அம்மாவின் முகத்தைப் பார்க்கப் பிடிக்காமல் தலைகுனிந்தான் மதி. அழுதுவிடக் கூடாது... அழுதுவிடக்கூடாது. தனக்குள் சொல்லிக்கொண்டு உதடுகளை அழுந்தப் பிடித்துக்கொண்டான்.

எரியூட்டிவிட்டு மொட்டையடித்துக் குளிக்கப் போகச்சொன்னார்கள். ஆறு வறண்டிருந்தது. சின்டெக்ஸ் தண்ணீர் டேங்க் தொட்டி பைப்பிலிருந்து தண்ணீரைப்

பீய்ச்சியடித்து தடுமாறிக் குளித்தான். வந்த மூன்று உறவினனும் ஒப்புக்குக் கூட அவன் அருகில் வந்து நிற்கவில்லை. ஆறுதல் வார்த்தைகளும் சொல்லவில்லை. தண்ணீரை முதுகில் குனிந்து வாங்கிவிட்டு தலையைத் தண்ணீரிடம் காட்டினான். ‘அப்பா உன்னை நேத்து இன்னேரம் உசிரோட பாத்தேனேப்பா... நீ செத்துப்போயிடுவேன்னு தெரிஞ்சிருந்தா உன்னை இன்னும் நல்லா கவனிச்சுகிட்டு இருந்திருப்பேனேப்பா... கடைசிவரை என்கூடவே இருப்பா... எனக்கு உன்னைவிட்டா யாருமே இல்லைப்பா...’ கண்ணீர் தண்ணீரோடு கலந்து ஓடியது.

கிளம்பும்போது ஏதோ சிந்தனையில் நகர்ந்தவனை தங்கராசு தனது பளபளப்பான காரில் ஏறிவிடுவானோ என்று ‘காரில் ஏறாதே ஆட்டோ வரும்’ என்றார். அவர் காரில் ஏறும் எண்ணத்தில் மதி அத்திசை நோக்கி நகரவில்லை. திடீரென்று வரும் வார்த்தைகள் அல்ல அவனை நோக்கி வந்தவை.

அந்த நேரம் இருசக்கர வாகனத்தில் வந்திருந்த பந்தல் தனசேகர் மதியைத் தனது வாகனத்தில் உட்காரச் சொன்னார். அவர் முதுகில் முகம் புதைத்துத் தேம்பினான். அப்போதுதான் தனது காலில் போட்டு வந்திருந்த செருப்பு தற்போது இல்லை என்பதை உணர்ந்தான். எரியூட்டுவதற்கு முன் சடங்குகள் செய்வதற்காகக் கழற்றச் சொன்னார்கள்.

அன்று இரவு முழுதும் அழகேசனை எரியூட்டிய நெருப்பு சுழன்றடித்து எரிந்து கழற்றிவைத்த மதியின் செருப்பையே திகுதிகுவென்று விலகலோடு பார்த்துக்கொண்டிருந்தது.

20

முன்—பின் குறிப்புகள்

மணிக்கொடி தன்னந்தனியாளாக அழகேசன் உயிரோடு இருக்கும்போது செய்ய வேண்டாம் என்று சொன்னவற்றின் ஒரு பகுதிகளை அந்த நடுஇரவில் வராண்டாவில் செய்தாள். மதியழகனிடம் வரக்கூடாதுடா குட்டி என்றாள். தாலிக்கொடி காதிலிருந்து தங்கத்தோடு கால் மெட்டி எனக் கழற்றினாள்.

“யேய்... நான் இல்லைன்னா நீ இப்ப இருக்கிற மாதிரியே அப்பவும் இருடி....”

சில வருடங்களுக்கு முன் அழகேசன் கூறிய சொற்கள் நடுநிசியில் மெல்ல உயிர்பெற்றது. அதை நினைவுச் சரடுகளிலிருந்து அறுத்தெறிந்தாள். மதி உறக்கத்தில் விழுந்துகொண்டிருந்தான். அழகேசன் தனித்து தூரத்தில் நிற்பது தெரிந்தது. அவரைச் சுற்றிலும் தேங்கிய தண்ணீர் காற்றின் அலைகளுக்கு வட்டமிட்டபடி இருப்பது புகை மூட்டமாகப் படர்ந்தது. மணிக்கொடிக்கு அவர் மட்டும் தனித்து இருப்பது மனதைக் கசியச்செய்தது.

‘ஏங்க... அங்கே தனியா நிக்கறீங்க... இந்தப் பக்கம் வாங்க...’ என்றாள்.

‘இங்க யாருமே இல்லைடி.... நீங்க யாராவது ஒருத்தர் வாங்களேன்...’

‘நீங்க அங்க தனியா நிக்காதீங்க... இப்படி வாங்க...’

‘நா வர முடியாதுடி.... குட்டியை வரச்சொல்லுடி.... பொறந்ததிலிருந்தே தனியாவே இருந்துட்டேன். வந்தவன் போனவனுங்களுக்கெல்லாம் செலவு செஞ்சேன்டி.... யாரு ஆதரவும் இல்லாம வாழ்றதைப் பத்திக் கஷ்டப்பட்ட போதெல்லாம் ஒரு ஆறுதல் வார்த்தையையும் தேடிவந்து ஒருத்தனும் சொன்னதில்லை... போக்கியத்து வீட்டை விட்டுட்டு நம்ம ஆளுங்க நாலுபேரு இருக்கிற ஊரா பாத்து குட்டியை வீடு பாக்கச் சொல்லுடி.... இங்க சுத்திலும் கல்லும் மண்ணுமாக இருக்கு... வெட்டவெளி வானம் பளிச்னு இருக்கு... இது அகழியா குட்டை நீரா, எவ்வளவு ஆழம்... தண்ணீருக்கு அந்தப் பக்கம் என்ன இருக்குன்னு தெரீலடி.... எதை நம்பி நீந்தறது... குட்டியை ஒரு எட்டு என்னைவந்து பாத்துட்டுப் போகச்சொல்லுடி....’

‘ஏங்க எங்களைவிட்டுப் போனீங்க... இன்னும் கொஞ்சவருசம் இருந்துருக்கலாம்ல... நீங்க சாப்பிட வரும்போதெல்லாம் சீக்கிரம் சாப்பிட்டு வராண்டா பெட்டுக்குப் போக மாட்டீங்களான்னுதான் நினைச்சேன். பேச்சுக் கொடுத்தா எதுவும் வம்படியா வார்த்தையை விட்டு வார்த்தை சண்டையா மாறிப்போகுமேன்னு எரிச்சலோடதானே வாழ்ந்தேன். பலமுறை அப்படித்தானே நடந்துக்கிட்டீங்க... எங்களுக்கு உங்களைவிட்டா யாருங்க இருக்கா... மனசுவிட்டு நீங்க அன்பா மதிகிட்டேயோ என்கிட்டேயோ பேசினதேயில்லைங்க... இப்படி திடீர்னு இல்லாம போவீங்கன்னு ஏன்ங்க இந்த மனசு நினைச்சுக்கூட பாக்கலை... இருக்கும்போது ஒண்ணுமே தோனாத மனசுக்கு நீங்க இல்லாதபோது நினைச்சுப் பாக்கிறதெல்லாமே குற்றஉணர்வாகவே தோனுதுங்க.. ஒருமுறை வந்துட்டு மட்டும் போயிடுங்க... இப்படி திடீர்னு நீங்க இல்லாம நாங்க மட்டும் தனியா இருக்கிறது மனசுல இருக்கிற தைரியமெல்லாம் அத்து விழுந்துகிட்டு இருக்குங்க...’

மணிக்கொடி வராண்டாவில் பெட்டுக்கு அருகில் இருந்த நாற்காலியில் உட்கார்ந்த தினுசிலேயே உறங்கிப்போனாள். விடிகாலைப்பொழுது மதியின் மனதை இனம் புரியாத நடுக்க உணர்வுக்குத் தள்ளியது. அப்பா போட்டோவைப் பார்த்தான். அவரின் முப்பது வயதில் எடுத்த போட்டோ. கண்ணாடிச் சட்டகங்களுக்கு உள்ளேயிருந்து மௌனமாக அவனைப் பார்த்தார். வராண்டாவுக்கு வந்து அம்மாவை எழுப்பினான். மூளியான தோற்றத்தில் அவள் இருப்பதைப் பார்க்க அவனால் சகிக்க முடியவில்லை. புலராத அந்தப்பொழுதில் அவனிடம் கழற்றிய தாலிக்கயிறு தானியங்களுடன் கூடிய சாணம் என அடங்கிய பையைக் கொடுத்து நீர்நிலையில் விட்டுவரச் சொன்னாள். அப்பாவை எரியூட்டிய அடுத்த நாள் அஸ்தியைக் கரைக்க ஆற்றில் நீர் இருக்கும் பகுதியைத் தேடியலைந்தது நினைவுக்கு வந்தது. குட்டையாக இருந்த நீரின் சலனத்தில் சிறு பானையைத் தூக்கிப்போட்டுவிட்டுத் திரும்பிப் பார்க்காமல் நடந்துவந்தான். மனம் குமுறிக் குமுறி மணல்பரப்பில் கதறியது. ‘அவ்வளவுதானாப்பா நீ... அவ்வளவுதானாப்பா நீ... இதை எப்படி ஜீரணிக்கப்போறேனோ தெரியலீயேப்பா...’

மறக்க நினைக்கும்போதெல்லாம் இறப்பன்று வராத உறவுகள் பஸ் போக்குவரத்து ஆரம்பிக்கப்பட்ட காலங்களில் வந்து நினைவுகளைக் கிளறி வருத்தத்தில் தள்ளியது. உடையாளகுளம்புதூருக்கு வந்த ராசு முதலியாரின் பேரன் அழகேசனின் வாழ்வு ஜாதி சாகரத்துடன் தனியே முட்டிமோதி நகர்ந்ததை யாரும் உய்த்து உணர்ந்து தொட்டுக்கூடப் பார்க்கவில்லை. பாட்டன் ராசு மட்டும் ஒரு நூற்றாண்டுக்கு முன் காலாரா பிளேக்குக்கு பயந்தோ பஞ்சம் பிழைக்கவோ ஏதோ ஒன்றிற்காக தலைமலை அடிவாரம் பக்கமாக வராமல் இருந்திருந்தால் அழகேசனின் வாழ்வு வேறுவிதமாக இருந்திருக்கும். சாதிஜனத்தை விட்டு ராசு முதலியார் ஏன் தனித்து வாழப் பிரியப்பட்டார்? யாருக்குத் தெரியும்.

ராயனூர் கம்பெனி முதலாளியின் சொத்துக்களை நாலைந்து வங்கிகள் சேர்ந்து வாங்கிய கடன்தொகைகளை வசூலிப்பதற்காக

ஏலம்விடும் அறிவிப்பினை முன்னணி நாளிதழ்களில் விளம்பரமாக வெளியிட்டு இருந்தது. அங்கிருந்து வரவேண்டிய பாக்கி சம்பளத்தொகை இனி காற்றில் கரைந்த பெருங்காய வாசனைதானா? ரேசன் கடையில் பருப்பு சர்க்கரை எண்ணெய் அரிசி வாங்கிவந்த மாலைப்பொழுதில் மதிக்கு முதுகுப்புறம் குப்பென்று வியர்த்து மார்புக்கூட்டின் இடதுபுறம் வலிப்பது போலிருந்தது. ஏதோ வித்தியாசமாக மனதில் பட மணிக்கொடி அவனை ஆஸ்பத்திரிக்கு அழைத்துச் சென்றாள். இசிஜி எடுத்து பார்த்தவர்கள் சில மாத்திரைகள் எழுதிக் கொடுத்தனர். அம்மாவிடம், “அப்பாவை இங்கே கூட்டி வந்திருந்தால் இன்னும் சில வருசம் இருந்திருப்பாருல்லேம்மா...” என்றான்.

“அப்பாவை மறந்துடலாம்டா குட்டி.... எண்பது வயசுக்கு மேலே ஆயிடுச்சுல்லே... தூக்கத்துலயே போறது வரம்டா...”

இரண்டு நாட்கள் கழித்து பல் எவுறு வீங்கிக்கொள்ள மருத்துவரிடம் இடதுபுற மார்புக் கூட்டுவலிக்காகச் சாப்பிட்ட மாத்திரை சீட்டோடு வந்தான். டாக்டர் “முகக் கவசத்தை கழற்றாதே, போய் பல் டாக்டரைப் பாரு” என்றார் துரத்தாத குறையாக. கொரோனா தரும் பலகீனத்தால் இனி அர்ப்பணிப்பான மருத்துவசேவை கானல் நீர்தானா? பல் மருத்துவன் “எவுரு வீங்கி சீழ் பிடிச்சுருக்கு” என்றான். “மாத்திரைகள் ஒரு வாரத்துக்குச் சாப்பிட்டுவிட்டுவந்து கிளீன் பண்ணிக்கோ...” ஒரு வாரம் கழித்துச் சென்றான். பல் கிளீன் பண்ண கேட்ட தொகையைக் கண்டு மலைத்த மதி மீண்டும் மூன்று நாளைக்கு மாத்திரை சாப்பிட்டுப் பார்ப்போம் என்று திரும்பினான்.

அழகேசனைக் குறித்த நினைவுகள் எழும்போதெல்லாம் ஒருவரை ஒருவர் சமாதானப்படுத்திக்கொள்ள வார்த்தைகளை மதியும் அம்மா மணிக்கொடியும் தேடி இயலாத சூழ்நிலையில் கண்ணீரால் நினைவுகளைக் கழுவினர். அன்று இரவு எட்டுமணி போல் நெஞ்சுக்கூட்டுக்கு கீழ் தொப்புளுக்கு மேல் ஒரு வலியை மதி உணர்ந்தான். நடுநிசிக்குப் பிறகு தொப்புள் பகுதியில் தாங்க இயலாத வலியால் துடித்தான்.

திடுக்கிட்டு எழுந்த மணிக்கொடி அவன் தவிப்பதைக் கண்டு கதி கலங்கினாள். தொப்புளைச் சுற்றி விளக்கெண்ணையை ஊற்றி மெல்லத் தடவிவிட்டாள். சிறிதுநேரம் தூங்கியிருப்பான். அதிகாலை மூன்றுமணி போல் வலியோடு வாந்தியும் இயற்கை உபாதைகளும் ஒருசேர வந்தன. உடலில் என்ன நடக்கிறது? அப்பா... அம்மா அசந்து தூங்குகிறாள். எனக்கு இந்த வலியைக் குறைச்சுவிடுப்பா என்று மௌனமாக அழுதான். நைட்லாம்ப் வெளிச்சம் இருண்மையை மனசுக்குள் அப்பிக்கொண்டிருந்தது. விடிந்ததும் வலி குறைந்தது போல் இருந்தது. அம்மாவை வீட்டில் இருக்கச் சொல்லிவிட்டு தான் மட்டும் மருத்துவமனைக்குச் சென்றான். வழக்கமாக பார்க்கும் மருத்துவர் அன்று வரமாட்டார் என்க ஐந்து நிமிட நடையில் வேறொரு மருத்துவனைத் தேடிச் சென்றான். முகக் கவசம் கைகழுவுதல் சம்பிரதாயத்தோடு மதி வலியோடு காத்திருந்தான். நேரம் செல்லச்செல்ல வலி வயிற்றின் அனைத்துப் பகுதியிலும் பரவித் துடிக்கவைத்தது. அங்கிருந்த நர்ஸ் அவன் துடிப்பதை அலட்சியப்படுத்தி வரிசையாகத்தான் அனுப்ப முடியும் என சிடுசிடுத்தாள். கண்களில் அவனையும் அறியாமல் நீர் வந்தது. அவன் முறை வந்தபோது மதியம் இரண்டு மணியை நெருங்கி இருந்தது. அவனைப் படுக்கவைத்து, “வயிறு இப்படித்தான் வீங்கின மாதிரி இருக்குமா” என்று கேட்டார் மருத்துவர். அவனுக்கு என்ன பதில் சொல்வதென்றே தெரியவில்லை. கடந்த பதினெட்டு மணி நேர வலி அவஸ்தையைத்தான் சொல்லிக்கொண்டிருந்தான். ஊசி போட்டு மாத்திரை எழுதிக் கொடுத்தார். சத்திரத்திற்குச் சென்று அல்ட்ரா ஸ்கேன் எடுத்துக்கொண்டு அடுத்த நாள் வரச் சொன்னார். ஊசி போட்டதும் வலி குறைந்தது போலிருந்தது. வீட்டுக்குத் தெம்பும் நம்பிக்கையுமாக வந்தான். பரிதவிப்போடு இருந்த அம்மாவிடம், “எனக்கு ஒண்ணுமில்லைம்மா...” என்றான் சிரிப்போடு. இரவு சாப்பிடவே தோன்றவில்லை. அழகேசனின் போட்டோவை வணங்கினர் இருவரும்.

விடியற்காலை நான்குமணி போல் சிறுநீர் கழிக்கச் சென்றவன் சிறுநீர் வராமல் பிறப்பு உறுப்பின் மேல் பகுதியில் வலி உயிரை

எடுத்தது. அம்மாவை எழுப்பினான். அவளுக்கு என்ன செய்வது என்றே தெரியவில்லை. நேற்று சென்ற மருத்துவமனையின் போன் எண்ணைத் தேடி எடுத்து போன் செய்தால் போனை எடுத்த பெண்குரல் சீறியது.

“முடியாமதானே போன் செய்யறேன்” என்றான். வழக்கமாக செல்லும் எல்ஜிக்கு போன் செய்தான். வரச்சொல்லியது நர்ஸின் குரல். பல ஆட்டோக்களுக்கு போன் செய்து ஒரு ஆட்டோக்காரர் வருகிறேன் என்றார்.

வலியைக் குறைக்கும் ஊசி போட்டு படுக்கவைத்தனர். மணிக்கொடி அவனுக்கு சாப்பாடு எடுத்து வந்தாள். தேம்பினாள். அவளுக்கு ஆறுதல் சொல்லும் மனநிலையில் கூட மதி இல்லை. முற்பகல் வந்த மருத்துவர், “அப்பெண்டிக்சா இருக்க வாய்ப்பிருக்கு...” என்று தன்னிடம் இருக்கும் ஸ்கேன் கருவியில் பார்த்தார். ‘மாத்திரைகளிலேயே குணப்படுத்திடுங்க டாக்டர்’ என்றாள் மணிக்கொடி. ஊசியும் குளுக்கோஸு ம் மதிக்கு அன்று முழுக்க ஏறிக்கொண்டிருந்தது. அம்மாவை வீட்டுக்குப் போகச் சொல்லிவிட்டான். அன்று இரவு ரத்தம் டெஸ்ட் எடுக்க வந்தனர். பத்துமணி போல் ரத்த டெஸ்டின் முடிவைக் கொடுத்த ஆய்வகப்பெண் டாக்டரை உடனே பார்க்கச் சொன்னாள். மற்றொரு நர்ஸ் அவர் கம்யூட்டர் வழி ரிசல்ட்டைப் பார்த்திருப்பார் போய் படுத்து உறங்குங்கள் என்றாள். வலிப்பதும் வலி இல்லாமல் இருப்பதுமாக இரவைக் கழித்தான். காலை எட்டுமணி போல் வந்த மருத்துவர், “சத்திரத்துக்கு உடனே போய் முழு ஸ்கேன் எடுத்துப் பார்க்க வேண்டும்” என்றார். “கூட யாருமில்லையா? நண்பர்கள் கூடவா இல்லை” என்று கேட்டார். அம்மாவுக்கு போன் செய்தான். அவளையும் அழைத்துக்கொண்டு வாடகை காரில் மருத்துவர் கூறிய ஸ்கேன் சென்டருக்குச் சென்றனர். வலி தொப்புளைச் சுற்றிப் பரவ ஆரம்பித்தது. இரண்டுமணி நேரம் கழித்து ஸ்கேன் எடுக்க அழைத்தனர். ஒரு லிட்டர் தண்ணீரைக் குடித்துவிட்டு ஸ்கேன் மேடையில் படுக்கச் சொன்னார்கள். “சார் குடித்தால் லூஸ்மோஸனாகிவிடும். காலையில் இருந்து வலியோடு இந்தப் பிரச்சனையும் இருக்கிறது சார்...” என்றான். குடி என

சைகை செய்தார். குடித்தபின் கட்டிய லுங்கியில் மதியின் கட்டுப்பாட்டை இழந்து ஈரம் சொதசொதவெனப் படர்ந்தது. லுங்கியைக் கோவணம் போல் கட்டினான். மனம் எல்லாம் இறுகிக் கிடந்தது. ‘அப்பா நீ கூட இருந்திருந்தால் எவ்வளவு தெம்பாக இருக்கும்...’ இல்லாத அழகேசனை அழைத்தான். எழுந்தபின் அவ்வளவு பேருக்கு முன் தலையைக் குனிந்தபடி டாய்லெட்டை நோக்கி ஓடினான். மணிக்கொடி அவன் நிலைகண்டு விதிர்விதிர்த்துப் போனாள். இரண்டு ஸ்பூன் பருப்பு சாதத்தைச் சாப்பிட்டிருப்பான். அவனை அழைத்தனர். ஸ்கேன் ரிப்போர்ட்டை வாங்கிக்கொண்டு முசுகுந்தபுரத்துக்கு வந்தபோது மாலை நான்குமணி ஆகியிருந்தது. அம்மாவை வீட்டுக்குச் சென்று சாப்பிட்டுவிட்டு இரவு சாப்பாடு கொண்டுவரச் சொன்னான். காலையில் கொண்டுவந்த பருப்பு சாதத்தை மறுபடியும் இரண்டு ஸ்பூன் எடுத்துச் சாப்பிட்டவன் சாப்பிடத் தோன்றாமல் டிபன் பாக்ஸை மூடினான். தண்ணீரைக் குடித்தான். உடனே டாய்லெட்டுக்கு ஓடினான். மனம் உடல் கசந்து சோர்வாக இருந்தது.

ஆறுமணி போல் வந்த மருத்துவர், “கூட யார் வந்திருக்கா?” என்றார்.

“அம்மா இரவு சாப்பாடு எடுத்துட்டு வருவாங்க சார்...”

“வேற நண்பர்கள் சொந்தக்காரங்க யாருமில்லையா?” என்றவர் நர்ஸிடம் ஏதோ கூறிவிட்டுச் சென்றுவிட்டார்.

“எதுவும் சாப்பிடாதீங்க... வயிறைக் காலியாக வச்சிருங்க...” என்றாள் நர்ஸ்.

அம்மா மணிக்கொடியிடம் மருத்துவர் விளக்கமாகச் சொல்ல ஆரம்பித்தார்.

“முத்தின நிலையில அப்பெண்டிக்ஸ் இருக்கும்மா... குடல்வால் வெடிச்சு சீழ் தொப்புள் பகுதி பக்கம் சிதறியிருக்கு... உடனே ஆப்பரேசன் செய்தாகணும்மா...” அவர் பேசப்பேச தன் நிலை மறந்து மணிக்கொடி அதிர்ச்சியில் சரிந்தாள். சடாரென

எழுந்த மருத்துவர் அவளைக் கீழே விழாமல் பிடித்து நர்ஸை அழைத்து ஒப்படைத்து கவனிக்கச் சொன்னார். அவளை ஆசுவாசப்படுத்துவதற்கு நர்ஸ் படாதபாடு பட்டாள். அதற்குள் மதியழகனை சக்கர நாற்காலியில் உட்காரவைத்து லிஃப்ட் மூலம் முதல் தளத்திற்குக் கொண்டுவந்து அவனுக்கான அறையில் படுக்கவைத்தனர். ஒரு பெரியவர் அவன் வயிற்றுப்பகுதி பிறப்புறுப்புப் பகுதிகளில் முடிகளை மென்மையாக சிரைத்தார். கண்களை மூடி லேசான வலியுணர்வுடன் படுத்திருந்தான். அழகேசன் நிழல் பிம்பங்களாக அலையலையாகக் காற்றிலாடிக் கொண்டிருந்தார். 'உன்னை நம்பித்தான் இருக்கேன்ப்பா... எதுக்குப்பா இப்படி ஒரு கஷ்டத்தைக் கொடுக்கிறே... அன்னைக்கு தெண்டமாகக் கவனித்த தாலுகா அரசு மருத்துவமனைக்குச் செல்லாமல் இங்கு வந்திருந்தால் இன்னும் சில வருசம் இருந்திருப்பேன்டா என்று சொல்லாமல் சொல்கிறாயா?'

மணிக்கொடியிடம் நிறைய தாள்களில் கையெழுத்து வாங்கினர். அவள் மெல்லமாக படியேறி முதல்தளத்துக்கு வந்தாள். மதியின் அறைக்குள் வந்தவளை ஒருமுறை அவனைப் பார்க்கச் சொல்லிவிட்டு அந்தத் தளத்தின் வராண்டாவில் நான்கு இரும்புச்சேர்கள் இணைந்திருந்த இருக்கைகள் ஒன்றினில் உட்காரச் சொன்னார்கள். அவளை ஒரு நர்ஸ் ஆதரவுடன் பிடித்துக் கைகளை மென்மையாக அழுத்திக்கொண்டிருந்தாள்.

'ஏன்டி.... அவனுக்கு என்ன ஆச்சுடி...?' கேட்கும் அழகேசனிடம் என்ன சொல்வது எனக் குழம்பினாள். அவன் வெகுநேரம் அவளின் பதிலை எதிர்பார்த்துக் கிடைக்காமல் காற்றில் கரைந்து கலந்தான். பத்து வயதில் நேருவிடமும் காமராஜரிடமும் எதற்கோ பரிசுகள் வாங்கியது அவளின் மனதில் புரண்டது. அவற்றைப் புகைப்பட பதிவுகளாக எடுத்துக்கொள்ள எண்ணாத வெள்ளச்சியும் வீரப்பனும் அவளைப் பதினெட்டு வயதில் அழகேசனிடம் ஒப்படைத்துவிட்டனர். புரிந்தும் புரியாமலும் இத்தனை வருட காலத்தை அவனுடன் அவனை நம்பியே வாழ்ந்து தீர்த்தாள். அதில் எந்த எதிர்பார்ப்பும் எக்காலத்திலும் அவளுக்குள் பொங்கி வந்ததில்லை. அழகேசனுக்குப் பிறகு

அவன் தந்த வாரிசு மதியை நம்பித்தான் மிச்சசொச்ச வாழ்வும் இருக்கிறது. அவனையும் காலம் தனது சாட்டையால் சுழற்றி அடித்து மணிக்கொடியின் மன தைரியத்தை சுக்குநூறாக்குகிறது. அவள் மெல்லமாக கண் அசருவதை உணர்ந்த நர்ஸ் அவளை அப்படியே விட்டுவிட்டு நகர்ந்தாள். அழகேசன், மணிக்கொடியின் தோள்களில் தனது கரங்களைப் போட்டபடி என்னவோ அவள் காதில் சொல்லிக்கொண்டிருந்தான்.

மதியழகனுக்கு மருத்துவமனையின் நீண்ட பச்சைநிற அங்கியினை அணிவித்து சக்கர நாற்காலியில் அமரவைத்து வராண்டா வழியே ஆப்பரேசன் தியேட்டருக்குத் தள்ளிச் சென்றனர். வராண்டாவின் வளாகத்தில் தன்னந்தனியே அம்மா மணிக்கொடி கண் அசந்து சேரில் சாய்ந்தபடி உறங்குவது அவன் பார்வையில் பட்டு நகர்ந்தது. குபுக்கென்று கண்களில் நீர்கட்ட ஆப்பரேசன் அறைக்குள் நுழைந்தான். அங்கியைக் களைந்தனர். நான்கு மருத்துவர்களும் சில தாதிகளும் அவனைச் சுற்றி நின்றனர். ஒரு பருத்த தாதி அவனை முதுகை வளைத்து தளர்ந்து உட்காரச்சொல்லி அணைத்துப் பிடித்தாள். அவளின் மென்மையான ஒருபக்க மார்பு கருணையுடன் அவனை அழுத்தியது. முதுகின் தண்டுவடத்தில் மயக்க ஊசி குத்துவதை உணர்ந்தான். படுக்கவைத்தனர். சுற்றிலும் இருப்பவர்களைப் பார்த்தான். களங்கமற்ற இருள் அவனைச் சூழ அப்பா அழகேசன் புகைப் படலமாக அவன் விழிகளுக்குள் படர்ந்தார்.

யாரோ தோள்மீது தட்டுவதைப்போல் உணர்ந்த மணிக்கொடி திடுக்கிடலுடன் விழித்தாள். நடுநிசி. ஆஸ்பத்திரி வளாக இரும்புச்சேரில் தான் மட்டும் தனியே உட்கார்ந்திருப்பதை உணர்ந்தாள். வரிசையாக எரியும் மின்விளக்கு ஒளிகளினூடே அடர்ந்த இருளின் அமைதியில் சாத்தப்பட்ட ஆப்பரேசன் அறைக்கதவையே இறுகிப்போன மௌனத்துடன் பார்த்துக்கொண்டிருந்தாள். அவளைச் சுற்றி யாருமேயில்லை.

(முற்றும்)

முத்துச்செல்வன்

முதல் சிறுகதை ஆனந்த விகடனில் எஸ்.மணிகண்டன் என்ற புனைபெயரில் 1992-ல் வெளியானது. சரோஜ் எஸ்.பிரகாஷ் என்ற புனைபெயரிலும் சிறுகதை எழுதியுள்ளார். தொடர்ந்து முத்துச்செல்வன் பெயரிலேயே எழுதி வருகிறார். கல்கி நினைவுச் சிறுகதைப் போட்டியில் இரண்டாம் மற்றும் ஆறுதல் பரிசுகள் கிடைத்துள்ளன. தினமலர்-வாரமலர் டி.வி.ஆர். நினைவுச் சிறுகதைப் போட்டியில் மூன்று முறை ஆறுதல் பரிசுகளும் பல்சுவை காவியம் சிறுகதைப் போட்டியில் சிறப்புப் பரிசும் பெற்றுள்ளார். கணையாழி, இனிய உதயம், புன்னகை கவிதை இதழ், பல்சுவை நாவல், நவரச நாவல் சஹானா இணையதள இதழ்களிலும் சிறுகதை, கவிதை ஆகிய படைப்புகள் பிரசுரமாகியுள்ளன. மலேயா பல்கலைக்கழகம் நடத்திய 35வது பேரவைக் கதைகள் போட்டியின் அனைத்துலகப் பிரிவில் (2021) சிறந்த கதையாக 'ராமாயி...' தேர்வு பெற்றது.

ஸீரோ டிகிரி - தமிழரசி அறக்கட்டளை நாவல் போட்டி நெடும்பட்டியலில் இடம் பெற்ற 'முன்பக்கங்கள்' இவரது முதல் நாவலாகும்.

www.ingramcontent.com/pod-product-compliance
Ingram Content Group UK Ltd.
Pitfield, Milton Keynes, MK11 3LW, UK
UKHW041119041026
15589UKWH00018B/808